*मुलीच्या संरक्षणासाठी एका बापानं पाकिस्तानच्या एका खेड्यातून बर्मिन्गहॅमला केलेल्या स्थलांतराची लक्षवेधी गोष्ट... जी नोबेल पुरस्कारप्राप्त मलालासोबतच जगभरच्या महिलांच्या सबलीकरणावर भाष्य करते.*

**– पब्लिशर्स वीकली**

*एका पाकिस्तानी सामाजिक कार्यकर्त्याचं लेकीच्या कर्तृत्वामुळे प्रकाशझोतात येणं... नव्या जगाशी जुळवून घेताना अस्वस्थ करणारी जुन्या विश्वाची स्मरणगाथा..आणि पितृसत्ताक पद्धतीवरचं परखड भाष्य म्हणजे 'लेट हर फ्लाय' हे पुस्तक होय.*

**– फ्रीली मॅगझिन**

*स्त्रीवादाचे नवे आयाम स्पष्ट करणाऱ्या पित्याची प्रेरणादायी कहाणी.*

**– लिटिल ब्राऊन डॉट कॉम**

*हे पुस्तक समानतेचे तत्त्व अमलात आणणाऱ्या कुटुंबातील मलालाचा प्रवास अधोरेखित करतेच, पण भविष्यातही मलालाचं काम किती प्रेरणादायी असू शकतं, यावरही प्रकाश टाकते.*

**– द नॅशनल एई**

*पाकिस्तानातल्या पितृसत्ताक पद्धतीत वाढलेला एक मुलगा ते प्रतिगामी शक्तीविरोधात लढणाऱ्या मुलीचा बाप, असा झियाउद्दीन यांचा लक्षवेधी प्रवास मांडणारं विलक्षण पुस्तक.*

**– लॉरिस बुक शेल्फ**

**अभिप्राय**

झुंजार व विश्वव्यापक लढा...

**दैनिक लोकमत, २२-१२-२०१९**

# लेट हर फ्लाय

एका पित्याची वाटचाल आणि समानतेचा लढा

**झियाउद्दीन युसफझाई**

शब्दांकन

**लुईस कार्पेन्टर**

अनुवाद

**डॉ. शुचिता नांदापूरकर-फडके**

**मेहता पब्लिशिंग हाऊस**

Please contact us at **Mehta Publishing House,** Pune.
Email : production@mehtapublishinghouse.com
Website : www.mehtapublishinghouse.com

◆ *या पुस्तकातील मते, घटना, वर्णने ही त्या लेखकाची असून, त्याच्याशी प्रकाशक सहमत असतीलच असे नाही.*

**LET HER FLY** by ZIAUDDIN YOUSAFZAI



Translated into Marathi Language by Dr. Shuchita Nandapurkar-Phadke

**लेट हर फ्लाय** / अनुवादित आत्मकथन

अनुवाद : डॉ. शुचिता नांदापूरकर-फडके
Email : author@mehtapublishinghouse.com

प्रकाशक : सुनील अनिल मेहता, मेहता पब्लिशिंग हाऊस,
१९४१ सदाशिव पेठ, माडीवाले कॉलनी, पुणे – ३०.

मुद्रक : ट्रिनिटी अॅकॅडमी फॉर कॉर्पोरेट ट्रेनिंग लिमिटेड,
नऱ्हे इंडस्ट्रिअल एरिया, नऱ्हे, पुणे – ४१.

मुखपृष्ठ : मेहता पब्लिशिंग हाऊस

प्रथमावृत्ती : ऑक्टोबर, २०१९

किंमत : ₹ १९५

P Book ISBN 9789353173180
E Book ISBN 9789353173197

E Books available on : play.google.com/store/books
www.amazon.in
https://books.apple.com

मलालावर पाकिस्तानमध्ये गोळीबार झाल्यानंतर
तिच्यावर शस्त्रक्रिया करून तिचा जीव वाचविणाऱ्या
डॉ. कर्नल मुहम्मद जुनैद
आणि
डॉ. मुमताज अली
यांना सप्रेम सादर...

# प्रस्तावना

**मा**झ्या वडिलांचे मनापासून आभार मानण्यासाठी मी ही प्रस्तावना लिहिते आहे.

जेव्हापासून मला कळू लागलं तेव्हापासून मला जाणवत राहिलं की, माझे अब्बा हे प्रेम, अनुकंपा आणि विनम्रतेचा परिपाक आहेत. त्यांनी मला स्वतःच्या परोपकारी आणि मायाळू वृत्तीतून प्रेमाचे धडे दिले. शब्दांपेक्षा त्यांच्या कृतींतून माझ्या मनावर ठसा उमटत गेला. ते आजवर कुणाच्याही बाबतीत अनादराने किंवा अन्याय्य वृत्तीने वागले नाहीत. समोर येणारी व्यक्ती मग ती मुस्लिम असो वा ख्रिश्चन, वर्णाने गोरी असो वा काळी, गरीब असो की श्रीमंत, पुरुष असो की स्त्री; अब्बांनी त्यांना नेहमीच समानतेने वागवलं. शाळेचे मुख्याध्यापक, सार्वजनिक कार्यकर्ते आणि सक्रिय समाजसेवक या प्रत्येक भूमिकेत त्यांनी सातत्याने इतरांचा आदर राखत त्यांची कदर केली आहे, त्यांना आधार दिला आहे. त्यांच्या या वागणुकीमुळे ते स्वाभाविकच सर्वांना प्रिय ठरले आहेत. माझ्यासाठी ते आदर्श आहेत.

आम्ही आर्थिकदृष्ट्या सधन नसलो तरी, नीतिमत्तेच्या स्तरावर आम्ही अतिशय संपन्न होतो. आनंदी आयुष्य जगण्यासाठी संपत्ती अत्यावश्यक आहे असं अब्बांनी कधी मानलं नाही. अनेकदा तर आमच्याकडे धान्य आणण्यासाठीही पैसे नसायचे. तरीसुद्धा आम्ही गरीब आहोत असं मला कधीच वाटलं नाही. चुकूनमाकून शाळेच्या नफ्यातून अब्बांच्या हातात काही शिल्लक उरली तर ते ती शिल्लक कुटुंबासाठी मोकळेपणाने खर्च करायचे. मुख्य म्हणजे ते आमच्यासाठी फळं आणायचे. उरलेले पैसे ते अम्मीच्या हातात ठेवायचे. त्यानंतर घरात काय आणायचं, घर कसं

चालवायचं, पैसे कसे पुरवायचे हे सगळं अम्मी पाहायची. तिला खरेदीला जायची फार आवड होती. त्यात ती रमायची. त्यांना मात्र खरेदीचा अतिशय कंटाळा. एखादी वस्तू विकत घ्यायला अम्मीला वेळ लागला की, ते तिच्याशी वाद घालायचे. अशा वेळेस ती त्यांना ठणकावून सांगायची, ''हा सूट अंगावर चढवलात की माझे आभार मानाल.'' मी, माझे भाऊ आणि माझी अम्मी आनंदात असलो की त्यांना फार आवडायचं. आमच्या शरीरस्वास्थ्याकडे त्यांचं लक्ष होतं आणि तितकंच शिक्षण, इतरांप्रति आदर, अमर्याद प्रेम या गोष्टींना त्यांच्या लेखी अतोनात महत्त्व होतं. हे सगळं आम्हाला भरभरून मिळत असल्यामुळे आम्ही स्वतःला श्रीमंत समजत होतो.

त्यांचं प्रेम ढालीसारखं माझं संरक्षण करत राहिलं. त्यामुळेच, माझ्या अवतीभोवती असलेल्या सर्व दुष्ट आणि वाईट गोष्टींपासून मी दूर राहिले. ज्या समाजात स्त्री म्हणून माझं भवितव्य फारसं आशादायी किंवा उज्ज्वल नव्हतं त्या समाजात मी आत्मविश्वासाने वावरू लागले. सर्व स्त्रिया आणि मुलींबद्दल माझ्या घरात नितांत आदर बाळगला जात होता. आजूबाजूच्या जगात मात्र त्याची वानवा होती. अशावेळेस अब्बांचं प्रेम माझ्या सोबतीला होतं. मला समानतेने न वागवणाऱ्या समाजात मी त्यांच्या माध्यमातून स्वतःला वाचवत होते. माझ्या भवितव्यावर काळी सावली पाडू पाहणाऱ्या प्रत्येक गोष्टीविरुद्ध ते सुरुवातीपासून ठामपणे उभे राहिले. समता हा माझा हक्क होता आणि तो मला मिळेलच याची काळजी त्यांनी घेतली.

आयुष्य समरसून जगायचं आणि उपलब्ध होणाऱ्या संधीचा लाभ घ्यायचा, यावर अब्बांचा दृढ विश्वास होता. त्यातूनच आमच्या घरात इतरांचा, मुख्यत्वे स्त्रियांचा आदर करण्याची संस्कृती निर्माण झाली. मी त्यांच्याकडूनच शिकले की, कुठलीही गोष्ट करताना ती सर्वोत्तम प्रकारे केली पाहिजे, त्यासाठी सर्वोत्तम योगदान दिलं पाहिजे. लोक आपल्याशी कसेही वागले तरी आपण त्यांचा आदर केला पाहिजे.

अगदी सुरुवातीपासून माझे अब्बा हे माझे मित्र होते, आजही आहेत. मुली जशा मोठ्या होतात तसं वडील आणि मुलगी या नात्यात अंतर पडू लागतं. माझा ओढा मात्र पहिल्यापासून अब्बांकडे होता. घडणारी प्रत्येक घटना आणि त्याबद्दलच्या माझ्या भावना मी अम्मीऐवजी त्यांना सांगायचे. पाळीच्या वेळेस पोट दुखतंय आणि मला सॅनिटरी नॅपकिन हवे आहेत हेसुद्धा मी त्यांना सांगायचे. खरं म्हणजे माझी आई कडक शिस्तीची असल्यामुळे मला तिची भीती वाटायची. समजा, माझा भावांशी वाद झाला– जो रोजच होई– तर अब्बा नेहमी माझीच बाजू घ्यायचे.

पाकिस्तानमध्ये राहत असताना माझ्या शेजारपाजारच्या मुली, स्वात खोऱ्यातील मुली किंवा माझ्या वर्गातील मुलींसारखी मीही होते. फरक एवढाच की, मला

घरातून पाठिंबा, आधार आणि सातत्याने प्रोत्साहन मिळत होतं. अशी मौल्यवान संधी क्वचितच कोणाला मिळते. 'कसं वागावं' या विषयावर माझे वडील मला रोज तासभर लेक्चर देत नसत. समाजात बदल घडवून आणण्यासाठी त्यांच्यात दिसणारी समर्पित वृत्ती, त्यांचा प्रामाणिकपणा, मोकळेपणा आणि त्यांनी निश्चित केलेलं ध्येय या सर्वांतून त्यांची वैशिष्ट्यपूर्ण वागणूक मी सतत पाहत होते. त्याचा माझ्यावर योग्य आणि ठोस परिणाम होत होता. माझ्या प्रत्येक कृतीचं ते कौतुक करत. 'जानी, तू अभ्यास किती छान करतेस,' 'जानी, तू संभाषण किती छान साधतेस,' असं कौतुक नेहमीच माझ्या वाट्याला येई. जानी म्हणजे प्रिय किंवा आत्मसखा. शाळेत, कलाकौशल्यात, भाषण देण्यात, मी मिळवत असलेल्या प्रत्येक लहानमोठ्या यशाचा आलेख अब्बांच्या कौतुकामुळे उंचावत गेला. त्यांना नेहमी माझा अभिमान वाटत आला आहे. माझा स्वतःवर जितका विश्वास नव्हता तितका त्यांचा माझ्यावर होता. आणि म्हणूनच, काय वाट्टेल ते करण्याचा आत्मविश्वास माझ्यात निर्माण झाला.

माझे अब्बा शांतपणे ऐकून घेतात. त्यांच्या अनेक गुणांपैकी हा एक गुण मला अतिशय आवडतो. अर्थात, ते ट्विटरवर म्हणजेच आयपॅडवर काम करत असले की, मग मात्र त्यांचं लक्ष वेधून घेण्यासाठी मला त्यांना किमान दहा वेळा तरी हाक मारावी लागते. प्रत्येक वेळेस, 'बोल जानी,' असं ते म्हणतात. पण त्यांचे कान आणि डोळे ट्विटरकडे लागलेले असतात. एरवी मात्र, संवाद साधताना बोलणाऱ्या व्यक्तीवर त्यांची नजर आणि लक्ष पूर्णपणे केंद्रित झालेलं असतं. मी याचा अनुभव घेतला आहे. लहानपणापासून मी त्यांना ऐकवलेल्या छोट्यामोठ्या गोष्टी, तक्रारी, गाऱ्हाणी, मला वाटत असलेल्या चिंता आणि माझ्या योजना; या सर्वांचे माझे अब्बा माझा पहिला श्रोता असत. माझ्या आवाजात ताकद आहे आणि ही फार चांगली बाब आहे याची जाणीव त्यांनी मला करून दिली. म्हणूनच, हा आवाज वापरण्यासाठी मी प्रोत्साहित झाले. माझ्यात आत्मविश्वास निर्माण झाला. ज्या सहजतेने मी गोष्ट सांगायचे त्याच सहजतेने मी एखाद्या तालिबान्याशी बोलू शकले. माझं शिक्षण आणि माझे हक्क यांचं संरक्षण करण्यासाठी आवाज चढवण्याचं सामर्थ्य माझ्यात आहे हे माझ्या लक्षात आलं.

वाढत्या वयात मला समजू लागलं की, माझे आई-वडील इतर आई-वडिलांपेक्षा वेगळे आहेत. एव्हाना बहुतेक मुलींची शाळा बंद झाली होती. पुरुष आणि मुलं उपस्थित असतील अशा सार्वजनिक स्थळी जाण्याची मुलींना परवानगी नव्हती. स्त्रियांनी कसं जगायचं आणि कसं वागायचं हे ठरवणाऱ्या या पुरुषप्रधान समाजात आपण कित्येक कर्तृत्ववान स्त्रियांना गमावून बसलो आहोत. अतिशय

हुशार आणि तल्लख मुलींना शिक्षण सोडायला लावून चमकदार भविष्याकडे पाठ फिरवावी लागली आहे. या मुलींना स्वतःचा आवाज ऐकण्याची किंवा ऐकवण्याची संधीसुद्धा मिळाली नाही. पण मी अपवाद होते. फक्त मुलंच बोलायचे अशा जागीदेखील मी उभी राहून बोलले आहे. त्यावेळेस माझ्या अवतीभोवती मात्र पुरुषांच्या तोंडून, 'या मुलींना वेगळं ठेवा,' असंच वाक्य मी ऐकत आले आहे. शाळेत मुलामुलींमध्ये होणाऱ्या वादविवाद स्पर्धेत भाग घेण्याची संधी माझ्या अनेक वर्गभगिनी आणि मैत्रिणींकडून त्यांच्या वडिलांनी किंवा भावांनी हिरावून घेतली आहे. अशा मानसिकतेच्या विरोधात माझे अब्बा ठामपणे उभे राहिले, हे सारं ते बदलू पाहत होते.

आजही मला आठवतं; बैठकीच्या खोलीत अब्बा बसलेले असत. त्यांचे मित्र आणि काही ज्येष्ठ मंडळी तिथे त्यांच्यासोबत चर्चा करत. मी त्यांच्यासाठी चहा घेऊन गेले की, मीसुद्धा तिथे बसून त्यांची चर्चा ऐकत असे. माझ्या वडिलांनी असं कधीच म्हटलं नाही की, 'मलाला, आम्ही राजकारणाबद्दल बोलत आहोत. मोठ्यांचा विषय आहे हा,' ते मला तिथे बसून चर्चा ऐकू देत. इतकंच नाही तर सरतेशेवटी ते माझं मत विचारत.

हा मुद्दा अतिशय महत्त्वाचा आहे. समता नसलेल्या घरात किंवा समाजात वावरताना मुलींना भीती वाटते. आपण पाहिलेली स्वप्नं पूर्ण होणार नाहीत अशी ती भीती असते. आज लाखो मुलींना घरापेक्षा शाळेत सुरक्षित वाटतं. घरी राहिलं तर 'रांधा, वाढा, उष्टी काढा,' या मार्गाने पुढे जात स्वत:ला विवाहयोग्य करण्याव्यतिरिक्त त्यांच्याकडे पर्याय नसतो. मला शाळेच्या सुरक्षिततेचं कवच लाभलं होतं. अर्थात, तशीच सुरक्षितता मला घरीसुद्धा मिळत होती. शाळेमध्ये शिक्षिका आणि मुख्याध्यापक यांच्याभोवती माझं मन रुंजी घाले. माझ्या वर्गातील प्रत्येक मुलगी माझी मैत्रीण होती. शिक्षण आणि उज्ज्वल भवितव्यासाठी आम्ही पाहिलेली स्वप्नं यावर आम्ही तासन्तास बोलत असू.

माझ्या वडिलांनी सुरू केलेल्या शाळेत जाण्याचा आनंद अवर्णनीय होता. त्या काळात माझा मेंदू रोज कणाकणाने मोठा होत असल्याचा भास मला होई. खरं म्हणजे, नवनव्या माहितीमुळे माझ्या मेंदूचा विकास होतो आहे हे मी जाणून होते. त्या वेळी नित्य नवी क्षितिजं माझ्यासमोर विस्तारत होती.

माझे वडील आजही तसेच आदर्शवादी आहेत. ते शिक्षक आहेतच पण उत्तम कवीसुद्धा आहेत. कधीकधी मला वाटतं की, निखळ प्रेमासाठी ते जगतात. लोकांप्रति, मित्र आणि कुटुंबीयांप्रति, इतकंच नाही तर प्रत्येक मनुष्याप्रति वाटणारं प्रेम हा त्यांच्या जगण्याचा गाभा आहे. मला कविता वाचायला आवडत नसल्या तरी त्यातून ते देत असलेला प्रेमाचा संदेश माझ्या काळजाला अचूक भिडतो.

हे जग बदलू पाहणारे अनेक जण आहेत. परंतु, ते फार पटकन माघार घेतात. अनेकदा तर सुरुवात करण्याचीसुद्धा अनेकांची तयारी नसते. त्यांच्या मते, समस्या अतिप्रचंड असतात, तिथे त्यांचे तोकडे प्रयत्न असे कितीसे उपयोगी पडणार? म्हणून ते प्रयत्नच करत नाहीत. त्याउलट, आपल्या प्रयत्नांनी अल्पसा का होईना पण बदल घडवून आणता येईल यावर माझ्या वडिलांचा नेहमीच ठाम विश्वास राहिला आहे. आपण केवळ एका व्यक्तीला जरी मदत करू शकलो तरी त्याची संभावना आपण अत्यल्प अशी करता कामा नये हे त्यांनी मला शिकवलं. 'थेंबे थेंबे तळे साचे' या उक्तीप्रमाणे लहानसहान प्रयत्नांतून मोठ्या योजना आकाराला येतात. ध्येयाप्रति पोहोचणं म्हणजे यश असं ते मानत नाहीत. ध्येयाच्या दिशेने जाण्याचा प्रवास सुरू करणं, त्यात सातत्य राखणं, योगदान देणं आणि बदल घडवून आणण्यासाठी प्रोत्साहन देणं या बाबींमधील निखळ सौंदर्य त्यांना नेहमी खुणावत असतं. तीच दृष्टी त्यांनी मला दिली.

प्रत्येक स्त्रीला आदराने आणि समानतेने वागवण्यासाठी माझे वडील सातत्याने प्रयत्न करत राहिले आहेत. संपूर्ण जगाला कदाचित ते हा मुद्दा पटवून देऊ शकणार नाहीत. परंतु, माझ्या जीवनावर मात्र त्यामुळे अतिशय प्रभाव पडला आहे. त्यांनी मला माझं भविष्य आणि माझा आवाज दिला आहे. त्यांनी मला भरारी घेऊ दिली आहे!

अब्बा, मी कोणत्या शब्दात तुमचे आभार मानू...

**– मलाला युसफझाई**

# ऋणनिर्देश

उर्दू महाकवी सलीम कौसर यांनी लिहिलेल्या सुंदर ओळी मला इथे सांगाव्याशा वाटतात. ते म्हणतात, "आरशामध्ये माझं प्रतिबिंब पडलं आहे, पण आरशामागे अजून अनेक प्रतिबिंबे आहे."

या पुस्तकावर लेखक म्हणून माझं नाव असलं तरी वर म्हटल्याप्रमाणे ती अनेक प्रतिबिंबं म्हणजे माझे कुटुंबीय आणि मित्रगण; त्या सर्वांमुळे हे पुस्तक प्रत्यक्षात येऊ शकलं.

हे पुस्तक लेखन माझ्यासाठी प्रवास होता तसाच तो अनेकांसाठी होता. लुई कार्पेन्टरसारख्या सिद्धहस्त लेखिका माझ्याबरोबर या प्रकल्पात सहभागी झाल्या हे मी माझं भाग्य समजतो. म्हणूनच, सर्वांत आधी मी त्यांचे आभार मानतो. सातत्याने भावनांना हात घालणारा हा प्रवास आव्हानांनी परिपूर्ण होता, तो शब्दबद्ध करताना बुद्धीचा कस लागला. लुई यांचं श्रवणकौशल्य वादातीत आहे. ऐकलेल्या प्रसंगांना अचूक शब्दांत उतरवून त्यांनी प्रत्येक वेळेस मला आश्चर्याचा धक्का दिला. माझे अनुभव माझ्या तोंडून ऐकत असताना त्याही हसल्या आणि रडल्या; भावनांचा प्रवास त्यांनीही माझ्या बरोबरीने केला. आणि म्हणूनच हे पुस्तक मला हव्या तशा नेटक्या शब्दांमध्ये तुमच्यासमोर येऊ शकलं. त्यांनी अतिशय मन:पूर्वक दिलेल्या योगदानामुळे माझा प्रवास तुमच्यासमोर सहजगत्या उलगडला आहे. लुई, हे पुस्तक प्रत्यक्षात आणल्याबद्दल मी तुमचा मनापासून आभारी आहे.

हे पुस्तक जरी प्रत्यक्षात माझं कथन आहे तरी अप्रत्यक्षपणे माझी सखी, सहचर, सचिव आणि पत्नी तूर पेकई हिचंही ते कथन आहे. लुई बरोबर काम करत

असताना कित्येकदा एखादा प्रसंग मला अंधुकसा आठवे. अशा वेळेस मी आवाज देई, ''तूर पेकई!'' हातातील काम टाकून ती धावत येई. एखाद्या हत्तीला लाजवेल अशी तिची स्मरणशक्ती दांडगी आहे, त्यामुळे माझ्या मनात उमटलेल्या प्रसंगाची इत्थंभूत माहिती ती मला पुरवे. 'तूर पेकई, कोणत्या शब्दात तुझे आभार मानू? जीवनातल्या प्रत्येक लहानमोठ्या, सहज-कठीण, सुख-दु:खाच्या प्रसंगी तू उत्कटतेने मला साथ दिली आहेस.'

मलालाचे वडील म्हणून जग मला ओळखतं. पण तिच्या व्यतिरिक्त मला दोन मुलं आहेत. खुशाल खान आणि अटल खान या माझ्या दोन्ही मुलांनी माझ्या आयुष्याला परिपूर्णता आणली आहे. त्या दोघांचे स्वभाव वैशिष्ट्यपूर्ण आहेत. या पुस्तकातून पिता-पुत्रांची कथासुद्धा उलगडते. खुशाल आणि अटल, तुमच्या प्रामाणिक मदतीसाठी मी आभारी आहे.

मी पुस्तक लिहावं अशी मलालाची फार दिवसांपासूनची इच्छा होती, 'आय ॲम मलाला' या तिच्या पुस्तकात तिने आमच्या कुटुंबाबद्दल सविस्तरपणे लिहिलं आहे. माझ्या या पुस्तकामध्ये मी आगळावेगळा दृष्टिकोन बाळगावा असं तिचं म्हणणं होतं. तूर्तास ती ऑक्स्फर्ड येथे शिक्षण घेत असून तिची दिनचर्या अतिशय व्यग्र आहे. तरीसुद्धा माझ्यासाठी खास वेळ काढून तिने या पुस्तकाची प्रस्तावना लिहिली आणि आवश्यक तिथे मोलाची माहिती पुरवली. 'प्रिय जानी, तुझ्यामुळे मला बळ मिळतं. अगदी लहानपणापासून आजपर्यंत प्रत्येक दिवशी तू माझ्या बरोबरीने उभी आहेस; तुझे कोटी कोटी आभार!'

माझ्या कुटुंबीयांच्या बरोबरीने इतर अनेक समर्थ हात या पुस्तकाच्या पूर्णत्वासाठी सरसावले. डार्नेल स्ट्रॉम आणि जेमी जोसेफ यांनी मला लेखनप्रेरित केलं. 'ऑप्शन बी' या पुस्तकाचे सहलेखक ॲडम ग्रान्ट यांनी मला उत्तेजन दिलं. ॲडम, माझ्या सन्मानार्थ लिहिलेल्या शब्दांसाठी मी आभारी आहे.

खुशालचे शिक्षक आणि माझे मित्र सायमन सायनेक यांच्याप्रति मी कृतज्ञ आहे. पुस्तकाचं शीर्षक काय ठेवावं याबद्दल माझा गोंधळ उडाला होता. त्यांच्याबरोबर चर्चा करताच 'लेट हर फ्लाय' हे अतिशय समर्पक शीर्षक त्यांनी सुचवलं. त्यातून माझा आणि इतरांचा दृष्टिकोन प्रतीत होतो. सायमन, तुमची दृष्टी आणि बुद्धी या दोन्हींना दाद द्यावीशी वाटते.

युनायटेड किंग्डम यथे मुक्काम हलवल्यापासून आम्हाला अनेक मान्यवर व्यक्तींच्या सहवासाचं भाग्य लाभलं. त्यातील एक कॅरोलिना सटन, त्यांच्या प्रामाणिकपणानं मी नेहमी प्रभावित झालो आहे. त्या आमच्या कौटुंबिक स्नेही असून आम्हा सर्वांचा त्यांच्यावर खूप विश्वास आहे. कॅरोलिना, या शब्दप्रवासात साथ दिल्याबद्दल तुमचे मनापासून आभार.

लिट्ल, ब्राऊन इथल्या ज्युडी क्लेन यांचे आभार. या पुस्तकात वैयक्तिक रुची दाखवत, सतत आम्हाला प्रेरणा देत आणि प्रसंगी वेळ पाळण्यासाठी दटावत त्यांनी आमच्याकडून काम करून घेतलं. उत्तम संपादकाला आवश्यक अशी सर्व साहित्य कौशल्य त्यांच्या लेखणीत आहे. ज्युडी, तुमचे सादर आभार.

आमच्या कौटुंबिक स्नेही आणि समन्वयक मारिया क्वॉनिटा यांचे आभार कोणत्या शब्दात व्यक्त करू? या पुस्तक-प्रकल्पाला प्रत्येक टप्प्यावर त्यांचं साहाय्य लाभलं आहे. माझी कार्यक्रम-पत्रिका आखून आवश्यकतेनुसार तज्ज्ञांशी माझी चर्चा घडवून आणण्यात त्यांचा सिंहाचा वाटा आहे. इसॉन जॉर्डन हे आमचे अन्य एक कौटुंबिक स्नेही; या पुस्तकात समाविष्ट केलेले कौटुंबिक फोटोग्राफ त्यांच्यामुळे पट्कन उपलब्ध झाले. इसॉन, मी तुमचा आभारी आहे. मी नेहमी म्हणत आलो आहे की, 'जिथे इसॉन आहे, तिथे मार्ग आहे.' कासिम स्वाती आणि टॉम पेने यांनी माझ्या कवितांचा भावपूर्ण अनुवाद केला. त्यामुळे पुस्तकाला वजन प्राप्त झालं. तुम्हा दोघांचे आभार. उस्मान अली, माझा मानलेला भाऊ! तुझे आभार मानल्याशिवाय ऋणनिर्देश पूर्ण होऊ शकत नाही. गेली कित्येक वर्षं तू माझ्या कुटुंबाला विविध प्रकारे साहाय्य करत आला आहेस.

वाचकांना हे पुस्तक आवडेल अशी आशा आहे. माझे कुटुंबीय आणि मित्रगण यांच्याकडून मला सातत्याने लाभलेलं प्रेम आणि ममता या लेखनातून तुमच्यापर्यंत पोहोचावं अशी अपेक्षा आहे. हे पुस्तक लिहिताना जो आनंद मला झाला तो तुम्हाला वाचताना होवो.

कृतज्ञतापूर्वक<br>– झियाउद्दीन युसफझाई

हे पुस्तक लिहिताना अनेकांनी आपले विचार माझ्यासमोर मांडले, प्रेमाने माझा पाहुणचार केला. मरियम खालिक, हायी ककर, डॉ. फिओना रेनॉल्ड्स आणि तिचे पती ॲड्रियन बुलक, तूर पेकईचे मित्र आणि गुरू जॅनेट कली-टकर; या सर्वांनी मला मदत केली. युसफझाई कुटुंबाच्या पाकिस्तानमधील सग्यासोयऱ्यांनी अनेक प्रकारांनी मला साहाय्य केलं. त्यांनी सांगितलेल्या गोष्टी पुस्तकात मांडण्यासाठी अनुमती दिली. उस्मान बिन जान यांनी तहानभुकेची चोख व्यवस्था केली. मला स्वत:ला इंग्लिश पद्धतीचा सौम्य चहा आवडतो, पण आता मी मान्य करते की *दूध पाती* हा प्रकार सर्वोत्तम आहे. समिना नवाझच्या उपस्थितीने मला खूप मजा वाटली.

युसफझाई कुटुंबाचे आभार मानावेसे वाटतात. झियाउद्दीन यांच्याबरोबर दीर्घकाळ चालणाऱ्या माझ्या चर्चा त्यांच्या पत्नीने, तूर पेकई यांनी सहन केल्या. स्वत:ची कथा मला सांगून मी तिला योग्य न्याय देईन यावर विश्वास ठेवला; खुशाल आणि

अटल यांनी प्रामाणिकपणे आणि हसतमुखाने त्यांच्या आयुष्यातील कठीण काळाबद्दल मला माहिती पुरवली; अतिशय व्यग्र दिनचर्येतून मलालाने मला आवर्जून वेळ दिला.

कॅरोलिना सटन या माझ्या एजंटचे मी मनापासून आभार मानते. तिने सातत्याने मला योग्य मार्गावर ठेवलं. ज्युडी क्लेन हिने माझ्यावर विश्वास दाखवला. बेट्सी अहरिग ही अतिशय उत्कृष्ट निर्मिती संपादक आहे. जेनी जोसेफ ही माझी ब्रिटिश संपादक आहे. या साऱ्यांनी खंबीरपणे माझी पाठराखण केली आहे. त्यांचे मी आभार मानते. सोफी स्वितोचोस्की माझ्या मागे लागली नसती तर मी वेळेवर पुस्तक संपवू शकले नसते. तिने उत्कृष्ट कार्यक्षमता दाखवत लिप्यंतरणाला मदत केली.

टॉम पेने, माझे पती, त्यांना साहित्याचं अतिशय उत्तम अंग आहे. त्यांचं प्रेम हा माझा अमूल्य ठेवा आहे. ते आणि माझी मुलं माझ्या लेखन प्रवासादरम्यान संयमाने माझी साथ देत राहिले.

सर्वांत शेवटी मला झियाउद्दीन यांचे आभार मानावेसे वाटतात. काम कठीण होतं, पल्ला दूरचा होता; पण प्रवास सुंदर झाला. तो अनुभव अवर्णनीय आहे. या दरम्यान आम्ही अनेकदा हसलो हे खरं असलं तरी रडण्याचे प्रसंग त्याहून अधिक होते. शौर्य आणि चांगुलपणाची ही कथा तुमच्यासमोर मांडण्याची संधी त्यांनी मला देऊ केली हे मी माझं अहोभाग्य समजते. पुस्तक लिहून संपलं तरी आम्ही मैत्रीच्या अतूट नात्याने जोडले गेलो आहोत; ते नातं सदैव तसंच राहील.

**– लुईस कार्पेन्टर**

## अनुक्रमणिका

# उपोद्घात

*"झियाउद्दीन, तुझ्या आयुष्यातील सर्वाधिक अभिमानास्पद क्षण कोणता?" असं मला लोक अतिशय प्रेमाने विचारतात तेव्हा माझ्या मनात विचार येतो की, त्यांना माझ्याकडून साधारणतः पुढील उत्तरं हवी आहेत. "अर्थातच, मलालाला नोबेल शांती पुरस्कार मिळाला तो क्षण!" किंवा, "न्यू यॉर्कमध्ये यूएनसमोर मलाला पहिल्यांदा बोलली तो क्षण!" किंवा "ती जेव्हा प्रत्यक्ष राणीला भेटली तो क्षण!"*

*आज जगभरात मलालाच्या वाट्याला मानसन्मान येत आहे, तरीसुद्धा वरच्या प्रश्नाचं उत्तर देणं फार कठीण आहे. कारण मुळातच हा प्रश्न माझ्या लेकीच्या म्हणजे मलालाबाबत नसून ती किती प्रभावी आहे याबद्दल आहे. तिला नोबेल पुरस्कार मिळणं, तिला राणीची भेट घेता येणं किंवा राष्ट्रप्रमुखांशी ती संवाद साधू शकणं यामध्ये श्रेष्ठ काय हे ठरवणं माझ्यासाठी अशक्य आहे.*

*म्हणूनच उत्तरादाखल मी म्हणतो, "प्रत्येक दिवस आणि प्रत्येक क्षण माझ्यासाठी सर्वाधिक अभिमानास्पद असतो. आणि, ही संधी माझी मलाला मला मिळवून देते. या माझ्या अतिशय प्रामाणिक भावना आहेत. माझी लेक आजही नाश्ता करताना तिच्या नर्मविनोदी स्वभावामुळे मला खळखळून हसवते. तिच्या शालेय जीवनाचा सुरुवातीचा अधिकांश काळ पाकिस्तानमधील मिंगोरासारख्या लहानशा गावातील छोट्याशा शाळेत व्यतीत झाला आहे, पण जात्याच तरतरीत असलेली मलाला वेळ येताच तालिबान्यांसमोर खंबीरपणे उभी राहिली.*

*शिक्षणाबद्दल इतकं प्रचंड प्रेम असलेली कुणी दुसरी मुलगी माझ्या पाहण्यात नाही. जगाला वाटतं, "ओह, मलाला! ती फार हुशार आहे!" पण अभ्यास करताना इतर विद्यार्थ्यांप्रमाणे तिचीही दमछाक होते. जन्मापासून उष्ण प्रदेशात राहिल्यामुळे भाजून काढणाऱ्या सूर्यकिरणांची सवय आम्हा युसफझाई कुटुंबीयांना आहे. पण इथे*

इंग्लंडमध्ये सूर्यकिरणांची चाहूलही अनेकदा लागत नाही. दिवसभर हाडं गोठवून टाकणारी थंडी रात्री अधिक प्रकर्षाने जाणवते. अशावेळेस मलाला मात्र एकाग्र चित्ताने अभ्यासात गढलेली असते. तिच्या अभ्यासात कधी खंड पडत नाही. 'आपली ग्रेड खाली आली तर काय?' ही धास्ती तिला असते. खोलीतील दिव्याच्या सोबतीने तिची अथक वाटचाल सुरू असते.

अल्लानेच मलालाला पुनश्च जीवन दिलं असं तिच्या अम्मीला म्हणजेच तूर पेकईला वाटतं. या दुसऱ्या जीवनात मलाला अधिक ठामपणे जगभरातील सर्व मुलींच्या हक्कांची जोपासना करण्यासाठी कार्यरत आहे. त्या जोडीने, मलाला स्वतःचं स्वप्नदेखील पूर्ण करते आहे. ही इतकी विलक्षण मुलगी माझ्या पोटी कशी जन्माला आली? असं कधीकधी वडील म्हणून माझ्या मनात येतं. सौभाग्य, प्रेम, आश्चर्य अशा विविध भावनांचा निखालस सुंदर असा तो क्षण असतो. या संमिश्र आणि असीम सुंदर भावना साध्या साध्या गोष्टींत प्रत्ययाला येतात; डोळ्यांतील भाव, एखादी हालचाल, एखादा हावभाव, एखादी चपखल पण निरागस टिप्पणी! म्हणूनच, मलालाचा पिता या नात्याने माझ्या आयुष्यातील सर्वाधिक अभिमानास्पद क्षणाबद्दल बोलताना मी म्हणेन की, ऑक्स्फर्ड युनिव्हर्सिटीमध्ये ती घेत असलेल्या परिश्रमांपासून ते ती करत असलेल्या चहाच्या कपापर्यंत प्रत्येक क्षण माझ्यासाठी कौतुकास्पद आणि अभिमानास्पदच आहे.

आमचा मुक्काम ब्रिटनला हलल्यापासून मलालाच्या हे लक्षात आलं की, तिला ऑक्स्फर्ड युनिव्हर्सिटीमध्ये राजकारण, तत्त्वज्ञान आणि अर्थशास्त्र शिकायचं आहे. आमच्या देशाच्या पहिल्या महिला पंतप्रधान बेनझीर भुट्टो यांनीसुद्धा हेच विषय निवडले होते.

जगप्रसिद्ध ऑक्स्फर्ड युनिव्हर्सिटी मलालाला अपरिचित नव्हती. आम्ही बर्मिन्गहॅम येथे राहायला आल्यापासून सुरू केलेल्या सार्वजनिक चळवळीच्या निमित्ताने तिने या युनिव्हर्सिटीत किमान तीन ते चार वेळा भाषण दिलं होतं. त्या प्रत्येक वेळेस मी तिच्या बरोबर होतो. पाकिस्तानात असताना मुलींच्या शिक्षणाच्या प्रसारानिमित्त आम्ही जेव्हा सातत्याने मोहीम राबवत होतो तेव्हा मलालाने कोणता सलवार क़मीज़ घालायचा, कोणती ओढणी डोक्यावर घ्यायची हे तिची अम्मी ठरवायची. मी तिच्या कपड्यांना इस्त्री किंवा जोड्यांना पॉलिश करून देई. आता मात्र ती स्वतःची काळजी घेण्याइतकी सक्षम झाली आहे.

मलालासाठी ही लहानसहान कामं करण्यात मला फार मोठा आनंद मिळत होता. तिच्या सक्षमतेमुळे मी आजकाल हा आनंद गमावला आहे. ही छोटीमोठी कामं करण्यात मला इतकं सुख का वाटायचं? उत्तर उघड आहे; माझ्या या कृतीतून

मी तिच्या प्रति असलेलं माझं प्रेम व्यक्त करू शकत होतो. तिला आधार देऊ शकत होतो. मुख्य म्हणजे ती स्त्री असली तरी समानतेची वागणूक देऊ शकत होतो. तिचा जन्म झाला तेव्हा मी अत्यानंदात होतो. तीनशे वर्षांनंतर एका मुलीचं नाव आमच्या वंशावळीत मी दाखल केलं होतं. त्यावेळेससुद्धा याच भावनांनी माझ्या मनावर गारुड केलं होतं. मुलांइतक्याच मुली सक्षम आहेत हे केवळ शब्दांनी न बोलता कृतीतून दाखवून देण्याचा माझा प्रयत्न होता. मुलींचं अस्तित्व गरजेचं आहे, त्यांच्या गरजा जाणून घेणं आणि पुरवणं महत्त्वाचं आहे, हे व्यक्त करण्याचा तो माझा मार्ग होता. अगदी लहान वयापासून तिच्या पायातील बूट-मोजेसुद्धा स्वच्छ असतील यावर माझा कटाक्ष होता.

जगभरातील विविध संस्कृतींमध्ये प्रत्येक आईवडील स्वाभाविकपणे आपल्या मुलांबरोबरीने मुलींची देखील काळजी घेतात. हे जरी खरं असलं तरी पाकिस्तानातील पुरुषप्रधान संस्कृतीच्या पार्श्वभूमीवर माझ्यासारख्या मध्यमवयीन पुरुषाला हे सारं पार पाडणं सोपं नव्हतं.

ज्या भूमीत मी लहानाचा मोठा झालो तिथे स्त्रियांचं कार्य केवळ पुरुषांची सेवा करण्यापुरतं मर्यादित आहे. पुरुष म्हणून जन्माला आल्यामुळे माझं वर्चस्व निर्विवाद होतं पण केवळ लिंगभेदावर अवलंबून असलेलं असं वर्चस्व मला मात्र नको होतं.

मी शांग्लामध्ये लहानाचा मोठा झालो. भर उन्हाळ्यातदेखील आम्हा पुरुष आणि मुलांची खाण्यापिण्याची रेलचेल असे. प्रत्येकाच्या आवडीनिवडी जपल्या जात. आमचं खाऊन होताच आम्ही न सांगता आमच्या समोरचं उष्टं खरकटं आवरलं जाई. त्यासाठी आम्हाला किंचितसा इशाराही करण्याची आवश्यकता नसे. हजारो वर्षांपासून चालत आलेल्या या पुरुषप्रधान संस्कृतीचा इतका पगडा प्रत्येकाच्या मनावर होता की, त्यात कोणाला काही वावगं वाटत नसे. किंबहुना, जगण्याची हीच रीत यथायोग्य आहे यावर सर्वांचा ठाम विश्वास होता.

मातीने बांधलेल्या आमच्या घरात माझे वडील किंवा भाऊ चुलीजवळ गेलेले मी कधीही पाहिले नाही. अर्थातच, मीही त्याला अपवाद नव्हतो. मी पुरुष होतो ना, स्वयंपाक हा माझा प्रांत कसा असणार? त्या बालवयात मलाही कधी त्या प्रथेबद्दल प्रश्न पडला नाही. ती प्रथा मी सहजतेने अंगीकारली.

स्वयंपाकघरात शिजणाऱ्या रश्शांचा दरवळ घरभर दाटून राही. त्या जोडीने माझी अम्मी आणि बहिणींच्या गप्पा ऐकू येत. एकीकडे भाज्या चिरत असताना दुसरीकडे चिकनचा सर्वोत्कृष्ट भाग त्या माझ्यासाठी राखून ठेवत. चिकनचा कुठलाही रसरशीत भाग त्यांच्या पोटात कधीच जात नसे. वडील, मोठा भाऊ, धाकटा भाऊ... घरातील पुरुषांची जणू मक्तेदारी असे. उरलीसुरली हाडं बायकांच्या वाट्याला जात. सकाळपासून चुलीसमोर राबणाऱ्या, घाम गाळणाऱ्या, जीव ओतून स्वयंपाक

करणाऱ्या माझ्या घरातील या स्त्रिया, त्यांच्या पोटात पौष्टिक भोजन कधीच जात नसे.

माझ्या लहानपणी चहा करणं हे फार महत्त्वाचं काम असे. त्याही वेळेस या स्त्रिया आमच्या सौख्याची काळजी घेत. गरम, गोड, दाट दुधाच्या पाकिस्तानी चहाला माझ्या मते जगात तोड नाही. आता मी इंग्लंडमध्ये राहत असलो तरी इंग्लंडचा जगप्रसिद्ध चहा माझ्या घशाखाली उतरत नाही.

मी म्हटल्याप्रमाणे चहा करणं आणि तो पिणं पाकिस्तानी संस्कृतीचा भाग आहे. चहाचं भांडं अतिशय स्वच्छ घासून घेतलं जातं. उच्च दर्जाची चहापत्ती वापरली जाते. त्यानंतर चहाचं आधण ठेवण्यात येतं. उकळी फुटली की चहापत्ती टाकली जाते. हे मिश्रण खळखळ उकळू लागलं की त्यात आधी दूध आणि सरतेशेवटी साखर टाकली जाते. आता चहा करणारी स्त्री डावाने चहा ढवळत दुसरीकडे डाव भरभरून घेत चहा पुन्हा पुन्हा पातेल्यात ओतते. काही वेळ ही क्रिया केल्यानंतर खऱ्या अर्थाने चहा तयार होतो. माझ्या घरातील सर्व स्त्रिया याच पद्धतीने चहा करतात. त्यामागचं तर्कशास्त्र मला समजत नाही. आमच्याकडचा चहा अतिशय गरम, गोड आणि चविष्ट असतो. 'दूध पाती' हा चहाचा आणखी एक प्रकार आहे. त्यात पाण्याऐवजी दूध उकळायला ठेवतात. दुधाला उकळी फुटली की चहापत्ती टाकली जाते. हा चहा पाण्याच्या चहाहून अधिक दाट आणि कडक असतो.

आम्ही पुरुष कधीही असा चविष्ट चहा स्वतः करत नाही. आमचं काम चहाचा आस्वाद घेणं हे आहे. माझ्या अगदी लहानपणीच्या आठवणींमध्ये माझे अब्बू दिवाणखान्यातील पलंगावर लोड-तक्क्याला टेकून निवांत बसले आहेत. मी बाजूला मजेत बसलो आहे. तितक्यात, चहाचा ट्रे घेऊन माझी अम्मी आत येते. त्यावर दोन कप आणि चहाचं पातेलं आहे. अब्बू वाचण्यात गर्क आहेत. कदाचित प्रेषित मोहम्मद यांच्या हदिथचा जाडजूड ग्रंथ असावा तो. ते मानही वर करून पाहत नाहीत. बाजूचं छोटं स्टूल ओढून घेत अम्मी हातातील ट्रे त्यावर ठेवते. पातेल्यातील कढत गोड चहा कपात ओतून ती त्यांच्या हातात देते. मी शेंडेफळ असल्यामुळे तिचा माझ्यावर जीव आहे. म्हणूनच दुसरा कप भरून ती माझ्या हातात ठेवते. मग ती शांतपणे उभी राहते.

आम्ही पुरेसा चहा प्यायलो आहोत याची खात्री पटल्याशिवाय ती स्वतः कधीच चहा पीत नाही. क्वचित कधीतरी माझे वडील चहा चांगला झाल्याची पावती देतात.

त्यांच्या मते चहाचा दर्जा तीन स्तरांवर ठरवता येतो; किटली किंवा पातेल्यातून कपात ओतल्या जाणाऱ्या चहाकडे आधी निरखून पाहावं. चहाच्या पोतावरून चहाचा अंदाज घ्यावा. त्यानंतर कपातील चहाचा रंग पाहावा आणि सरतेशेवटी

ओठांना स्पर्शणाऱ्या चहाची चव अनुभवावी; असं त्यांनी मला सांगितलं होतं.

वर्षानुवर्षे माझे वडील, काका आणि मीसुद्धा चहाचा आयता कप ओठांना लावत आलो आहोत. समजा माझ्या वडिलांच्या मनासारखा चहा त्यांना मिळाला नाही तरी तो स्वतः करून घेण्याचं कौशल्य त्यांच्याकडे नव्हतं. अशावेळेस, माझी अम्मी किंवा बहिणी पुन्हा चांगला चहा करण्यासाठी स्वयंपाकघराकडे मोर्चा वळवत. अर्थात, ही वेळ फार क्वचित यायची. कारण माझ्या वडिलांना कसा चहा लागतो हे अम्मीला सवयीने अचूक माहिती झाल्यामुळे तिने केलेला चहा कधीच बिघडत नसे. त्यांची सेवा करणं हाच तिचा जीवनधर्म होता!

* * *

सार्वजनिक व्यासपीठावरून बोलताना किंवा वादविवाद करताना मलाला कधीही उत्तेजित होत नाही. ती फार क्वचित अस्वस्थ होते. माझ्यासारखी ती पटकन भावनाविवश होत नाही. मात्र, तिच्या शिक्षकांच्या सहवासात तिच्या भावना सहज उचंबळून येतात. कॉमनवेल्थच्या नेत्यांसमोरसुद्धा तिला अतिशय शांतपणे भाषण करताना मी पाहिलं आहे. पण ती जिथे शिक्षण घेते त्या एड्‌गबॅस्टन हायस्कूलमध्ये एखाद्या पालकसभेत माझ्या बाजूला बसल्यावर तिच्या चेहऱ्यावर संकोच दाटून येतो.

ऑगस्ट २०१७ मध्ये तिच्या गालांवर असाच गुलाबी रंग उमटला होता. आमच्या कुटुंबातील पाचपैकी आम्ही चौघं ऑक्स्फर्डच्या लेडी मार्गारेट हॉलमध्ये आलो होतो. मलालाने अभ्यासक्रम योग्य प्रकारे पूर्ण केला असून आठ आठवड्यानंतर सुरू होणाऱ्या पुढच्या सत्रासाठी तिचा प्रवेश निश्चित झाल्याची बातमी मिळाल्यामुळे आम्ही सर्वजण आनंदात होतो.

मलाला तेव्हा उत्तेजित झाली आहे हे माझ्या लक्षात आलं. तूर पेकई, आमचा मुलगा खुशाल आणि मी पहिल्यांदाच लेडी मार्गारेटला भेट देत होतो. लाल विटांचं बांधकाम असलेली, अनेक कमानदार खिडक्यांची ही वास्तू पाहताच खिळवून ठेवणारी आहे. ऑक्स्फर्ड युनिव्हर्सिटीचं सौंदर्य मला नेहमीच भुरळ घालत आलं आहे.

यावेळेस मलाला एक सामान्य विद्यार्थिनी आणि मी त्या विद्यार्थिनीचा पिता म्हणून तिथे उपस्थित होतो. कुठलाही डामडौल किंवा विशेष विद्यार्थी प्रतिनिधी असण्याची औपचारिकता त्या भेटीत नव्हती.

आम्हाला तो परिसर दाखवण्यासाठी दोन विद्यार्थी पुढे आले. मी आणि तूर पेकई उत्साहाने त्यांच्याबरोबर फिरू लागलो. प्रचंड मोठ्या ग्रंथालयात अनेक कपाटांमधून ओळीनं पुस्तकं मांडून ठेवली होती. ती पाहूनच माझी छाती दडपली.

एक शिक्षक म्हणून मी अठरा वर्षे ज्ञानदानाचं कार्य केलं. त्यामुळे पुस्तकाचं महत्त्व मी पुरेपूर जाणतो. तालिबान्यांनी शेकडो शाळा आणि लाखो पुस्तकांची राखरांगोळी केली. मुलींच्या शिक्षणावर बंदी आणली. मला जिवे मारण्याच्या धमक्या मिळाल्या. मुलगी असूनही शिकण्याची, वाचण्याची इच्छा ठेवणाऱ्या आणि तसा प्रयत्न करणाऱ्या माझ्या मुलीला बंदुकीच्या गोळ्यांचा सामना करावा लागला. इतकं असूनही अल्लाने आमच्यासाठी काही वेगळी योजना आखली होती. असं म्हणतात की, आपण मनात योजलेल्या इच्छांची पूर्ती अल्ला नेहमी करतो. म्हणूनच शिक्षणाची आस बाळगणाऱ्या मलालाचे प्राण हिरावून घेण्याचं सामर्थ्य त्या गोळ्यांमध्ये नव्हतं. जीवघेण्या अपघातानंतर ती पुन्हा एकवार अभ्यास करण्यासाठी सज्ज झाली आहे. स्वभावातील जिद्द आणि लवचीकता यामुळे तिने स्वतःला सावरण्यात यश मिळवलं. म्हणूनच ऑक्स्फर्डमध्ये तिला प्रवेश मिळू शकला. मी संवेदनशील आहे. माझ्या लेकीने पदवी मिळवण्याचं स्वप्न जोपासलं होतं. ते पूर्ण करण्याच्या वाटेवर आज ती आहे. माझे डोळे भरून आले. खंबीर राहण्यासाठी मी स्वतःला बजावलं.

संपूर्ण कॉलेज पाहून आल्यावर प्राचार्य आम्हाला एका मोठ्या कक्षात घेऊन गेले. उंच छतामुळे त्या कक्षाची भव्यता आणि मोकळेपणा नजरेत भरत होता. या चार भिंतींपल्याड विस्तारू पाहणारं क्षितिज मला सहज जाणवलं. कक्षामध्ये असलेल्या खुर्च्या आणि कोचांवर बसलेले लोक आपआपसांत कुजबुजत होते. सुंव्हाँ मे सुंव्हीअँ- (Souvent me Souviens) 'मला नेहमी आठवतं,' हे एलएमएचचं घोषवाक्य आहे.

प्राचार्य आता चहा मशीनच्या दिशेने पुढे झाले. अशा शोधाबद्दल माझ्या वडिलांची काय प्रतिक्रिया झाली असती? प्राचार्यांनी एक रिकामा कप उचलला. बाजूच्या ट्रेमधील एक टी-बॅग त्यात ठेवून तो कप मशीनमधल्या कढत पाण्याने भरून घेतला. एका बशीवर तो कप ठेवत त्यांनी त्यात दूध ओतलं. चहा ढवळल्यानंतर त्यांनी टी-बॅग बाहेर काढली. आता ती कपबशी हातात घेऊन ते त्या कक्षाच्या दुसऱ्या टोकाला गेले. आमच्यापैकी अनेकांच्या हातात कप नव्हता तरीही आम्हाला तो न देता ते पुढे जात राहिले. मलाला जवळ येताच त्यांनी तो कप तिच्या हातात ठेवला.

सुंव्हाँ मे सुंव्हीअँ. (Souvent me Souviens) त्या क्षणी मात्र मी रडू आवरू शकलो नाही.

म्हणूनच तुम्ही जर आज मला विचारलं, "झियाउद्दीन, आजवरच्या आयुष्यातील कोणता क्षण तुझ्यासाठी सर्वाधिक अभिमानास्पद आहे?" तर मी म्हणेन लेडी मार्गारेट हॉलच्या पुरुष प्राचार्यांनी स्वतःच्या हाताने चहा तयार करून मलालाच्या हातात चहाचा तो कप ठेवला. तो क्षण माझ्यासाठी अत्यंत अभिमानाचा आहे.

आजवर मलालाला अनेक महान व्यक्तींना भेटण्याची संधी मिळाली आहे. राजा, राणी आणि राष्ट्राध्यक्षांना ती भेटली आहे. पण प्राचार्यांनी तिच्या हातात चहाचा आयता कप अगत्याने ठेवल्याचा तो क्षण अतिशय सहज आणि अकृत्रिम होता. म्हणूनच तो अधिक सुंदर आणि प्रभावी ठरला. बदल घडवून आणण्यासाठी जेव्हा आपण ठामपणे उभे राहतो तेव्हा तो बदल घडून येतोच.

पाश्चात्त्य पद्धतीने तयार केलेल्या अशा चहाची आम्हाला अजिबात सवय नव्हती. माझ्या वडिलांनी तर तो हातात धरलाही नसता. त्यांची नावड लक्षात घेऊन माझ्या कुटुंबातील एखाद्या स्त्रीने पटकन तो कप त्यांच्या हातातून घेतला असता. वडील नाराज झाले आहे हे जाणून तिला वाईट वाटलं असतं. त्या क्षणी त्या भव्यदिव्य कक्षात मलालाचं यश साजरं करण्यासाठी माझे वडील आमच्याबरोबर असते तरी ते यश मलालाचं असल्यामुळे चहाचा तो कप नाकारण्याचा अधिकार त्यांना नव्हता. कारण, तो त्यांच्या नातीच्या सन्मानार्थ होता.

लहानपणापासून मी पुरुषप्रधान समाजात वाढलो आहे. किशोरवयात मात्र मला अनेक प्रश्न पडू लागले. आजवर गृहीत धरलेल्या बाबी जाणून घ्याव्याशा वाटू लागल्या. मलालाच्या जन्माआधी माझी तगमग होत होती. मी कशाचा तरी शोध घेत होतो. पठडीतील जगण्यातून बाहेर यायची तीव्र आस माझ्या मनात होती. आधी मलाला, त्याही आधी माझी स्वतःची बायको, तदनंतर माझ्या विद्यार्थिनी, आणि त्याही पलीकडे जात देवाने निर्माण केलेल्या या सुंदर पृथ्वीवरील सर्व सक्षम मुली आणि स्त्रिया या सर्वांसाठी मला काय हवं होतं? हे स्त्रीवादी अंगाने जाणारे विचार आहेत हे सुरुवातीला मला लक्षात आलं नाही. पुढे पूर्वेकडच्या राष्ट्रांमध्ये गेल्यावर मला या शब्दांची ओळख झाली, त्यांचं महत्त्व पटलं. त्याआधी मात्र मी अनभिज्ञ होतो. स्त्रीवाद म्हणजे काय हे जेव्हा मला प्रत्यक्षात समजवण्यात आलं तेव्हा माझ्या मनात आलं, 'अरेच्चा! याला जर स्त्रीवाद म्हणत असतील तर मी खूप पूर्वीपासून स्त्रीवादी आहे तर!' पाकिस्तानातील वास्तव्यादरम्यान प्रेम, सभ्यता आणि मानवता यावर माझे आचारविचार आधारित आहेत असा माझा समज होता. जगभरातील सर्व मुलींना प्रेम आणि माया मिळावी, त्यांना कुठेही नाकारलं जाऊ नये, त्यांचं जगणं सुसह्य व्हावं इतकी माझी साधीशी इच्छा होती. अस्तित्वात असलेल्या पुरुषप्रधान संस्कृतीचा पाया भीतीवर उभा आहे. दडपशाही आणि तिरस्कार ही धर्मभिन्नतेची निर्मिती आहे. त्यांच्या आहारी गेलेला समाज समानतेचं सौंदर्य जाणून घेण्यात कमी पडतो. म्हणूनच, पुरुषांचं वर्चस्व असलेल्या समाजाची चौकट मोडावी, पुरुषप्रधान संस्कृती संपवावी असं मला सातत्याने वाटत आलं आहे.

त्या सर्व भावनांचा आजवर झालेला कोंडमारा त्या एका चहाच्या कपामुळे माझ्या डोळ्यांतून अश्रूंच्या रूपाने बाहेर पडला. मलालाला समानतेने वागवलं जावं

म्हणून गेली दोन दशकं मी जो लढा देत आलो आहे तो संपल्याचं द्योतक तो चहाचा कप होता. मलाला आज सज्ञान झाली आहे. खऱ्या अर्थानं ती अनुभवसंपन्न आणि मोठी झाली आहे. इथून पुढे स्वतःची लढाई ती स्वतः लढू शकते. तरीही, जगभरातील मुलींसाठी तिला लढायचं आहे. तो लढा अजून संपला नाही. प्रत्येक मुलीला आणि स्त्रीला पुरुषाने आदर द्यायलाच हवा. पाकिस्तान असो की नायजेरिया, भारत असो किंवा अमेरिका; आज यूकेमधील शैक्षणिक संस्थेत ज्याप्रमाणे मलालाच्या हातात चहाचा कप आदराने ठेवला गेला तसाच तो इतर देशांत ठेवला गेला पाहिजे.

पुरुषप्रधान संस्कृतीत लहानाचे मोठे झालेले अनेक आहेत. माझ्या मुलीला मिळणाऱ्या समानतेच्या वागणुकीमुळे मी जरी आनंदी होतो तरी ती समानता स्वीकारणं त्या सर्वांसाठी सहज सोपं नाही. मला स्वतःलाही अनेक जुन्या सवयींचा आणि वागणुकींचा त्याग करावा लागला. हातात ढाल तलवार घेऊन समोर उभ्या ठाकलेल्या पुश्तुन योद्ध्याहून भयंकर व्यक्ती माझ्यासमोर सर्वप्रथम येऊन उभी ठाकली. ती व्यक्ती म्हणजे दुसरं-तिसरं कोणी नसून पूर्वीचा मी होतो. तो झियाउद्दीन माझ्या कानात कुजबुजला, ''कुठे चाललास? मागे वळ! मूर्खपणा करू नकोस. हा मार्ग एकांडा आहे. इथे फार अडथळे आहेत. ज्या सोयीसुविधांची तुला सवय आहे ते सारं तू मागे सोडलं आहेस.''

ही वाट खडतर होती. अनेकदा असीम त्याग करावा लागला. ज्या एका व्यक्तीसाठी मी हा प्रवास सुरू केला तिला कायमचं गमावण्याची वेळ माझ्यावर आली. परंतु आज माझी मलाला जीवित आहे, शिक्षणाच्या वाटेवर ती दिमाखात पुढे झालेली आहे. मी, तिची अम्मी, तिचे भाऊ आम्ही सगळे जिवंत आहोत. विविध प्रकारांनी आम्ही शिकत आहोत. मलाला आणि तिच्या भावांप्रमाणे त्यांच्या अम्मीने, तूर पेकईने पुस्तकं हातात घेतली आहेत. मला आशा आहे की, जीवनाकडून मी असंच सतत शिकत राहीन. समोर आव्हानं उभी राहतील. ती पार करताना कधी सौख्य तर कधी निराशा मनात दाटेल. कधी पारितोषिक मिळेल तर कधी काही गमवावं लागेल.

माझ्या कुटुंबाने समानतेसाठी लढा सुरू केला. त्याकरता आम्हाला विलक्षण धाडस दाखवावं लागलं. येणारा उद्या अशा अनेकांना हे धाडस बहाल करेल या अपेक्षेने मी हे पुस्तक लिहिलं आहे. समानतेचं कार्य करू पाहणाऱ्या मुलंमुली, स्त्री-पुरुष जगभर प्रयत्नशील आहेत. त्या सर्वांना या पुस्तकाच्या वाचनातून थोडा आधार आणि खूप प्रोत्साहन मिळावं अशी माझी इच्छा आहे.

आमचं कार्य इतक्यात संपणार नाही. दुर्गम भागातील दऱ्याखोऱ्यांतून पुढे आलेल्या आणि पुरुषप्रधान संस्कृतीत वाढलेल्या मलालाच्या हातात एका कॉलेजच्या प्राचार्यांने चहाचा कप ठेवला आहे हे खरं असलं, तरी उत्तम आणि दर्जेदार शिक्षण घेऊन मलाला स्वतः जेव्हा प्राचार्य होण्यास सक्षम होईल तेव्हाच आमचं कार्य थांबेल.

# पिता

## आमचं हिवाळी घर

**मी** फार लहान होतो. बॅटरीमधील कार्बनच्या शाईने, बांबूपासून बनवलेल्या पेनाने मी जेमतेम माझं नाव लिहू शकत होतो. एक दिवस अगदी सकाळी माझी अम्मी माझ्या पलंगाजवळ आली. तिने हळुवार आवाजात मला हाक मारली, ''झियाउद्दीन, उठ!'' आमच्या त्या मातीच्या घरात माझ्या सगळ्या बहिणी निवांत झोपल्या होत्या.

''बेबे!'' मी झोपाळू स्वरात तिला हाक मारली. अम्मीला आम्ही बेबे म्हणायचो.

तिने पुन्हा मला हाक मारली, ''झियाउद्दीन उठ, आपल्याला निघायचं आहे.'' मी डोळे अर्धवट किलकिले केले. तिने अंगावर जाड, राखाडी बुरखा चढवला होता. ''शाळा काकांबरोबर का?'' मी झोपाळू स्वरात माझ्या वडिलांबद्दल विचारलं. ''शाळा काकांबरोबर का?'' मी पुन्हा विचारलं. ती म्हणाली, ''नाही. शाळा काकांबरोबर नाही. तुझे वडील या क्षणी शाळेमध्ये नेहमीप्रमाणे प्रार्थना म्हणत असतील. आपण तुझ्या वडिलांच्या चुलत भावाबरोबर, फझली हकीमबरोबर जाणार आहोत. आपण शाल्मानो पर्वतावर जाणार आहोत. हे बघ, आपल्याला उंच चढावं लागणार आहे. तू मनाची तयारी कर. पण तिथे जाणं महत्त्वाचं आहे. तू जर पर्वताचं शिखर गाठू शकलास तर तुझी स्वप्नं पूर्ण होतील.''

माझी स्वतःची स्वप्नं काय होती ते मला माहीत नव्हतं. पण माझ्या अम्मी अब्बूने माझ्यासाठी खूप मोठी स्वप्नं पाहिली होती हे मला माहीत होतं. माझ्याशिवाय इतर कोणासाठी त्यांनी अशी स्वप्नं पाहिली नव्हती. पर्वताच्या शिखरावर महत्त्वाचं काहीतरी आहे असं जर बेबे आणि शाळा काकांना वाटत असेल तर मला तिथे जायचं होतं.

उत्तर पाकिस्तानातील शांग्ला जिल्ह्याच्या दुर्गम भागात असलेल्या बरकना या खेड्यात आमच्या अंगणातील कोंबड्यांच्या आरवण्याने आणि मैलभर अंतरावर असलेल्या शेतातील म्हशींच्या हंबरण्याने आमची सकाळ उजाडायची. माझा भाऊ

म्हशींना वैरण टाकून यायचा. त्या दोघींना खायला घालून धष्टपुष्ट करणं हे त्याचं महत्त्वाचं काम होतं. तो वडिलांच्या बरोबरीने घरासाठी राबायचा. त्या दोघींची काळजी घेणं आणि वडिलांना मदत करणं या गोष्टींमध्ये तो आनंदी आणि समाधानी होता. माझे वडील नेहमी म्हणायचे, "पुरुष जेव्हा आनंदात असतो तेव्हा त्याची बायको मुलांना जन्म देते आणि त्याच्या म्हशी वगारींना जन्म देतात." बिचारी माझी अम्मी; तिच्या पोटी अधिकतर मुली जन्माला आल्या होत्या. मातीच्या त्या घरात, छोट्याशा त्या दोन खोल्यांत आम्ही नऊ जण राहत होतो. पुढे माझ्या भावाचा निकाह झाल्यावर त्याच्यासाठी घराच्या मागच्या बाजूला नवीन खोली बांधण्यात आली. आपल्या नववधूला घेऊन तो तिथे राहू लागला. त्याच्या लाडक्या म्हशी प्रत्येक वेळेस वगारींना जन्म देत होत्या असंही नाही. माझे वडील त्यांच्या प्रत्येक विणीची नोंद करून ठेवायचे. घरातील एका फडताळात व्यवस्थित रचून ठेवलेल्या त्यांच्या विविध डायऱ्या आणि जर्नल्सच्या सोबतीने ही नोंदवही जपून ठेवलेली असायची.

माझी आई सात वेळा बाळंतीण झाली. त्यापैकी फक्त दोनदा तिने मुलांना जन्म दिला; आधी माझा भाऊ आणि नंतर मी. आम्हा दोघांमध्ये तीन बहिणींचा जन्म झाला. दोन बहिणी नंतर जन्माला आल्या. माझ्या बहिणींची नावं, हमिदा बानो, नजमा बिबी, बख्ती महल, गुल रैना आणि नसीम अख्तर अशी होती. माझ्या लहानपणी कधीही त्यांची नावं लिहिली गेली नाहीत. म्हणूनच, आज मी आवर्जून ती इथे लिहितो आहे. माझ्या वडिलांच्या मुली किंवा झियाउद्दीन आणि सईद रमझानच्या बहिणी असा त्यांचा उल्लेख नेहमीच केवळ पुरुषांच्या संदर्भात होत असे. स्वतंत्र व्यक्ती म्हणून त्यांना कधी ओळख मिळाली नाही. माझ्या अम्मीची ओळख तरी कुठे स्वतंत्र होती? रोहल अमीनची बायको किंवा झियाउद्दीन अथवा सईद रमझानची अम्मी याच नावाने तिला ओळखलं जाई.

आमच्या बाजूला असलेल्या दुसऱ्या एका मातीच्या घरात मुलांची संख्या जास्त होती. त्या पार्श्वभूमीवर आमच्या घरातील स्त्रियांची संख्या प्रकर्षाने लक्षात येई. पलीकडच्या घरात माझा काका राहत असे. त्याही घराचं छप्पर मातीचं होतं. आम्हाला खेळण्यासाठी फार सोयीचं होतं ते छप्पर. अशा छप्परांना 'चम्' म्हणतात. आरडाओरडा करत, उड्या मारत, गोट्या फेकत आम्ही मुलं-मुली तिथे एकत्र खेळत असू. माझ्या सवंगड्यांमध्ये बरकना गावातील मुलींचा समावेश होता. वयात न आलेल्या मुली निरुपद्रवी समजल्या जात. त्यांच्या खेळण्यामुळे कुटुंबाच्या इभ्रतीला धक्का लागण्याची शक्यता नव्हती. कधीकधी नक्कल करून दाखवताना या लहानशा मुली आपल्या अम्मीची किंवा मोठ्या बहिणीची नक्कल करत. खांद्यावरची ओढणी डोक्यावरून लपेटून घेत नाक, कान झाकत फक्त डोळे उघडे ठेवून त्या आपल्या आदर्शवत माता-भगिनींचं अनुकरण करत. काही वर्षांत माझ्या

या बालमैत्रिणी बारा-तेरा वर्षांच्या झाल्या, खांद्यावरची ओढणी त्यांच्या पेहरावाचा कायमस्वरूपी भाग झाली. त्यानंतर त्या आमच्याबरोबर छतावर खेळेनाशा झाल्या. घरांमधील ज्या गल्ल्यांमधून त्या आजवर पळत हुंदडत तिथे त्या पाऊल टाकेनाशा झाल्या. मातीच्या चार भिंतींमध्ये स्वतःला कोंडून घेत, बुरख्याची सवय लावून घेत, स्वतःचा सन्मान जपण्याची जबाबदारी त्या उमलत्या वयात त्यांच्यावर येऊन पडली होती. पूर्वी छतावर मस्ती करणाऱ्या त्या मुलींमध्ये माझ्या बहिणीदेखील होत्या. आता मात्र छतावर दंगा करणाऱ्या आमच्या पावलांचा वेध घेऊन स्वतःच्या बालपणीच्या आठवणीत रमण्याशिवाय त्यांच्या हातात दुसरं काही नव्हतं. स्वातंत्र्य हा शब्द त्यांच्यासाठी आता भूतकाळ झाला होता. या कशाचीही जाणीव नसलेला मी मित्रांबरोबर क्रिकेट खेळण्यात दंग असे. आकाशातून खळकन निखळणाऱ्या आणि क्षणार्धात नाहीशा होणाऱ्या ताऱ्याप्रमाणे या सर्व मुली माझ्या आयुष्यातून दूर झाल्या. त्याबद्दल मी कधी प्रश्नही विचारला नाही. खरंतर त्या माझ्या आसपास होत्या. स्वयंपाक शिकताना, गुजगोष्टी करताना त्यांचा सर्व वेळ चुलीसमोर जात होता. काही वर्षांत त्या सगळ्यांचे विवाह होणार होते आणि त्या पुढची पिढी जन्माला घालणार होत्या. जिचा विवाह जमणार नव्हता ती मात्र मणामणाचं ओझं वागवत कशीबशी कुढत जगणार होती.

आमच्या घरातील मातीच्या भिंतींची काळजी माझी बेबे घ्यायची. वर्षातून एकदा नवीन मातीने ती सर्व भिंती आतून-बाहेरून लिंपायची. एका सर्वोत्तम घरातील सर्वोत्तम भिंती लिंपत असल्याचा अभिनिवेश तिच्या कृतीत असायचा. ती आणि माझ्या बहिणी त्याच चार भिंतींमागे कोंडल्या गेल्या होत्या. माझ्या काकाच्या घरी एका पाठोपाठ एक मुलगे जन्माला येत होते. अर्थातच, फक्त मुलांना जन्म देणाऱ्या काकीचं प्रत्येक जण कौतुक करत होतं. "त्या घरात नेहमी आनंद फुलतो, या घरात मात्र कडकडीत हिवाळा असतो; असं का व्हावं?" मुलींच्या जन्माने वैतागलेल्या माझ्या वडिलांच्या मनात नेहमीच असा विचार यायचा.

आमचा पश्तुन समाज वंशपरंपरागत भांडणं टिकवून ठेवतो. स्वाभाविकच, मुलगा जन्माला आला की, त्या कुटुंबाच्या सैनिकांत वाढ होते. घराघरांमध्ये शाब्दिक बाचाबाची नेहमीचीच असते. एखाद्याच्या वडील आणि काकांमध्ये भांडण सुरू झालं तर दोन्ही बाजूंची मुलंदेखील भांडू लागतात, तो संघर्ष पुढे सुरू ठेवतात. म्हणजेच, काकांनी सुरू केलेली बाचाबाची चुलत भावंडं पुढे नेतात. अशा परिस्थितीत केवळ दोन मुलगे पदरात असलेल्या माझ्या वडिलांचं सैन्यबळ कमी होतं. त्यांच्या मुली सैनिकांची जागा घेऊ शकत नव्हत्या. काही विशिष्ट गोष्टींमुळे माझ्या वडिलांचा त्रागा होत असे. ईर्ष्या हा त्यातील एक महत्त्वाचा मुद्दा होता.

उभ्या आयुष्यात फक्त एकदाच माझी अम्मी संतापून त्यांना म्हणाली होती,

"अशाने तुम्ही आयुष्यात कधीही आनंदी होणार नाही. उद्या जन्नतमध्ये जरी पोहोचलात तरी तुम्ही म्हणाल की, शेजारची जन्नत अधिक चांगली आहे." तिला असं बोलताना आम्ही कधीही पाहिले नव्हते त्यामुळे त्या दिवशी आम्ही सगळे अवाक् झालो.

आमच्या चुलत भावंडांच्या सुदैवाबद्दल माझे वडील नेहमी खेद व्यक्त करायचे. अनेक वर्षांनंतर मी ते घर सोडलं तेव्हाही ते म्हणाले, "माझ्या पुतण्याकडे नवी गाडी आहे; माझ्या स्वतःच्या मुलांना गाडी का घेता येऊ नये? माझ्या दोन्ही मुलांनी माझ्या पदरात हे असं अपयश का टाकावं?" हा प्रसंग घडण्याअगोदर काही काळ आमच्या गावात चारचाकी गाड्या दिसू लागल्या होत्या. त्याबद्दल वडिलांना कधीही आकस वाटला नव्हता. तोवर मीही वयाने वाढलो होतो. त्यांच्या प्रश्नावर मी म्हटलं, "शाळा काका, जे आहे त्यात आनंदात रहा. इथून पुढे तुम्हाला चालत घरी जावं लागणार नाही. तुम्ही वाटेत दिसलात तर तुमच्या पुतण्याला थांबून तुम्हाला गाडीत बसवून घ्यावं लागेल. तुम्ही घरातील ज्येष्ठ आहात. त्यामुळे तुमचा आदर त्याला राखावा लागेल." स्वतःच्या पुतण्याच्या भरभराटीमुळे त्यांचाही लाभ होणार होता हे मी त्यांना दाखवून देऊ पाहत होतो. पण माझा प्रयत्न तोकडा ठरला. आपल्या पुतण्याच्या गाडीत अशी 'लिफ्ट' त्यांना नको होती.

हा आकस, ही ईर्ष्या; तेव्हाही मला या भावनांचा तिरस्कार होता. प्रेम आणि आनंदाला गिळंकृत करणाऱ्या या भावना अतिशय दाहक आहेत हे त्याही वयात मला कळलं होतं. त्यामुळे मला खूप दुःख होई. पण माझ्या बहिणींवर होणाऱ्या अन्यायाच्या तुलनेत मला वाटणाऱ्या दुःखाची तीव्रता अत्यल्प होती.

आमच्या कुटुंबात मला विशेष महत्त्वाचं स्थान होतं. अगदी लहान असल्यापासून माझे अम्मी-अब्बू माझ्याशी वेगळ्याप्रकारे संभाषण साधायचे. मी मोठी झेप घेऊन आमच्या कुटुंबाला वरच्या स्तरावर नेणार अशी त्यांची खात्री होती. माझ्या बहिणी किंवा मोठ्या भावाकडून त्यांनी कधीच अशी अपेक्षा ठेवली नव्हती. त्यांच्या मते, माझ्यामध्ये काही विशेष गुण होते, माझ्या माध्यमातून चांगल्या जगण्याची आशा त्यांच्या मनात निर्माण झाली होती. त्यासाठी शिक्षणाची शिडी चढणं गरजेचं होतं. माझ्या बहिणींमध्ये असा काही विशेष गुण आहे का हे शोधण्याचा त्यांनी प्रयत्न केला असता तर कदाचित त्यांना तो नक्कीच सापडला असता अशी माझी खात्री आहे. मात्र, त्यांनी तसा शोध कधीही घेतला नाही हेसुद्धा तितकंच खरं.

मुलामध्ये दिसणारा गुण म्हणजे नेमकं काय हे मलाही पुढे लक्षात आलं. मलाला अगदी लहान असताना हा गुण मला तिच्यात आढळला. त्यामुळे असं मूल वेगळं उठून दिसतं. कदाचित, ती उत्कटता असावी. अशा मुलांना प्रोत्साहन द्यावंसं आपल्याला आतून वाटतं, नव्हे, तसं आमंत्रण त्यांच्या कृतीतच असतं. अन्यथा, माझ्या अम्मी-अब्बांनी माझ्या भावासाठी स्वप्नं का पाहिली नसतील? फक्त

माझ्यासाठी ही स्वप्नं का होती? कदाचित, साधंसुधं पण चांगलं आयुष्य जगावं अशी त्याची इच्छा असावी. रोज रात्री माझ्या हातावर तीन बदाम बिया ठेवत माझे वडील म्हणायचे, "झियाउद्दीन, खाऊन घे एवढं." बदाम खाल्ल्याने माझा मेंदू तल्लख होईल अशी त्यांना खात्री होती. मी देखील पडत्या फळाची आज्ञा पाळत असे. हाही मला एकट्याला मिळणारा विशेषाधिकार होता.

क्वचित कधीतरी बरकनातून आम्ही बाहेर पडलो तर माझी आई आजूबाजूच्या सुंदर बंगल्यांकडे बोट दाखवायची. आमच्या मातीच्या घरापुढे मला ते प्रासादासारखे वाटायचे. माझा लहानसा हात तिच्या हातात गुंफून मी विचारायचो, "बेबे, कोण राहतं इथे?" जेमतेम तिच्या कमरेपर्यंत पोहोचायचो मी. तरीदेखील तिला माझी सोबत वाटायची. त्या रस्त्यांवरून पुढे जाताना ती म्हणायची, "अरे, शिकलेली माणसं राहतात इथे. तू शिकलास तर उद्या तूही इथे राहू शकशील." आम्ही कुणी सरंजामदार किंवा व्यावसायिक किंवा कारखानदार नव्हतो. मला अधिक चांगलं आणि संपन्न आयुष्य द्यायचं असेल तर शिक्षणाशिवाय अन्य कुठलाही पर्याय नाही हे माझे पालक जाणून होते. त्यांच्या हातात पैसा नव्हता. त्यांचे कुठे लागेबंधे नव्हते. त्यांच्या मालकीचा कारखाना अथवा व्यवसाय नव्हता. त्यामुळे माझ्यासाठी शिक्षण हा एकमेव मार्ग होता.

मी, माझा भाऊ आणि माझे वडील; आमच्या दिवसाची सुरुवात दुधावरच्या सायीने व्हायची. दिवस मावळला की, आमच्यासमोर चिकनचा रसरशीत भाग यायचा. वडिलांना आवडणारं ऑम्लेट माझी आई अगत्याने करायची. शेतातून आणलेल्या ताज्या काकडी आणि टॉमॅटोबरोबर अंडं फेटताना ती त्यात दुधावरची साय घालायची. जेवताना माझ्या बहिणी आणि आई टेबलजवळ कधीच बसायच्या नाहीत. त्यांची जागा कायम स्वयंपाकघरात जमिनीवर असायची. मी नेहमी कोरे-करकरीत बूट घालायचो. माझ्या बहिणींना मात्र जुनेपुराणे जोडे वापरावे लागायचे. फक्त एकदाच मी नजमा बिबीला अम्मीकडे तक्रार करताना ऐकलं होतं, "तुला मुलांची एवढी आवड आहे तर आम्हा मुलींना तू जन्माला तरी का घातलंस?" त्यावर चिडून माझ्या अम्मीने म्हटलं होतं, "माझ्या हातात नव्हतं ते!" तिचं ते उत्तर ऐकून माझी बहीण गोंधळात पडली होती.

माझे अब्बू आमच्या खेड्यातील शाळेत मौलाना म्हणून काम करत. बरकनाच्या छोट्या मशिदीत ते पाच वेळा नमाज पडत. आमच्या घराप्रमाणेच ही मशीद मातीने बांधलेली होती. पुढे मी मोठ्या आणि उंच मशिदीकडे आकर्षित झालो. अब्बू बाजूच्या खेड्यातील मुलांनादेखील शिकवायचे. धार्मिक कारकुनी स्वरूपाच्या खालच्या दर्जाच्या समजल्या जाणाऱ्या कामामुळे अब्बू अचानक संतापायचे. खर्चाची तोंडमिळवणी

कशी करायची, हा प्रश्न त्यांना नेहमी भेडसावत असे. त्यांच्या कामामुळे त्यांना मान मिळत होता हे खरं. पण, पैशापायी त्यांना हे काम करावं लागत आहे हे सर्वजण जाणून होते. फक्त, उघडपणे तसं कोणी बोलत नसे.

समाजासाठी मौलाना जे काम करतात त्याकरता त्यांना ठरावीक मेहनताना मिळतो. माझे वडील मौलाना होण्यास पात्र असले तरी ते काम करण्याची त्यांना तशी गरज नव्हती. एका सार्वजनिक शाळेत ते धर्मशास्त्र शिकवायचे. परंतु, पाच वेळा नमाज पडण्याच्या या कामाचे पैसे त्यांना संसाराला उपयोगी पडायचे म्हणून नेटाने ते काम करत असतं.

माझं त्यांच्यावर खूप प्रेम होतं. पण त्यांचा शीघ्रकोपी स्वभाव आड यायचा. ते कुठल्या कारणावरून कधी संतापतील हे सांगणं कठीण होतं. कोंबडीचं पिल्लू सापडत नाही, धान्य सांडलं आहे, अशा अत्यंत क्षुल्लक कारणांसाठी त्यांच्या रागाचा भडका उडत असे. पण काहीही असलं तरी त्यांचा माझ्यावर अतिशय जीव होता यात वाद नाही. मला मांडीवर घेऊन झोप लागेपर्यंत ते जोजवत राहायचे. माझ्या लहानपणी त्यांची दाढी आणि डोक्यावरचे केस काळे असल्याचे मला आठवते. कालांतराने दोन्हीमध्ये पांढऱ्या खुणा उमटू लागल्या. पांढऱ्याशुभ्र पायघोळ वेषातील, लांब पांढरी दाढी आणि डोक्यावरचे केस पांढरे झालेले माझे अब्बू, मौलाना, शिक्षक, वक्ता; त्यांची कितीतरी रूपं माझ्या समोर येतात. शुक्रवारच्या प्रार्थनेसाठी ते डोक्याला पांढरा फेटा गुंडाळायचे किंवा खास नमाजाची पांढरी जाळीदार कुफी (टोपी) चढवायचे. त्यांनी मला खूप वेळ दिला. माझ्यावर माया केली. सातत्याने मला वेगवेगळे विषय वाचून दाखवले. त्यातूनच मी समृद्ध झालो. शिक्षणाची अमीट गोडी माझ्यात निर्माण झाली.

माझ्या वडिलांचं शब्दांवर आणि विषयांवर प्रभुत्व होतं. त्यामुळे गावात जेव्हा ते धार्मिक व्याख्यान द्यायचे तेव्हा नंतरही पुन्हा ते ऐकता यावं म्हणून लोक रेकॉर्ड करून ठेवायचे.

मी बाळ असताना त्यांच्या मांडीवर सुखाने जोजवून घ्यायचो, त्यांनी सांगितलेल्या इक्बाल आणि सादी यांच्या गोष्टी ऐकायचो; माझं त्यांच्यावर अतोनात प्रेम होतं. त्यांच्याबद्दलचा आदर माझ्या मनात नेहमी दाटून येई. आज त्यांच्या मृत्युपश्चात अकरा वर्षांनी तेच प्रेम आणि तोच आदर माझ्या मनात आहे. मी त्यांचा सर्वांत लाडका मुलगा होतो. त्यांच्या आशा आणि स्वप्नं माझ्या ठायी एकवटली होती. माझं त्यांच्यावरचं प्रेम निर्व्याज होतं... आजही आहे.

त्या दिवशी मी माझ्या अम्मीबरोबर पर्वतमाथ्याच्या दिशेने लांब पल्ल्याचा प्रवास सुरू केला. मलालाच्या जन्मानंतर अनेक दशकांनी माझे वडील असाच एक प्रवास करणार होते. त्या प्रवासामुळे आमच्यातील अंतर कमी होणार होतं- त्यांच्या मृत्यूपर्यंत.

# माझ्या जिभेची गाठ सोडव

त्या दिवशी पर्वत चढताना अम्मी आणि फझली हकीमसोबत मी का चाललो होतो? माझ्या बहिणींपैकी कोणीही आमच्याबरोबर का नव्हतं? मला वाटतं हा एकमेव प्रसंग असा होता जिथे पुरुषप्रधान संस्कृती हे कारण नव्हतं. माझ्या वडिलांनी आजवर माझ्या बहिणींवर कणभरही माया केली नव्हती. पण निर्सगाने एका बाबतीत बहिणींच्या पदरात विशेष दान टाकलं होतं जे मला किंवा माझ्या भावाला मिळालं नव्हतं. आम्ही दोघं चवथ्या वर्षापासून बोलताना अडखळू लागलो. माझ्या बहिणींचे उच्चार मात्र अतिशय स्पष्ट होते. बोलण्यातील दोष घालवण्यासाठी माझ्या भावाच्या कुणी मागे लागलं की नाही काय माहीत! पण अम्मी आणि अब्बू माझी वाचा सुधारावी म्हणून प्रयत्नशील होते. मी जर नीट बोलू शकलो नसतो तर मी श्रीमंत डॉक्टर कसा होऊ शकलो असतो?

बोलताना अडखळण्याचा दोष थोडासा आनुवंशिक आणि थोडासा मानसिक असतो. साधारणतः, मुलींच्या तुलनेत मुलांमध्ये हा दोष अधिक आढळतो. माझा एक काका आणि एक मामा बोलताना अडखळत. मुलं असल्यामुळे आमच्या बोलण्याकडे वडिलांचं विशेष लक्ष असायचं. आम्ही काय बोलू शकत नाही हेही त्यांना त्यामुळेच अधिक प्रकर्षाने जाणवू लागलं. मुलगे असल्यामुळे घरातील प्रत्येकाचं लक्ष आमच्यावर असायचं. तसंही बहिणींच्या बोलण्यात दोष नसल्यामुळे त्यांच्याकडे कोणाचं लक्ष जात नसे. पितृसत्ताक संस्कृती असलेल्या आमच्या घरात आम्हा मुलांचं अडखळत बोलणं ही एकच प्रतिकूल बाब होती.

माझे वडील कधी संतापतील याचा भरवसा नसायचा. त्यांच्यावर सतत प्रभाव पाडण्याची, त्यांना माझा अभिमान वाटेल असं वागण्याची उत्कट इच्छा माझ्या मनात असायची. पण त्यांच्या स्वभावाचा सतत ताण आल्यामुळे मी आपसूकच दडपणाखाली वागत असे. त्यामुळे बोलताना जास्त अडखळत असे. असं असूनही ते एकदाही माझ्यावर ओरडले नाहीत. 'बोल पटकन काय बोलायचं ते!' किंवा 'झियाउद्दीन, गप्प बस आता,' असं म्हणून त्यांनी मला थांबवलं नाही. मला कुठलाही दोष दिला नाही. त्यांचा स्वभाव क्रूर नव्हता. मनाने ते प्रेमळ होते. म्हणूनच की काय माझा वाचादोष घालवण्यासाठी त्यांनी एका पिराची मदत घेण्याचं ठरवलं.

मी, अम्मी आणि फझली हकीम बरकनाहून बसने पुढे निघालो. पर्वतमाथ्यावरील मिआन केली या छोट्याशा गावात वास्तव्य करणाऱ्या एका पिराला भेटायला आपण निघालो आहोत असं अम्मीने मला सांगितलं. ती हळुवारपणे म्हणाली, "तुझ्या अडखळत बोलण्यावर ते उपाय करतील." या पिराने तरुणपणी समाजासाठी भरीव कार्य केलं होतं. मशिदी बांधणं आणि पर्वतावर रस्ते तयार करणं यात त्यांचा

मोठा सहभाग होता. ही कामं सुरू असताना ते स्वतः तिथे उपस्थित राहत. मजुरांना प्रोत्साहन देण्यासाठी ढोल-ताशे बडवले जात.

मला बस प्रवासाचा खूप त्रास झाला. तासभर बस प्रवास केल्यावर आम्ही उतरलो. इथून पुढची वाट पायी चालावी लागणार होती. शाल्मानो पर्वताची ती चढण आम्ही चढू लागलो. एव्हाना चांगलंच उजाडलं होतं. तिथल्या दाट झाडीतून, वळणावळणाच्या रस्त्यावरून आम्ही चालू लागलो. जेमतेम थोडं अंतर जाताच माझा धीर सुटला. मला तिथेच थांबावसं वाटलं. फझली हकीमने पटकन पुढे होत मला त्याच्या खांद्यावर बसवलं. त्याच्या गळ्यात हात टाकून आणि खांद्यावरून पाय सोडून मी बैठक जमवली. पहाटे उठणं, बस लागणं, सूर्याची प्रखर किरणं झेलणं या सगळ्यामुळे माझा जीव थकून गेला होता. फझलीच्या खांद्यावर बसून मी डुलक्या देऊ लागलो. माझा झोक गेला की, त्याला नेटाने स्वतःला सावरावं लागत असे. ''झियाउद्दीन! झियाउद्दीन! उठ, जागा हो! बोलत रहा, माझ्याशी काहीतरी बोलत रहा,'' असं म्हणून मला जागं ठेवायचा तो प्रयत्न करत राहिला.

सरतेशेवटी आमची यात्रा पर्वतमाथ्यावर पोहोचली. अम्मी पिराच्या मातीच्या घरासमोर जाऊन उभी राहिली. तितक्यात आम्हाला शिजवलेल्या मटणाचा आणि भाताचा घमघमाट आला. तिथल्या गोरगरिबांमध्ये आणि भेटायला आलेल्यांमध्ये त्याचं वाटप झालं. मला हे माहीत होतं की, साधुवृत्तीच्या त्या माणसाला सगळे पीरसाहेब किंवा लेवानो पीर -उदार अंतःकरणाचा- म्हणून ओळखत. आपण त्यांच्या समोर गेल्यावर त्यांनी जर अल्लाची प्रार्थना केली तर आपली प्रार्थना आणि इच्छा थेट अल्लापर्यंत पोहोचतात हेही मला माहीत होतं. आम्हाला वाढण्यात आलेलं मटण आणि भात आम्ही संपवलं. त्यानंतर अम्मीला आणि मला बाजूच्या खोलीत नेण्यात आलं. इथे स्त्री आणि पुरुषांसाठी वेगवेगळ्या खोल्या होत्या. पीरसाहेबांना स्वतःच्या तीन-चार बायका आहेत असं माझ्या लक्षात आलं.

ते मांडी घालून माझ्या समोर बसले. मी आजवर इतक्या वृद्ध आणि केसाळ व्यक्तीला पाहिलं नव्हतं. त्यांची पांढरी शुभ्र दाढी हातभर तरी लांब असावी. त्यांच्या कानावरचे केस इतके लांब होते की, वाऱ्यावर हलणारे ते केस पाहून मला त्या लहान वयात चक्क धबधब्याची आठवण आली. त्यांना डोळ्यांनी दिसत नव्हतं. हातांनी चाचपडत ते आजूबाजूचा अंदाज घेत होते. तेवढ्यात अम्मी माझ्या कानात कुजबुजली, ''झियाउद्दीन, त्यांच्या मनाचे डोळे उघडे आहेत.''

माझ्या अम्मीने माझी समस्या आधीच त्यांच्या किंवा त्यांच्या मदतनिसाच्या कानावर घातली असावी. पवित्र कुराणातील काही शब्द उच्चारत त्यांनी माझ्यावर जोरात फुंकर मारली. त्यानंतर खिशात हात घालून त्यांनी गुळाचा खडा काढला. साखरेचा हा कठीण प्रकार आम्ही पाकिस्तानात गोडीसाठी वापरतो. गुळाचा तो

खडा ते माझ्या अम्मीच्या हातात ठेवतील असा माझा अंदाज होता. पण त्याऐवजी त्यांनी तो स्वतःच्या तोंडात टाकला. थोड्या वेळ चोखल्यानंतर त्यांनी तो तोंडातून बाहेर काढला. हा उष्टावलेला खडा त्यांनी माझ्या अम्मीच्या हातात ठेवला. मोठ्या श्रद्धेने तिने त्याचा एक तुकडा मोडून माझ्यासमोर ठेवला. तो खाताच जादू झाल्याप्रमाणे माझा वाचादोष दूर होणार होता हे माहीत असूनही मला तो उष्टा गिळगिळीत तुकडा खावासा वाटला नाही. मोठ्या निरुपायाने मी तो तोंडात टाकून चावायला सुरुवात केली. आणि त्याहून अधिक निरुपायाने मी तो गिळला. गुळाचा तो मोठा खडा बरोबर घेऊन आम्ही घरी परतलो. तो संपेपर्यंत पुढचे कित्येक दिवस रोज रात्री मला त्याचा एक तुकडा खावा लागायचा. एव्हाना तो खडा घट्ट झाला असला तरी प्रत्येकवेळेस तो तोंडात टाकताना पीरसाहेबांच्या लाळेने तो लडबडला आहे असंच मला वाटायचं.

या उपायाने माझा वाचादोष दूर झाला असता तर किती चांगलं झालं असतं! त्या उलट माझा दोष अधिक वाढला. शाळेत गेल्यावर माझी फार पंचाईत व्हायची. मला शाळेत जायची संधी मिळत होती ही जरी फार महत्त्वाची बाब होती तरी माझ्या तोतरेपणामुळे सुरुवातीच्या काळात मुलांच्या चिडवण्याचा अतोनात त्रास सहन करावा लागला. बिचाऱ्या माझ्या बहिणी; त्यांच्यात वाचादोष नव्हता पण त्यांना शिक्षणाची संधी काही मिळाली नाही.

माझ्या तोतरेपणाची तीव्रता दोन कारणांमुळे वाढली; एकतर आमची सामान्य परिस्थिती आणि दुसरं माझे अब्बू मौलाना असणं. पाकिस्तानमध्ये जातिव्यवस्थेला फार महत्त्व आहे. चाळीस वर्षांपूर्वी तर शिक्षक उघडपणे श्रीमंतांच्या, विशेषतः जमीनदारांच्या मुलांना झुकतं माप द्यायचे. या गोष्टीचं मला वाईट वाटायचं. मी हुशार होतो. मला शिक्षणाची आवश्यकता होती. मी कठोर मेहनत घेत होतो.

मुलं माझ्या वडिलांच्या हुद्द्याची थट्टा उडवायचे. त्यामुळे मलाही ते डाचू लागलं. तसं पाहिलं तर नमाजाच्या माध्यमातून माझे वडील समाजाला सेवा देत होते. स्वतःपेक्षाही अधिक माझा विचार त्यांच्या मनात होते. ते मला म्हणू शकले असते की, ''झियाउद्दीन! इस्लाम धर्माचं शिक्षण घेऊन तूसुद्धा माझ्यासारखा मौलाना हो!'' पण त्यांनी असं कधीच म्हटलं नाही. ते स्वतः खूप हुशार होते. कराची आणि दिल्लीमध्ये त्यांनी शिक्षण घेतलं होतं. स्थानिक समितींनी देऊ केलेल्या मदतीमुळे त्यांनी आपलं शिक्षण पूर्ण केलं होतं. त्यावेळच्या पद्धतीला अनुसरून इतर इस्लामी अभ्यासकांप्रमाणे तेसुद्धा अन्नासाठी भिक्षा मागत असत. मला मात्र आधुनिक शिक्षण मिळावं अशी त्यांची इच्छा होती. फार कठीण होतं ते त्या काळात. तरीही त्यांनी माझ्यासाठी आटोकाट प्रयत्न केले. त्याकरता मी आयुष्यभर त्यांचा ऋणी राहीन.

मी डॉक्टर व्हावं या एकमेव इच्छेपोटी त्यांचे हे प्रयत्न सुरू होते. मी डॉक्टर झालो की खोऱ्याने पैसे ओढेन, शिवाय माझ्यामुळे कुटुंबाला समाजात उच्च दर्जा प्राप्त होईल एवढाच सीमित विचार त्यामागे होता.

वडील नेहमी म्हणायचे, "झियाउद्दीन, हे जग एखाद्या उघड्या पुस्तकासारखं आहे. ते वाचशील तितकं कमी आहे."

त्यांच्या म्हणण्याचा अर्थ स्पष्ट होता; मोठी स्वप्नं पाहून ती प्रत्यक्षात आणायची असतील तर शिक्षणाला पर्याय नव्हता. डॉक्टर होणं हेच अंतिम लक्ष्य होतं.

पण हीच समस्या होती. कारण डॉक्टर होण्याची क्षमता माझ्यात नव्हती.

दिवसा *अझान*चे बोल (नमाजासाठी पुकारा) कानावर पडले की, मला गावातल्या मोठ्या मशिदीत धाव घ्यावीशी वाटे. तिथे सभोवार दाट झाडी होती. अनेक कीटक तिथे गुणगुणत. तिथे मध्यभागी एक झरासुद्धा होता. लहान मशीद गावाच्या दुसऱ्या टोकाला बाजाराजवळ होती. माझे वडील सर्वांसमोर मध्यभागी बसत. आजच्यासारखे कर्णे तेव्हा पाहायलाही मिळत नसत. म्हणूनच, अझानचा पुकारा सर्वांच्या कानावर पडण्यासाठी ठरावीक ठिकाणी उभं राहिलं जाई. हिरवळीचा एक पट्टा किंवा एक उंच खडक या जागा त्यासाठी अधिक योग्य होत्या.

वाचादोष असूनही अब्बूप्रमाणे उत्तम वक्ता होण्याचा माझा निश्चय होता. माझ्या पालकांना माझा हा गुण आवडला असावा. माझ्यातील दोषामुळे मी अनेकदा विचलित होत असे. गावातील श्रीमंतांच्या पोरांना मिळणारी विशेष वागणूक पाहून मी अस्वस्थ होत असे. माझ्या वडिलांनी मला आजवर काय दिलं ते थोडक्यात सांगायचं झालं तर मी म्हणेन की, माझा कमकुवतपणा माझ्या बलस्थानात बदलण्याचं सामर्थ्य त्यांनी मला दिलं.

शाळेची काही वर्षं पार पडेपर्यंत माझी बुद्धिमत्ता सर्वांच्या लक्षात येऊ लागली होती. श्रीमंत मुलांच्या संपन्नतेमुळे त्यांना विशेष वागणूक मिळे. मी मात्र परिश्रमपूर्वक शिक्षकांचं लक्ष वेधून घेतलं. तरीसुद्धा माझा वाचादोष माझ्या मार्गातील मोठा अडथळा होता.

अम्मीने रात्री भिजवून ठेवलेल्या मनुका मी सकाळी खात असे. रात्रभर भिजवल्यामुळे फुगलेल्या मनुका फार चविष्ट लागत.

मी तेरा वर्षांचा झालो. आता मी बाजूच्या खेड्यातील माध्यमिक शाळेत जाऊ लागलो. माझे वडील याच शाळेत शिक्षक होते. अजूनही माझा तोतरेपणा जात नव्हता. तरीसुद्धा मी वक्तृत्व स्पर्धेत भाग घेण्याचं ठरवलं.

त्यावेळेस माझ्या वडिलांनी मला कुठल्याही प्रकारे नाउमेद न करता प्रोत्साहित केलं. पाकिस्तानातील शाळांमध्ये सतत पाठांतराच्या आणि वक्तृत्वाच्या स्पर्धा होत असतात. माझ्या वडिलांनी मला भाषण लिहून द्यायचं कबूल केलं.

कित्येक तास सातत्याने मी एकटा सराव करायचो. त्या वेळेस माझा तोतरेपणा संपूर्णपणे गायब होई. पण वडिलांसमोर मी सराव करू लागलो की, पुन्हा मी तोतरं बोलत असे.

त्या काळात माझ्या वडिलांनी अतिशय संयम दाखवला. घरामध्ये अत्यंत क्षुल्लक कारणांवरून भडकणारे माझे वडील बाह्य जगात माझे गुरू होते. त्यांनी मला नेहमी खंबीरपणे पाठिंबा दिला.

बोलण्याचा अधिक चांगला सराव व्हावा म्हणून त्यांनी मला पवित्र कुराणातील एक विशेष प्रार्थना मला शिकवली. आमच्या पवित्र ग्रंथाप्रमाणे स्वतः प्रेषित मोसेस (एएस) बोलताना अडखळायचे. त्यांच्यासाठी म्हणावयाची प्रार्थना अशी होती - 'माझ्या खुदा! माझी छाती (आत्मविश्वासाने) फुगव, माझं काम सोपं कर, माझ्या जिभेची गाठ सोडव; जेणेकरून सर्वांना माझं भाषण समजू शकेल.' (ता हा २५-२८)

आज माझा तोतरेपणा पुष्कळच नियंत्रणात आहे. तरीसुद्धा कुठल्याही भाषणाला सुरुवात करण्याआधी मी आवर्जून ही प्रार्थना म्हणतो.

त्या दिवशी माझ्या आयुष्यातील पहिलं भाषण, तेही आमच्या राष्ट्रीय भाषेत, उर्दूमध्ये, मी अस्खलितपणे केलं. त्या वेळेस नेमकं काय घडलं ते माहीत नाही पण मी खूप आनंदात होतो. माझ्या भाषणानंतर अहमद काहन् हे माझे गणिताचे शिक्षक माझ्याजवळ येऊन म्हणाले, "*शाहिन*, तू आज आग पसरवलीस." शाहिनचा अर्थ लहानशी तोफ असाही होतो. मी शाहिन या नावाने सही करावी असा आग्रह वडिलांनी काही दिवस धरला. भाषणाच्या त्या यशानंतर मी मनाने वडिलांचा अधिक जवळ गेलो. त्यांच्या स्वप्नांना उभारी आली आणि मला आत्मविश्वास गवसला. आता मी बोलताना चाचरणारा, मोठ्या नाकाचा, काळा कुरूप मुलगा नव्हतो, तर मनातील कमकुवतपणावर मात करून वक्तृत्वात पहिलं पारितोषिक पटकावणारा विद्यार्थी होतो. एकदा तुमच्यात आत्मविश्वास निर्माण झाला की, मग मागे पाहावं लागत नाही.

आमच्या त्या भागात सातत्याने स्पर्धा होत. प्रत्येक ठिकाणी ते मला बसने घेऊन जात. असाच एक प्रसंग मला आठवतो. प्रवास दूरचा होता, रस्ता खाचखळग्यांनी भरलेला होता. बस लागल्यामुळे मी उलट्यांनी त्रस्त झालो होतो. माझा चेहरा उतरला होता, मी घामेजलो होतो; माझी अवस्था भयाण झाली होती. त्या स्पर्धेत बोलणारी काही मुलं माझ्याच बसमध्ये होती. त्यांच्याबरोबर असलेल्या एकाने मला विचारलं, "तू! तू भाषण देणार आहेस?" मी मान डोलवली. त्यावर त्याला प्रचंड हसू आलं. तो थट्टेने म्हणाला, "तू कसला भाषण देतोस!" त्या क्षणी मी आजारी दिसत होतो त्यामुळे मी भाषण देऊ शकेन असं कोणालाही वाटलं नाही. दुसऱ्या दिवशी मात्र मी बसमध्ये असलेल्या सर्व मुलांना हरवलं. इतकंच नाहीतर, संपूर्ण जिल्ह्यातून तिथे आलेल्या मुलांपैकी एकही मुलगा माझ्यासमोर टिकू शकला नाही.

एरवी चाचरणाऱ्या माझ्या जिभेत अमोघ वक्तृत्व कला दडली होती. माझी थट्टा करणाऱ्याला माझ्या यशाने सणसणीत चपराक दिली होती. मी याला सकारात्मक सूड म्हणतो. तिरस्कार किंवा द्वेषाचा आधार न घेता चुकीच्या गोष्टी योग्य मार्गाकडे वळवण्याची माझी ही रीत आहे, हे तत्त्व मी आयुष्यभर जपलं आहे.

सर्वांसमोर बोलण्याच्या अशा प्रसंगांनी माझा तोतरेपणा कायमचा दूर झाला असता तर फार छान झालं असतं; पण तसं घडलं नाही. अनेक वर्षांनी त्याची तीव्रता मात्र कमी झाली. त्याला कारणीभूत ठरलेला प्रसंग अचानक घडून आला. विज्ञान आणि इंग्लिशचा अभ्यास करण्याकरता मी शांग्ला सोडून स्वातला निघालो. त्यादरम्यान हा बदल घडून आला. आजही माझा तोतरेपणा पूर्ण गेलेला नाही. पण जसजसं मी काम करू लागलो, त्या कामाचं कौतुक होऊ लागलं, माझा आत्मविश्वास वाढू लागला, मी जो आणि जसा आहे तसा त्याचा स्वीकार मी करू लागलो. त्यादरम्यान मी एका उत्तम डॉक्टरला, एका फिजिओथेरपिस्टला भेटलो. मी स्वतः कधी डॉक्टर होणार नाही हे एव्हाना स्पष्ट झालं होतं. त्याने मला ग्रीक वक्ता डेमोस्थेनेस याची गोष्ट ऐकवली. बोलताना चाचरणाऱ्या डेमोस्थेनेसने जिभेखाली गोट्या ठेवून आपला दोष घालवला होता. इतकंच नाही तर, समुद्रकिनारी धावत, लाटांहून मोठ्या आवाजात भाषण म्हणत तो सराव करे. त्याच्याप्रमाणे मीही तोंडात गोट्या ठेवून सराव करायला सुरुवात केली. हे करताना मी सजगतेने शब्दांची निवड करू लागलो. 'सूर्य' आणि 'चंद्र' हे शब्द उच्चारताना मी चंद्रावर अडणार हे लक्षात आलं की, मी फक्त 'सूर्या'चा उल्लेख करू लागलो. 'स्त्री' हा शब्द उच्चारताना जीभ चाचरते म्हणून मी 'महिला' म्हणू लागलो. या काही शब्दांमुळे माझ्या बोलण्याच्या ओघात बाधा येत असे. आपल्या मनाप्रमाणे सर्वोत्तम शब्द आपण वापरू शकत नाही याचंही मला वाईट वाटे. तरीसुद्धा मी माझे विचार स्पष्टपणे मांडू शकत होतो. एव्हाना माझ्या लक्षात आलं होतं की, कमी आणि निवडक शब्द वापरले तर माझा ओघ टिकून राहतो. बोजड शब्द वापरण्याच्या नादात मी चाचरू लागतो. आजही मी त्याच पद्धतीने बोलतो.

युनिव्हर्सिटीमध्ये प्रवेश केल्यावर पहिल्यांदा निबंधवाचनाची वेळ माझ्यावर आली तेव्हा माझी जीभ टाळूला चिकटून बसली होती. माझी अवस्था पाहून माझ्या लेक्चररने सुचवलं, "झियाउद्दीन, दुसऱ्या कोणाला हा निबंध का नाही वाचू देत?"

मी त्यांना म्हटलं, "मी स्वतःच वाचेन. दुसऱ्या कोणी तो वाचणं म्हणजे माझ्या शरीराचा एखादा अवयव काढून घेण्यासारखे आहे." हे ऐकताच त्यांचा चेहरा उतरला. स्वतःची चूक लक्षात येऊन ते म्हणाले, "बरोबर आहे तुझं. तूच वाच."

त्यानंतर मी वाचायला सुरुवात केली. मी सावकाश वाचत होतो, मध्ये अडखळत होतो. पण तरीही माझ्या मनात एकच विचार होता, 'हे वाचणारा मी

आहे, हा मी आहे!'

त्यानंतर कितीतरी वर्षांनी तालिबान्यांविरुद्ध शस्त्र म्हणून मी माझ्या भाषणांचा वापर करू लागलो. कदाचित बोलताना अडखळत असलो तरी मी नेहमी सत्य बोलत राहिलो. आमच्या खोऱ्यावर हल्ला करून अनेकांना कंठस्नान घालून तालिबान्यांनी आमचं जगणं कठीण केलं होतं. त्या काळात मी ठासून भाषणं करत राहिलो. माझ्या वक्तृत्वाचा ओघ कायम राहिला. त्या दरम्यान, एफएम रेडिओवरून प्रसारित होणाऱ्या नेत्यांच्या भाषणामध्ये कितीतरी असत्य दडलेलं असे. माझा आवाज कधी थांबला तर कधी सुरू झाला, पण तो कधीही बंद पडला नाही. आम्ही अंधकारात जगावं ही तालिबान्यांची इच्छा आहे हे सत्य जगापुढे सांगायला मी कधीही घाबरलो नाही.

## माझ्या बेबेने दिलेला वारसा

शिक्षणाप्रति प्रेम आणि वक्तृत्वापोटी उत्कटता माझ्या वडिलांनी माझ्या मनात निर्माण केली. परंतु, अमर्याद परोपकार आणि दयाळूपणाची भावना ही माझ्या बेबेची शिकवण आहे. इस्लाममध्ये एकदा एक माणूस प्रेषित मुहम्मद यांच्या समोर येऊन म्हणाला, "हे अल्लाच्या दूता! माझ्या सहवासातील सर्व चांगल्या सुहृदांमध्ये सर्वोत्तम कोण आहे?" प्रेषित म्हणाले, "तुझी अम्मी."

त्या माणसाने विचारलं, "त्याच्या खाली कोणाचा क्रमांक येईल?" प्रेषित म्हणाले, "तुझी अम्मी." त्यावर त्या माणसाने तोच प्रश्न पुन्हा विचारला, "त्यानंतर कोणाचा क्रमांक येईल?" त्यावर उत्तर देताना प्रेषित म्हणाले, "त्याहीनंतर तुझी अम्मीच!" आता चौथ्यांदा त्या माणसाने विचारलं, "आणि त्यानंतर?" यावेळेस प्रेषित म्हणाले, "चौथ्या क्रमांकावर तुझे अब्बू!"

अम्मीचा असा तीन वेळा उल्लेख पाहून मला माझ्या पश्तुमधल्या पहिल्या काव्यसंग्रहाची आठवण झाली. २००० साली प्रकाशित झालेला हा काव्यसंग्रह मी माझ्या जीवनातील तीन अतिशय प्रभावी आणि महत्त्वाच्या स्त्रियांना समर्पित केला होता. पहिली अर्थातच माझी जन्मदात्री होती; तिच्या मृत्यूनंतर माझ्या अब्बूंनी जिच्याशी विवाह केला ती माझी सावत्र आई दुसऱ्या क्रमांकावर होती; आणि कॉलेज शिक्षण घेत असताना जिने मातेच्या मायेने माझं संगोपन केलं ती माझी तिसरी मानलेली आई.

माझ्या जन्मदात्रीचं नाव शाहरूख असं होतं. तिला सगळे शारो म्हणायचे. तिच्यावर माझं जिवापाड प्रेम होतं. आज ती या जगात नसली तरी माझं तिच्यावरचं प्रेम यत्किंचितही कमी झालेलं नाही. तिने माझी अतोनात काळजी घेतली आहे. आम्हा सर्वांवर तिचं खूप प्रेम होतं यात वाद नाही; माझ्या लहानपणी तिने माझ्याकडे विशेष लक्ष पुरवलं हेही तितकंच खरं. माझ्या भावाचा विवाह झाल्यावर त्याची काळजी घेणारं

हक्काचं माणूस आल्यामुळे अम्मीला त्याच्याकडे लक्ष देण्याची गरज पडली नाही.

मी माझ्या अम्मीच्या काळजाचा तुकडा होतो असं म्हणतात. ती सतत बोलत राही, संवाद साधत राही, शेजाऱ्यापाजाऱ्यांच्या अनेक कथा मला सांगत राही. आमच्या अवतीभोवती कुणीही सधन नव्हतं, तरीसुद्धा प्रत्येकाच्या स्वभावाची लवचीकता वाखाणण्याजोगी होती. कोणीही कधीही कष्टाला घाबरत नसे. असंख्य अडचणींचा सामना करत प्रत्येक जण आपापल्या परीने शिक्षण घेण्याचा प्रयत्न करत होतं. चांगलं शिक्षण, चांगली नोकरी, चांगला पगार आणि त्यायोगे चांगलं जीवन जगण्याचं प्रत्येकाचं ध्येय होतं. अर्थात, हा माझ्या मातेचा दृष्टिकोन होता. तोच तिने माझ्या ठायी निर्माण केला. एक स्त्री असूनही शिक्षणाप्रति तिची ही आस माझ्यासाठी सर्वांत मौल्यवान देणगी होती. ती शिकली नसली तरी शिक्षणाचं महत्त्व तिला अचूक उमगलं होतं. तिच्या वाटेला आलेलं खडतर जीवन माझ्या वाटेला यायला नको असेल तर मी शिकूनसवरून योग्यप्रकारे आयुष्यात स्थिरावणं तिच्या लेखी महत्त्वाचं होतं. सामाजिक रूढी आणि परंपरांमुळे ती आपल्या मुलींशी संवाद साधू शकत नव्हती. तिने मला दिलेला अमूल्य ठेवा मी पुढे मलालाच्या हाती सुपूर्द केला.

माझ्या अम्मीच्या नितळ तलम गौरवर्णापुढे माझा वर्ण नक्कीच गव्हाळ होता. अतिशय सुंदर होती ती, पण तेवढीच नाजूक. डॉक्टरकडे प्रकृती दाखवायला नेलं की, तिचं नाव लिहिताना 'झियाउद्दीनची अम्मी' किंवा, 'रोहल अमीनची बिबी' असं लिहिलं जाई. क्वचित कधीतरी डॉक्टर तिला तपासायला आमच्या घरी येत. त्यावेळेस त्यांची ती छोटी पेटी, स्टेथोस्कोप आणि थर्मामीटर सांभाळण्याची जबाबदारी मी आपणहून घेत असे. यातून आपण अम्मीची सेवा करत असल्याचा भाव माझ्या मनात दाटे. अर्थातच, ती माझ्यासाठी जे करत होती त्याच्या पासंगालाही मी पुरत नसे.

माझं माध्यमिक शिक्षण शेजारच्या गावातील शाळेत झालं. माझे वडील तिथे शिक्षक होते. परीक्षा जवळ आली होती. अभ्यासाच्या दृष्टीने मी घरासमोरच्या छोट्या स्वतंत्र खोलीत मुक्काम हलवला होता. त्यावेळेस मला सोळावं वर्ष लागलं होतं. रात्री उशिरापर्यंत मी अभ्यास करत राही. आजूबाजूला पलंगभर पसरलेली पुस्तकं आणि डोक्याशी रॉकेलने भरलेला कंदील असा माझा जामानिमा असे. दर काही तासांनी खिडकीच्या बाहेरून कोणीतरी चालत गेल्याचा भास मला होई. "ही बेबे होती का, की एखादं भूत?" असा विचार माझ्या मनात हटकून येई.

एका रात्री तिने मला गदागदा हलवून उठवलं. मी झोपेत असल्यामुळे ती काय बोलते आहे हे कळायला मला थोडा वेळ लागला. माझ्या डोक्याशी असलेला कंदील आडवा झाला होता. काही क्षणांचाच काय तो अवकाश होता. पाहता पाहता माझ्यासकट अंथरुणाने आणि पुस्तकांनी पेट घेतला असता. ऐन वेळेस बेबे तिथे आल्यामुळे माझा जीव त्या दिवशी वाचला.

मीही तिला असंच वाचवू शकलो असतो तर किती बरं झालं असतं! माझ्या बेबेने ५ मे १९८५ रोजी या जगाचा निरोप घेतला. त्या वेळी मी फक्त सोळा वर्षांचा होतो. त्या दिवशी मी, माझी बहीण आणि बेबे घरासमोरच्या व्हरांड्यात बसलो होतो. माझ्या परीक्षांचा काळ होता तो. डॉक्टर होण्याच्या दृष्टीने पुरेसे गुण मिळणार नाहीत हे कळून चुकल्यामुळे मी अतिशय ताणात होतो.

माझी एक विवाहित बहीण माहेरपणाला आली होती. ती रोज बेबेबरोबर निजत असे. त्यामागचं कारण माझ्या फार उशिरा लक्षात आलं. त्या रात्री बराच उशीर झाल्यामुळे मी माझ्या अम्मीला दोन्ही हातांवर उचलून आत घेऊन गेलो. तिला खूप हसू आलं. "ठेव मला खाली, झियाउद्दीन; अरे, काय करतो आहेस? कुठे घेऊन चालला आहेस मला?" किती हलकी झाली होती ती. तिला चालतासुद्धा येत नव्हतं. तसाच मी तिच्या खोलीत आलो. हलक्या हाताने मी तिला पलंगावर ठेवलं. त्यानंतर मी पुस्तकांनी वेढलेल्या माझ्या पलंगावर जाऊन झोपलो. तिथेच कंदील ढणाणा जळत होता. दुसऱ्या दिवशी मला जाग आली ती माझ्या बहिणींच्या आक्रोशाने. "बेबे! आमची बेबे! अशी कशी सोडून गेली आम्हाला?" सगळीकडे शोकाकुल वातावरण होतं. आमच्या मातीच्या घरात मी धाव घेतली. काही तासांपूर्वी मी अम्मीला जिथं निजवलं होतं तिथेच ती होती, पण तिच्या देहात प्राण मात्र उरला नव्हता. असं कसं झालं? ती अशी अकस्मात जाईल असं कोणाच्या मनातही आलं नव्हतं. त्यानंतर माझ्या बहिणींनी अम्मीच्या अंत्ययात्रेची तयारी केली. मग आम्ही पारंपरिक पद्धतीने तिचं दफन केलं. माझी कराची येथे राहणारी बहीण त्यानंतर तब्बल तीन दिवसांनी येऊन पोहोचली. अम्मीच्या दफनाची वार्ता अझानचा पुकारा करणाऱ्या इसमाने सगळ्यांना ओरडून सांगितली. माझ्या कानावर पडणारी ती दफनाची वार्ता या जगातील माझ्या सर्वाधिक लाडक्या व्यक्तीच्या मृत्यूची आहे, यावर माझा विश्वास बसू शकत नव्हता.

माझे अब्बू अतिशय शोकाकुल झाले. तरीही, काही महिन्यात त्यांनी दुसरा निकाह करण्याचा विचार केला. आमच्या समाजात पुरुष एकटा राहू शकत नाही. त्यामुळे दुसरा निकाह ही अतिशय सामान्य बाब मानली जाते. इतरांनाही त्यात काही वावगं वाटलं नाही. संसाराचा गाडा पुढे चालवण्यासाठी आणि पोटात वेळच्या वेळी दोन घास पडण्यासाठी घरात स्त्रीचा वावर गरजेचा होता. आजूबाजूला असलेल्या स्त्रियांमधून त्यांच्यासाठी योग्य पत्नीची निवड करण्याची जबाबदारी माझ्या भावाने घेतली. सौंदर्य किंवा नातेसंबंध हा निकष नव्हता. त्याऐवजी आजवर माझी अम्मी करत असलेलं प्रत्येक काम करू शकणारी स्त्री निवडणं इतकंच मर्यादित उद्दिष्ट त्याच्या समोर होतं. अब्बूंचे कपडे धुणं, त्यांच्यासाठी स्वयंपाक करणं आणि त्यांच्या

मुलांकडे लक्ष देणं; त्या घराला पत्नीची भूमिका निभावणारी स्त्री तेवढी हवी होती. त्याशिवाय घराला घरपण राहिलं नसतं.

मी खूप दुःखात होतो; पण ''हे काय! नुकतीच माझी अम्मी गेली आहे आणि माझे अब्बू खुशाल दुसरं लग्न करत आहेत,'' असा विचार माझ्या मनात अजिबात आला नाही. उलट, मी म्हटलं, ''बरं झालं! त्यांना सोबतीची गरज आहे. शिवाय, मलाही दुसरी आई मिळेल.''

माझ्या भावाला अब्बूंसाठी योग्य स्त्री मिळाली. ती मध्यमवयीन विधवा होती. लवकरच त्यांचा निकाह झाला. पाहता पाहता तिचा आमच्या घरात वावर सुरू झाला. आजवर अम्मी करत असलेली प्रत्येक गोष्ट ती करू लागली. अम्मीची आठवण येणार नाही असा एकही क्षण नव्हता. पण, माझ्या नवीन अम्मीसमोर मी माझ्या जन्मदात्रीचा विषय आवर्जून टाळला. तिला न दुखावण्याची भावना त्यामागे होती. हा दुसरा निकाह करण्याआधी अब्बूंना आमच्या एका शेजाऱ्याने बजावलं होतं, ''हे बघ, तू आता दुसऱ्या स्त्रीशी निकाह करणार आहेस. एक गोष्ट नेहमी लक्षात ठेव, तुझ्या आधीच्या बायकोची स्तुती या नवीन बायकोसमोर कधीच करू नकोस. सवतीमत्सर ही नवऱ्याच्या दृष्टीने सर्वांत घातक गोष्ट आहे. त्यापुढे चुलत घरांतील पिढीजात वैरदेखील फिकं पडेल.''

त्यानंतर आलेल्या ईदच्या दिवशी मी एकटाच दफनभूमीत गेलो. माझ्या मृत अम्मीच्या कबरीजवळ बसून मी तिच्या आठवणीत रमलो. त्याबद्दल मी नवीन अम्मीशी चकार शब्दही बोललो नाही. मृत व्यक्तीच्या आठवणी काढून जित्याजागत्या व्यक्तीच्या आत्म्याला क्लेष देण्यात काय अर्थ होता? तसंही तिला सांगून माझं दुःख कमी होणार नव्हतं. मग तिच्या भावना न दुखावणं अधिक योग्य होतं.

आजही माझी दुसरी अम्मी हयात आहे. ऑक्टोबर २०१२मध्ये तालिबान्यांनी मलालावर गोळीबार केला तेव्हा अम्मी मिंगोऱ्यातील आमच्या घरी होती. ''पिकल्या केसांनी मागितलेली दुवा अल्ला पटकन कबूल करतो,'' असा तूर पेकईचा दृढ विश्वास असल्यामुळे अम्मीच्या प्रार्थनेवर तिचा अधिक भर होता.

माझी दुसरी अम्मी मलालाला आजवर आशीर्वाद देत आली होती, ''तू या युगाची बेनझीर भुट्टो होशील आणि खूप जगशील.''

माझी अम्मी आणि माझ्या बहिणी यांना मिळणारी वेगळी वागणूक मी लहानपणापासून पाहत आलो आहे. माझ्या मनावर त्याचा खोल परिणाम झाला आहे. साधारण दहाव्या वर्षापासून मला स्त्रियांच्या उपयोगी पडायला आवडू लागलं होतं. आजवर त्यांच्यावर होत आलेल्या अन्यायाचा विरोध करण्याच्या दृष्टीने मी तेव्हा फार लहान होतो तरी छोट्यामोठ्या मदतीतून मला खूप आनंद मिळत असे. या सर्व स्त्रिया

अशिक्षित होत्या. त्यांची मुलं आखाती देशांत काम करत होती. मुलांची पत्रं आली की, त्यांना ती वाचता येत नसत. अशावेळेस मी त्यांची पत्रं वाचून द्यायचो. आपल्या मुलांची ख्यालीखुशाली समजल्यामुळे त्या प्रत्येक मातेला विलक्षण आनंद होई. त्यानंतर मी त्यांची उत्तरं लिहून देऊ लागलो. पत्रवाचन आणि लिखाणातून मलाही निर्व्याज आनंद मिळत असे. लिहिताना त्यांचे भावनांनी ओतप्रोत भरलेले शब्द मी जसेच्या तसे उतरवत असे. त्यायोगे आपल्या लाडक्या पण दूर असलेल्या लेकाच्या जवळ असल्याचा भाव त्यांच्या मनात जागे. माझ्या अम्मीच्या माझ्या प्रति अशाच तर भावना होत्या!

बरकनामध्ये असताना माझ्या चुलत बहिणीची परवड मी स्वतः पाहिली, अनुभवली. असमानता आणि शारीरिक क्रौर्य काय असतं हे त्यावेळेस मला प्रकर्षाने समजलं. तिचं खरं नाव इथे उघड करण्याऐवजी आपण तिला नूर बिबी म्हणू या. माझ्याहून ती चार वर्षांनी मोठी होती. तिचं माझं छान जमायचं. आज ती पाकिस्तानातल्या दुसऱ्या एका भागात आपल्या चवथ्या शोहरबरोबर सुखी वैवाहिक जीवन जगते आहे. माझ्याप्रमाणेच तिची अम्मी तिला सोडून गेली होती, पण त्यावेळेस नूर जेमतेम अडीच वर्षांची असल्यामुळे आपण आयुष्यात काय गमावलं आहे याची जाणीव झाली नव्हती. अर्थातच, तिच्याही पित्याने लवकरच दुसरा निकाह केला. नव्या अम्मीने नूरला कधीही माया दिली नाही. आपली खरी अम्मी हयात असती तर आपलं आयुष्य किती वेगळ्या प्रकारे व्यतीत झालं असतं हा विचार नूरच्या मनाला नेहमी ग्रासे. नूर चौदा वर्षांची होताच प्रथेप्रमाणे तिचा निकाह लावून देण्यात आला. तिच्या शोहरची परिस्थिती तिच्या घरापेक्षा पुष्कळ चांगली होती. तिला उत्तम नवरा मिळाला आहे असं जरी सर्वांना वाटलं तरी लवकरच सर्वांना कळून चुकलं की, त्याचं मानसिक संतुलन बिघडलं होतं. सुहागरात्री तो तिच्याशी अमानुष पद्धतीने वागला. पुढची प्रत्येक रात्र त्याची पुनरावृत्ती होत राहिली. तेव्हापासून वाहणारे तिचे अश्रू कित्येक वर्षे थांबू शकले नाहीत. "झियाउद्दीन, सांग ना मी काय करू? मी करू तरी काय?" असं तिने मला कळवळून विचारलं होतं. माझ्याकडे त्यावर उत्तर नव्हतं. अवघ्या सोळा वर्षांचा होतो मी तेव्हा. माझ्या अम्मीचे नुकतेच निधन झाले होते. त्या सुमारास मी कविता वाचू लागलो होतो. त्यामुळे शुद्ध आणि शाश्वत प्रेमाच्या काल्पनिक जगात माझं मन स्वच्छंद भराऱ्या घेऊ लागलं होतं. मला आभाळ ठेंगणं वाटू लागलं होतं.

प्रेमाच्या उत्तुंग कल्पनांमध्ये मी असा रमलेला असतानाच माझ्या चुलत बहिणीच्या वाट्याला आलेलं विदारक सत्य माझ्यासमोर आलं. तिची अवस्था पाहून मला मनस्वी क्लेष झाले. किती अन्याय होत होता तिच्यावर! आमच्या समाजात निकाह जरी वडीलधाऱ्यांकडून निश्चित केला जात असला तरी माझ्या दृष्टीने 'लग्न म्हणजे प्रेम' हे समीकरण कायम होतं. लग्नामुळे दोन जीव प्रेमाच्या बंधनात बांधले जातात यावर माझा दृढ विश्वास होता. तथापि, माझ्या चुलत बहिणीच्या आयुष्यात

याच लग्नाने अनादर आणि दु:ख निर्माण केलं.

मी सोळा वर्षांचा होतो तेव्हा ती वीस वर्षांची होती. किशोरवयात झालेल्या लग्नानंतर तिचे अतोनात हाल झाले. काही महिने ते सारं सहन केल्यावर ती सरळ माहेरी निघून आली. तिचे अब्बू हयात असेपर्यंत कुठलीच अडचण नव्हती. त्यांच्या माघारी मात्र तिला तिच्या भावाबरोबर राहावं लागलं. पुरुषसत्ताक समाजामध्ये स्त्रिया ओझं बनून राहतात. माझ्या चुलत बहिणीची परिस्थिती त्याहून काही वेगळी नव्हती. पित्याकडून पतीकडे, पतीकडून पुन्हा पित्याकडे आणि त्यानंतर या भावाकडून त्या भावाकडे अशी तिची ससेहोलपट होत राहिली. स्वतंत्रपणे जगण्याच्या दृष्टीने ती सक्षम नव्हती.

तिचा शारीरिक छळ करणाऱ्या नवऱ्यापासून तिची सुटका करण्यासाठी कायदेशीर प्रक्रिया सुरू झाली. घटस्फोटासाठी तिच्या भावाने कोर्टात अर्ज केला, परंतु त्या नवऱ्याच्या कुटुंबाकडून त्यांच्यावर प्रचंड दबाव आला. आपलं लग्न अयशस्वी झाल्याच्या जाणिवेने नूरला प्रचंड मनस्ताप झाला. कित्येकदा ती रडून आपल्या दु:खाला वाट करून देत असे. त्यादरम्यान तिला कोणाचाही मानसिक आधार नव्हता. अशा परिस्थितीत मी तिचा जवळचा मित्र बनलो. तिच्या संघर्षामुळे स्त्रियांप्रति माझ्या जाणिवा अधिक संवेदनशील झाल्या.

मदतीचे सर्व मार्ग बंद झाल्यावर ती अल्लाशिवाय कुणाकडे मागणं मागणार होती? मध्यरात्री ती अल्लाची करुणा भाकत असे, मुक्ती मिळावी म्हणून आर्जव करत असे. तिच्यासारख्या स्त्रियांचं रक्षण करण्याच्या दृष्टीने समाजाची जडणघडण झालेली नव्हती हे माझ्या लक्षात येऊ लागलं होतं. अशा बाबींमध्ये कायद्यालाही स्वारस्य नसावं ही मोठ्या खेदाची गोष्ट होती.

मनाच्या विकल अवस्थेत माझी चुलत बहीण मांत्रिकांवर आणि अमानवी शक्तींवर विश्वास ठेवून त्यांच्या आहारी गेली. गंडे, दोरे, ताईत अशा माध्यमांतून ते तिच्या असहाय परिस्थितीचा फायदा उठवू लागले.

एक दिवस दुपारी माझ्यासमोर उभं राहत ती म्हणाली, ''झियाउद्दीन, काहीही कर पण आज माझ्याबरोबर दफनभूमीत ये.'' किशोरवयात मला दफनभूमीची भीती वाटत होती, पण काय करणार? त्या दिवशी माझ्या समोर दुसरा मार्ग नव्हता. कुणा मांत्रिकाने तिला एक मंतरलेला ताईत दिला होता. सगळ्यात जुनं थडगं शोधून तिथे तो ताईत पुरायचा होता. त्याच्या अधिभौतिक शक्तीमुळे तिचं भाग्य पालटणार होतं. ती घायकुतीला आली होती. तिच्या आशा पल्लवित झाल्या होत्या. मी तिला नकार कसा देणार? भर दुपारी आम्ही दोघं निघालो. सर्वांत जुन्या थडग्याचा शोध घेण्यासाठी तिने वेड्यासारखी दफनभूमी पालथी घातली. सरतेशेवटी तिच्या मनाप्रमाणे थडगं नजरेस पडताच तिने दोन्ही हातांनी खणायला सुरुवात केली. दरम्यान, ती

सतत काहीतरी पठण करत होती.

या प्रसंगानंतर दोन वर्षांनी कुणीतरी तिच्या पायावर कलाश्निकोव्ह झाडली. तिच्या पायात घुसलेली चार सेंटिमीटरची गोळी पुढचे साडेचार महिने निघू शकली नाही. हा संपूर्ण काळ तिला हॉस्पिटलमध्ये घालवावा लागला. त्यानंतर आयुष्यभरासाठी तिच्या पायात दोष निर्माण झाला. मी तिला भेटायला हॉस्पिटलमध्ये नेहमी जात असे. त्या दरम्यान मी बरकना सोडलं होतं. वयाची अठरा वर्षं पूर्ण केल्यामुळे मी स्वतंत्रपणे राहत होतो. नवनवीन विचार माझ्या वाचनात येत होते. नवीन लोकांना भेटून त्यांच्याशी होणाऱ्या चर्चांतून माझं मनोविश्व बदलू लागलं होतं. ज्या समाजात मी लहानाचा मोठा झालो होतो त्या समाजाच्या मानसिकतेपासून मी कणाकणाने दूर जाऊ लागलो होतो. त्याच वेळेस मी शपथ घेतली की मला मुलगी झाली तर तिच्यावर मी असा अन्याय होऊ देणार नाही, तिला नको असलेलं जीवन मी तिच्यावर लादणार नाही. माझ्या चुलत बहिणीवर गोळीबार झाल्यावर पुढे आठ वर्षांत तिचे दोन निकाह झाले. त्यातूनही तिला संसारसुख लाभले नाही. आज, चौथ्या निकाहानंतर ती आपल्या शोहरबरोबर सुखाने जगते आहे.

मलालाने काय प्राप्त केलं हा प्रश्न मनात येताच जीवनातील इतर स्त्रियांचा विचार माझ्या मनात आल्यावाचून राहत नाही. त्या सगळ्यांवर माझा जीव होता. समाजातील क्रूर आणि असमतोल वागणुकीपासून माझ्या बहिणींचं किंवा चुलत बहिणींचं रक्षण मी करू शकलो नाही. त्यांच्यावर सातत्याने होणारा अन्याय पाहून मी स्त्रियांप्रति न्याय्य वर्तन करण्याची शपथ घेतली होती. मलालाच्या आत्या, मावश्या, आज्या आणि चुलत चुलत बहिणी या साऱ्या स्त्रियांनी नेहमीच इतर पुरुषांची स्वप्नं पाहिली आणि ती पूर्ण करण्यासाठी आयुष्यं वेचली. त्यांची स्वतःची स्वप्नं कधीच समोर आली नाहीत. त्या प्रत्येकीमध्ये किती सामर्थ्य होतं! परंतु, त्या सामर्थ्याला कधी वाट दिली गेली नाही. ते सामर्थ्य लक्षात आलं तरी तिथेच दाबून टाकलं गेलं. किंवा मग प्रत्येकीच्या क्षमतेचं अवमूल्यन केलं गेलं. त्यांच्या सामर्थ्यावर विश्वास ठेवायला कोणीही तयार नव्हतं.

आपल्या सभोवताली जगणाऱ्यांच्या कथांना अन्यायाची डूब असेल तर आपल्यात बदल घडून येऊ लागतो. आजवर, पाकिस्तानी परंपरांना अनुसरून माझ्या वडिलांनी, आजोबांनी, पणजोबांनी जपलेले त्यांच्या वाडवडिलांचे विचार नक्की योग्य आहेत की नाही हा विचार करायला मी प्रवृत्त झालो.

## स्वातंत्र्याचं गीत

मी खूप आज्ञाधारक मुलगा होतो. माझे अब्बू माझ्या श्रीमंत चुलत भावंडांवर

तोंडसुख घ्यायचे, अम्मीचे वाभाडे काढायचे. असं असूनही मी कधीच प्रत्यक्ष अथवा अप्रत्यक्षरीत्या त्यांच्या विरुद्ध गेलो नाही. ज्या समाजात मी जन्मलो आणि वाढलो आहे त्या समाजात पित्याचा शब्द मुलाकडून पाळला जात असे. मी त्याला अपवाद कसा असणार? अशातच अम्मीच्या मृत्यूनंतर माझ्या परीक्षेचा निकाल जाहीर झाला. वैद्यकीय महाविद्यालयात प्रवेश मिळण्यासाठी आवश्यक गुण मला मिळाले नाहीत. मी डॉक्टर व्हावं हे अब्बूंनी आजवर जोपासलेलं स्वप्न अधुरं सोडावं लागणार हे त्यांना कळून चुकलं. त्या क्षणी माझ्या शिक्षणातील त्याचं स्वारस्य संपलं. मी तेव्हा सोळा वर्षांचा होतो.

स्वातमध्ये असलेल्या सर्वोत्तम अशा जेहनझेब कॉलेजमध्ये मला प्रवेश मिळाला. पण अब्बू माझ्या शिक्षणाचा खर्च उचलायला तयार नव्हते. तिथून पुढे ते माझ्या राहण्याचा-खाण्याचा पूर्ण खर्चही करणार नव्हते. मिंगोराचं जुळं शहर समजल्या जाणाऱ्या सैदु शरीफ या शहरात जेहनझेब कॉलेज होतं. आमच्या गावापासून कित्येक मैल दूर ते शहर होतं. तिथे मला शैक्षणिक मूल्य द्यावं लागणार नसलं तरी रोज बरकनाहून तिथे ये-जा करणं केवळ अशक्य होतं. त्या शहरात वास्तव्य करायचं म्हटलं तर आमचे कोणी परिचित अथवा नातेवाईक तिथे नव्हते. काय करायचं हा मोठाच प्रश्न माझ्यासमोर होता. माझ्या अब्बूंनी त्यांचं उच्च धार्मिक शिक्षण जेव्हा पूर्ण केलं तेव्हा ते मशिदींमध्ये वास्तव्याला होते. पारंपरिक तालिब तालीम घेताना त्यांच्या अन्न, वस्त्र, निवाऱ्याचा खर्च समाजाकडून केला गेला होता. म्हणूनच की काय, शिक्षण घेताना खर्च करावा लागतो ही कल्पना त्यांना पेलत नव्हती. त्यातून मी डॉक्टर होणार नाही हे स्पष्ट असताना असा खर्च करण्याची त्यांची मानसिकता नव्हती. मी मात्र आता शांग्ला आणि तिथलं सुंदर वातावरण सोडून जाण्यासाठी तयार झालो होतो. मला पुढे शिकायचं होतं, स्वतःला घडवायचं होतं, अधिक संपन्न आयुष्य जगायचं होतं.

अब्बूंच्या मते हा पैशाचा अपव्यय होता. ज्या झियाउद्दीनला ते बहिरी ससाणा म्हणत, त्याच्या पंखात जोर यावा म्हणून त्यांनी आजवर प्रोत्साहन दिलं होतं. मात्र, त्यांना अपेक्षित असणाऱ्या दिशेला उडण्याची माझी तयारी नव्हती. त्या काळात मी एकटाच पर्वतरांगांतून हिंडत असे. माझ्या सोबतीला डोळ्यांतील अश्रू तेवढे असत. भविष्याचा मागोवा मला घेता येत नव्हता. सारं काही संपल्याची जाणीव मला नैराश्याच्या खोल गर्तेत ढकलत होती. इथून पुढे आपल्या नशिबी ढोरक्याचं जिणं आहे याबद्दल माझी खात्री पटली होती. फार झालं तर उंच पर्वतांवर वस्ती करून असलेल्या धनगरांच्या मुलांना मी अगदी प्राथमिक धडे तेवढे देऊ शकणार होतो.

अशा प्रकारे अंधकारमय भविष्याच्या चित्राने मला ग्रासून टाकलं असताना एक चमत्कार घडला. पर्वतमाथ्यावरील सेऊर या गावातील शाळेत माझा भाऊ शिक्षक

म्हणून काम पाहत होता. मी त्याला मदत करू लागलो. तिथे पोहोचण्यासाठी बरकनापासून सुमारे दीड तास पायपीट करावी लागत असे. त्यामुळे ती शाळा खालच्या दर्जाची मानली जाई. फक्त शेतकरी कुटुंबातील मुलं तिथे शिकायला येत. तिथे काम करायला कुणीही शिक्षक तयार नसत. मुख्य म्हणजे आपल्या विद्यार्थ्यांबद्दल आणि दारिद्र्यात जगणाऱ्या त्यांच्या पालकांबद्दल शिक्षकांच्या मनात फक्त अनादर असे. 'राहू देत त्यांना अशिक्षित, काय फरक पडणार आहे त्याने?' असं विधान इतर लोक खुशाल करत. माझा भाऊ मात्र अतिशय समर्पित वृत्तीने तिथे शिकवत असे. मी त्याच्या मदतीला जाऊ लागलो. शाळेला स्वतःची इमारत नव्हती. तिथे असलेल्या एकुलत्या एक मशिदीत वर्ग भरत. माझी एक आत्या त्या गावात दिली होती. एक दिवस तिच्या नवऱ्याचा नासिर पाचा हा नातेवाईक त्यांना भेटायला आला. तो आणि त्याची बायको बख्त मीना जजाई हे स्पाल बन्दाई या गावात राहत होते. जेहनझेब कॉलजपासून हे गाव अवघ्या काही मैलांवर होतं. सेऊर येथे प्रतिकूल परिस्थितीत शिकवणाऱ्या मला पाहून नासिर प्रभावित झाला. एव्हाना मी जेहनझेब कॉलेजचा नाद सोडला होता. मला तिथे प्रवेश मिळाला आहे हे मी नासिरला सांगितलं असलं तरी माझी आर्थिक कुचंबणा मी त्याच्या कानावर घातली नव्हती. माझ्या प्रवेशाबद्दल समजताच पुढच्या क्षणी तो उत्स्फूर्तपणे म्हणाला, "तू अगदी खुशाल आमच्याबरोबर राहायला ये." माझ्यासाठी हा आश्चर्यानंदाचा धक्का होता. पुढच्या गोष्टी भराभर घडत गेल्या. बसमध्ये बसून मी माझ्या सुंदर बरकनाचा निरोप घेतला. माझं जीवन नव्याने घडू पाहत आहे असं मला त्या क्षणी वाटलं. खरोखरच ही अल्लाची कृपा होती. मी आता स्वतंत्र होणार होतो. आचारविचारांचं स्वातंत्र्य, जीवन स्वतःच्या मतानुसार जगण्याचं स्वातंत्र्य! अर्थात, माझं विद्यार्थी जीवन खडतर होतं. हातात पैसे नव्हते. पण बुद्धीचं वरदान असल्यामुळे लवकरच मी विद्यार्थी समर्थक म्हणून प्रसिद्ध झालो. कॉलेजशिक्षणादरम्यान क्वचित कधीतरी अब्बू मला पैसे पाठवत. अधूनमधून मोठ्या भावाची थोडीफार मदत होई. मीही जमेल तसे पैसे कमावण्याचा प्रयत्न करीत होतो. अब्बू आपल्याला संपूर्ण आर्थिक मदत करत नाहीत या विचाराचा पगडा मी स्वतःवर बसू दिला नाही. अनेकदा मी नैराश्याने ग्रस्त होऊन रडत असे. त्यांचाही नाइलाज होता. ते समाजाच्या चौकटीत अडकले होते म्हणूनच मी निमूटपणे प्राप्त परिस्थिती स्वीकारली.

माझ्या अब्बूंसमोर नेहमी उच्च आदर्श असत. गांधी आणि इकबाल यांच्या गोष्टी ते सांगत. महाविद्यालयीन शिक्षणामुळे माझे डोळे आता उघडले होते. अब्बू करत असलेले मोठे दावे त्यांच्या दैनंदिन वागणुकीशी विसंगत आहेत हे माझ्या लक्षात येऊ लागलं. घरापासून दूर राहून माझा मी एकटा जगू लागल्यावर मला त्यांच्यातील दोष लक्षात येऊ लागले. दोष कोणात नसतात? मात्र, ज्या क्षणी आपल्याला

पालकांच्या दोषांची जाणीव होते त्या क्षणी ते दोष आपल्याला खूप काही शिकवून जातात. असं असूनही माझं त्यांच्यावरचं प्रेम यत्किंचितही कमी झालं नाही. माझ्यातही दोष आहेत. ते जाणून घेऊन त्यानुसार स्वतःमध्ये योग्य बदल घडवून आणण्याचं स्वातंत्र्य माझ्या मुलांना नक्कीच आहे.

माझ्या स्वतःच्या अनुभवांवरून मी पालकत्वाबद्दल काही आडाखे बांधले आहेत. त्यातील पहिला महत्त्वाचा मुद्दा म्हणजे आपण आपल्या बऱ्यावाईट, चांगल्या, दुर्बल, सशक्त अशा सर्व नात्यांचा लेखाजोखा सातत्याने मांडत असतो. माझ्या अडचणींच्या वेळेस या मित्राने मदत केली होती का? मला जेव्हा सर्वाधिक आवश्यकता होती तेव्हा फलाणा मदतीला आला होता का? बदल्यात, त्यांच्या अडचणींच्या वेळेस मी पुढे झालो होतो का? आपली नाती 'जशास तसे' या पायावर उभी असतात. माझ्या मते हे स्वाभाविक आहे. आपल्याशी कोणी चांगलं वागलं की, आपणही चांगलं वागून परतफेड करण्याचा प्रयत्न करतो. त्याचबरोबर, कोणी आपल्याशी वाईट वर्तन केलं तर आपण ते लक्षात ठेवून त्याचं उट्टं काढायचा प्रयत्न करतो. तत्वतः, आपल्याशी चांगलं वागणाऱ्यांशी आपण चांगलं वागलं पाहिजेच. जोडीने, जे आपल्याशी वाईट वागले आहेत त्यांना आपण चांगला प्रतिसाद देण्याचा प्रयत्न केला पाहिजे. पालकांचं मुलांबरोबरचं नातं या पलीकडे जातं. त्याला आपण आज्ञाधारकपणाचं नाव देतो. म्हणजेच, पालकांच्या इच्छेप्रमाणे मुलांनी वागावं हा भाव त्याच्यात असतो. माझ्या मते, आदर करणं हा त्याहून महत्त्वाचा भाग आहे. म्हणजे आज्ञाधारकपणा करू नका असं मी म्हणत नाही. आपल्या पालकांमध्ये बदल घडवून आणण्यासाठी सकारात्मक पद्धतीने पुढे जात त्यांना प्रोत्साहन देत आपल्याला प्रयत्न करावे लागतील. त्यांच्या दृष्टिकोनाविषयी आदर बाळगत तुम्हाला आपल्या वाटेने चालता येईल. आज माझे अब्बू या जगात नाहीत. त्यांच्या माझ्या नात्याचा विचार करताना बरं-वाईट हा निकष मी लावणार नाही. त्यांच्याविषयी मला नेहमीच फक्त आणि फक्त प्रेम वाटतं. त्यांनी उमेदीच्या काळात मला निराश केलं. वैफल्याने मी अनेकदा रडलो. असं असूनही एक पिता म्हणून त्यांनी मला काय काय दिलं, माझ्यासाठी काय काय केलं हे लक्षात घेतलं तर मी म्हणेन की, त्यांनी मला घडवलं.

पुरुषप्रधान समाजात मुलं आणि स्त्रिया ही पालकांची मालमत्ता समजण्यात येते. माझ्यासारख्या ज्या मुलांना असा मालकी हक्क नको असतो त्यांची मात्र कुचंबणा होते. मला स्वतःची वाट शोधायची होती. नवीन रस्त्यांवरून चालायचं होतं. माझ्या पित्याने माझ्यासाठी पाहिलेलं स्वप्न बाजूला ठेवून माझ्या मतांनुसार जीवन जगायचं होतं. पण म्हणजे मी त्यांना नाकारत होतो असं नाही. त्याऐवजी, स्वतःसाठी पाहिलेली स्वप्नं पूर्ण करून त्यांना सुखद आश्चर्याचा धक्का द्यायची

माझी इच्छा होती. त्यांना माझा अभिमान वाटेल असं काहीतरी मला करायचं होतं. माझ्या निश्चयानुसार मी माझ्या स्वप्नांचा पाठपुरावा केला. ती पूर्ण केली. अब्बूंनी दाखवलेल्या वाटेवरून मी चाललो असतो तर त्यांना खचितच आनंद झाला असता. पण त्याहून शतपटीने अधिक आनंद मी त्यांना मिळवून दिला, असं मला आज जाणवतं.

## बदल!

याबद्दल मी नेहमीच खूप विचार केला आहे. राज्यात होणारा भ्रष्टाचार, जातीयवाद, हुकूमशाही, तालिबान्यांसारखी जुलमी राजवट; या सगळ्यांना विरोध दर्शवण्यासाठी कधी एखादा आवाज तर कधी संतप्त मोर्चा आवश्यक आहे. मार्टिन ल्युथर किंग ज्युनिअर यांनी काढलेले प्रभावी मोर्चे, 'मी टू'सारखी चळवळ किंवा मुलींना शिक्षण मिळावं म्हणून मलालाने तिच्या मोहिमेदरम्यान उठवलेला आवाज ही सगळी अशाच विरोधाची उदाहरणे आहेत. पण त्यावेळेस मला माझ्या आयुष्यात सामाजिक बदल घडून आणायचा होता. त्यासाठी मला स्त्रियांना समानतेची वागणूक द्यायची होती. माझ्या दृष्टीने तो सर्वाधिक महत्त्वाचा आणि अत्यावश्यक बदल होता.

स्पाल बन्दाईमध्ये राहायला सुरुवात केल्यावर हा बदल घडून आणणं कठीण नव्हतं. माझ्या गावाच्या मानाने इथल्या स्त्रिया अधिक स्वतंत्र होत्या. स्वतःच्या वागणुकीतून इतर पुरुषांसमोर आपण योग्य आदर्श ठेवू अशी मला खात्री होती. बरकनाला जाऊन बदल घडवून आणण्यासाठी तिथल्या समाजाला आव्हान देण्यातून मी काहीही साध्य करू शकणार नाही हे मला आपसूक लक्षात आलं होतं. तिथल्या मातीच्या घरांमध्ये माझ्या माताभगिनी आजही 'रांधा-वाढा-उष्टी काढा' यात गुंतलेल्या होत्या. अशा परिस्थितीत कितीही तिरस्करणीय वाटली तरी पुरुषसत्ताक संस्कृती बदलून स्त्रियांची सुटका करणं केवळ अशक्य होतं. माझ्या समाजात अचानक बदल घडवून आणण्याचा विचार माझ्या मनात एकदाही आला नाही. मला स्वतःसाठी थोडं वेगळं आयुष्य हवं होतं. कालांतराने असंच चांगलं आयुष्य माझ्या समाजानेही जगावं अशी माझी आंतरिक इच्छा होती. परंतु त्याकरता मी एकदम बंडाची ठिणगी वगैरे चेतवणार नव्हतो.

मी एकाएकी बदललो नाही. हा प्रवास टप्प्याटप्प्याने झाला. माझ्या चुलत बहिणीला जो शारीरिक छळ सोसावा लागला. तीच गत अनेक स्त्रियांची होती. एका तरुण मुलीने जातीबाहेरील तरुणावर प्रेम केल्यामुळे प्रतिष्ठा जपण्याच्या नावाखाली तिच्या घरच्यांनी तिला विष घालून ठार केलं. लेकीच्या दुःखात तिची आई लेकीच्या लाडक्या वृक्षाखाली बसून अश्रू ढाळते आहे हे लक्षात येताच घरच्यांनी ते झाड मुळासकट उपटलं. त्या मुलीची कोणतीही आठवण त्यांना नको होती. पण त्या

मातेची अवस्था काय झाली असेल? पोटच्या पोरीचा मृत्यू आणि त्यानंतर किंचित दिलासा देणारा तो एकमेव वृक्ष डोळ्यांदेखत नाहीसा होणं...!

या सगळ्याच्या विरुद्ध जात मी मात्र प्रेमाचा शोध घेत होतो. आधी लग्नाच्या आणि पुढे पितृत्वाच्या माध्यमातून.

तूर पेकईची, माझ्या बायकोची पहिली आठवण मी सोळा वर्षांचा असतानाची आहे. तिचे वडील माझ्या काकाचे खास मित्र होते. बरकनाजवळील कर्शत या गावात ते राहत होते. तूर पेकईशी बोलण्याची मुभा अर्थातच मला नव्हती. ती जेव्हा जेव्हा माझ्या काकाकडे यायची तेव्हा तिच्या आरसपानी सौंदर्याने मी मुग्ध व्हायचो. नितळ त्वचा, आखीवरेखीव चेहरा, हिरवे डोळे, पश्तुनी सौंदर्याचा जिवंत नमुना होती ती. तिने तेव्हा कधी दर्शवलं नाही पण तिलाही माझी ओढ जाणवत होती. आमच्या समाजात घरातील वडीलधारी मंडळी लग्नासारखे व्यवहार ठरवत आणि पक्के करत. असं असताना आम्ही दोघांनी स्वतःच्याच लग्नाबद्दल उत्सुकता दाखवली असती तर आमच्या घरांना काळिमा फासला गेला असता.

माझी स्वतःची प्रतिमा माझ्याच नजरेत 'कुरूप' अशी होती. माझ्या गावात मी हुशार आणि अभ्यासू म्हणून ओळखला जातो हे मला माहीत नव्हतं. पेकईनेच- (तिला सगळे पेकई म्हणत)- मला नंतर सांगितलं की, माझ्या रूपापेक्षा माझ्या शिक्षणाची भुरळ तिला पडली होती. सहाव्या वर्षी तिने शाळेत प्रवेश घेतला होता; पण बाहेर मोकळेपणाने खेळणाऱ्या आपल्या मैत्रिणींना पाहून तिने नऊ आण्यांना शाळेची वह्या-पुस्तकं विकून टाकली आणि शाळेला कायमचा रामराम ठोकला. तशीही संपूर्ण वर्गात ती एकटीच मुलगी होती. शिवाय, वह्या-पुस्तकं विकून मिळणाऱ्या पैशात तिला गोळ्या-चॉकलेटं घेता येणार होती. एवढीशी मुलगी तो मोह कसा टाळणार? किशोरवयात तिने पदार्पण केलं तेव्हा पुन्हा शिक्षण सुरू करण्याच्या दृष्टीने ती बरीच मोठी झाली होती. स्वतःच्या कपड्यांवर शाई उडवून घेत ती अजूनही विद्यार्थिनी असल्याचा भास निर्माण करे.

जे शिक्षण पेकई घेऊ शकली नाही ते तिला माझ्यात दिसलं. जे रूप मला लाभलं नाही ते मला तिच्यात आढळलं. आमच्या लग्नानंतर मला लगेचच लक्षात आलं की, तिचं सौंदर्य निव्वळ शारीरिक नसून आंतरिक आहे.

आजही मला ती दुपार आठवते. सकाळपासून शेतात पसरून मी अनेक पुस्तकांचा फडशा पाडला होता. दुपारी मी घरी यायला निघालो. दुरून येणारा मुलींचा जथा माझ्या नजरेस पडला. रंगीबेरंगी ओढण्यांनी नाक, कान आणि डोकं झाकून घेत गप्पा मारत त्या माझ्याच दिशेने येत होत्या. त्यातली पेकई कोणती आहे हे माझ्या ताबडतोब लक्षात आलं. माझं हृदय धडधडू लागलं. माझ्या भावाच्या म्हशी सांभाळणारा म्हातारा गुराखी माझ्याबरोबर होता. त्याला घाई करत मी म्हटलं,

"दे पटकन! तुझा आरसा दे मला!" हे ऐकताच त्याने त्याची तपकिरीची डबी माझ्या हातात ठेवली. तिच्या झाकणात आरसा होता. त्यात पाहत मी केस नीटनेटके केले. माझ्या बाजूने जाताना थेट डोळ्यांत डोळे घालून पाहत पेकई म्हणाली, "पखैर राघली - असलाम आलिकुम!" हे ऐकताच मी बेभान झालो. आमच्या समाजात मुलीने मुलाचं अशाप्रकारे अभिवादन करणं फार धोक्याचं असतं. तिने असं करू नये म्हणून तिच्या मैत्रिणींनी तिला बजावलं होतं. अर्थात, हे तिने मला कित्येक वर्षांनी सांगितलं. ती म्हणाली होती, "आज मी त्याला अभिवादन करणारच, पहाच तुम्ही!" तिला परावृत्त करत त्या म्हणाल्या होत्या, "नाही बरं पेकई. तू असं काहीही करता कामा नये. त्याने तुझ्या नावाला बट्टा लागेल."

अशा अनेक लहानसहान गोष्टींमुळे पेकईचं वेगळेपण तेव्हाही उठून दिसत होतं, पण त्यातही अनेक बंधनं होतीच. पुढे कधीतरी मी तिला माझा फोटो पाठवला. तो तिने तडक परत केला. अर्थ सरळ होता; मी मर्यादा ओलांडू पाहत होतो. एखाद्या मुलाचा फोटो जवळ बाळगण्याचा अतिरेकी धोका ती पत्करणार नव्हती. आम्हाला वाटणारी ओढ व्यक्त करण्यासाठी काहीतरी सौम्य मार्ग शोधणं भाग होतं. मी तिच्या भाच्याला शिकवणी देत असे. कधीकधी त्याचं पुस्तक उघडल्यावर त्यावर तिने केलेली एखादी खूण मला दिसे. "कुणी केलं हे?" असं विचारताच माझा तो विद्यार्थी तूर पेकईचं नाव घेई. ते ऐकताच माझं हृदय जोरजोरात धडधडू लागे. तिने पुस्तकात केलेली ती खूण माझ्या नजरेस पडावी अशी तिची इच्छा आहे हे मला सहज कळून येई. तिच्याशी उघडपणे बोलता येत नाही या उद्वेगातून मी एकटाच शेतातील दगडमातीशी गप्पा मारत असे. अशा वेळेस ती आपल्या समोर बसली आहे आणि आपण आपलं मन तिच्या समोर मोकळं करत आहोत असं मला वाटे.

मृत्यूच्या काही वेळ आधी माझ्यातील प्रेमवीराचं दर्शन अम्मीला झालं होतं. ती समजूनउमजून हसली होती. तूर पेकई माझी ठुसठुसणारी नस आहे हे तिच्या लक्षात आलं होतं.

आमच्या समाजात मुलगा आणि मुलगी यांच्या कुटुंबाकडून निकाह निश्चित केला जातो. कित्येकदा तर होणाऱ्या वधूची अनुमतीदेखील विचारात घेतली जात नाही. त्या काळी उत्तर पाकिस्तानात स्वतःला कोणाशी लग्न करायचं आहे हे आपल्या वडिलांना आणि भावांना सांगण्याचं धाडस फार क्वचितच एखादी मुलगी दाखवत असे. तूर पेकई आणि मी नशीबवान होतो. आमच्या कुटुंबांनी आमचं लग्न ठरवलं. अर्थात, आम्हाला एकमेकांबरोबर राहण्याची इतकी तीव्र आस होती की आमच्या दृष्टीने तो प्रेमविवाह होता. ठरवून केलेलं लग्न याबद्दल बोलताना मलाला हसून म्हणते, "अब्बा, मीसुद्धा ठरवून लग्न करेन. फक्त ते मी ठरवेन." तसं पाहिलं तर पेकईचा स्वभाव असाच होता. ती किशोरवयीन होती. अशा परिस्थितीत

आमच्या समाजातील एखाद्याची बायको गेल्यामुळे तो पुन्हा वधू शोधतो आहे - जसं माझ्या वडिलांनी केलं - अशी कुणकुण लागताच तिने घरी धाव घेऊन तिचं गुपित सांगितलं असतं. त्या म्हाताऱ्याशी तिचा निकाह लावून देण्याचा विचार तिच्या कुटुंबाच्या मनात येण्याआधी तिने पटकन कृती केली असती.

वयाच्या चोविसाव्या वर्षी मी तिच्याशी निकाह केला. स्वतःचं नेमकं वय तिला माहीत नाही. मुलगी जन्माला आली म्हणून कुणी तिची कागदपत्री नोंद केली नव्हती. आमच्या मते ती साधारण माझ्याएवढीच आहे. लग्नाआधी तीन वर्षं आमचा साखरपुडा झाला. तो माझ्यासाठी फार वाईट काळ होता. तिचा सन्मान जपला जावा म्हणून मी तिचा फोटोसुद्धा जवळ बाळगू शकत नव्हतो. आधी पदवी परीक्षा आणि मग पदव्युत्तर शिक्षणाच्या निमित्ताने मी कॉलेजात होतो. तिच्या विरहावर तोडगा म्हणून मी चक्क सलमा आगा या त्या वेळच्या आघाडीच्या सिनेतारका आणि गायिकेचा फोटो जवळ बाळगत होतो. तिच्यात आणि तूर पेकईत साम्य आहे असं मला वाटायचं. तूर पेकई कर्शतमध्ये माझी वाट पाहते आहे याचं स्वतःला स्मरण करून देण्यासाठी मी तो फोटो काढून न्याहाळत असे.

आमचे स्वभाव अगदी मिळतेजुळते होते. ज्या गोष्टींवर माझा ठाम विश्वास होता त्याच तिच्याही आवडीच्या होत्या. म्हणूनच, अगदी सुरुवातीला इतरांना मदत करणं, समाजोपयोगी कामं करणं आणि मुलींच्या शिक्षणासाठी झटणं या माझ्या कामात तिला कधी काही वावगं वाटलं नाही.

माझी बायको खूप खंबीर आणि हुशार आहे. मोठा गमतीदार स्वभाव आहे तिचा. पण समाजातील चौकटींमुळे ती अशिक्षित राहिली. तिच्या रूपाकडे पाहून मी प्रेमात पडलो असलो तरी तिचे हे गुण माझ्यासाठी वरदान ठरले. मलालाच्या जन्मानंतर मला माझ्या जीवनातील स्त्रियांचं मोल अधिक प्रकर्षाने जाणवलं. त्यांच्याप्रति मला वाटणाऱ्या प्रेमामुळे प्रसंगी एखादा पर्वतसुद्धा जागचा हलवता येईल इतकी ताकद माझ्यात एकवटली होती. पाण्याचं रासायनिक समीकरण हायड्रोजनचे दोन अणू आणि ऑक्सिजनचा एक अणू असे आहे. पाण्याचा सूक्ष्मात सूक्ष्म कण घेतला तरी त्याचं समीकरण बदलत नाही, मग ते पाणी महासागराचं असो की, एखाद्या पेल्यातलं. मी लोकांना सांगतो की, लिंग समानतेचं मूलभूत तत्त्व माझ्या स्वतःच्या कुटुंबात अमलात आणल्याने माझं वैयक्तिक जीवन आमूलाग्र बदललं, त्याने माझ्या बायकोचं जीवन बदललं, मुलीचं जीवन बदललं, माझ्या मुलांची आयुष्य बदलली. अगदी प्रामाणिकपणाने सांगायचं झालं तर, वृद्धत्वाकडे जाणाऱ्या माझ्या वडिलांचंही जीवन बदललं. पुढे २००७ मध्ये त्यांचा अंत झाला. परंतु, त्या आधीच आम्ही युसुफझाई कुटुंबीयांनी आमच्यापुरती पितृसत्ताक पद्धती स्वात नदीमध्ये बुडवून नष्ट केली होती. त्यामुळे आमच्या जीवनात निखळ आनंद पसरला.

# दुसरी संधी

मुलींबद्दलचं आपलं मत बदलण्यासाठी माझ्या वडिलांना एक छोटंसं कारण तेवढं हवं होतं. मुळात ते अतिशय चांगले आणि सच्चे होते. ते कारण त्यांना मलालाच्या निमित्ताने मिळालं. म्हणूनच मी मलालाला नेहमी म्हणतो, ''जानी, फार नशीबवान आहेस तू. अगदी जन्मापासून तुझ्यात इतरांना आकर्षून घेण्याचा गुणधर्म आहे.''

मलालाचा जन्म १२ जुलै १९९७ रोजी झाला. त्यानंतर दहा वर्षांनी माझे अब्बू गेले. मलालाच्या जन्माच्या वेळेस तूर पेकई आणि मी मिंगोरा या स्वातमधील सर्वांत मोठ्या शहरात राहत होतो.

तूर पेकई आणि मी वेगळ्याप्रकारे आयुष्य व्यतीत करत आहोत हे एव्हाना आमच्या कुटुंबीयांना समजलं होतं. प्रगती करू पाहणारं, स्वतःची मतं असलेलं एक उदारमतवादी जोडपं अशी आमची ओळख होऊ लागली होती. मिंगोरामध्ये एकटीने फिरण्याचं स्वातंत्र्य तूर पेकईला मिळू लागलं. आमच्या इतर कुटुंबीयांपैकी कुणीही तसं वागत नव्हतं. अर्थात, त्यावेळेस आम्हा दोघांवर पुष्कळ टीका झाली. यथावकाश माझ्या अब्बूंनी आणि त्यानंतर तूर पेकईच्या कुटुंबीयांनी आमच्या जीवनशैलीचा स्वीकार केला. तूर पेकईने एकटीने बाहेर पडावं म्हणून मी तिला का प्रोत्साहन देतो हे सुरुवातीला कोणालाही समजत नसे. हॉस्पिटल, डॉक्टर किंवा बाजारात ती कुणाही पुरुषाची सोबत न घेता जाऊ लागली. माझे मित्र घरी आल्यावर तिने बुरखा किंवा ओढणी ओढावी अशी मी कधीही अपेक्षा ठेवली नाही. आमच्या समाजात बुरख्याची प्रथा पाळावीच लागते. पण मी खंबीर राहिलो. पुढे मलाला मुलींच्या शिक्षणाच्या प्रसारार्थ पाकिस्तानभर फिरू लागली. तोपर्यंत आमच्या कुटुंबाने स्वीकारलेल्या नवीन वाटांमुळे आम्हाला फक्त कुटुंबीयांकडूनच नाही तर मित्र-मैत्रिणींकडूनही आदर मिळू लागला होता. अर्थात, हा प्रवास लगेच झाला नाही. समाजाच्या दडपणाने पुढे मी दबलो नाही याचा मला अभिमान आहे.

मलालाच्या जन्माच्या वेळेस स्वतःला बदलवण्याची माझी अखंड धडपड सुरू होती. पेकईने मला उत्तम साथ दिली. मलालाचा जन्म झाला तेव्हा माझ्या वडिलांनी कुठलाही समारंभ केला नाही याचा धक्का मला बसला. माझी स्वतःची आर्थिक परिस्थिती तेव्हा बिकट होती. तिच्या 'वोमा'साठी पैसे देण्यास माझ्या अब्बूंनी नकार दिला. बाळाच्या जन्मानंतर नातेवाइकांना मटणभाताची मेजवानी दिली जाते. माझ्या शिक्षकी पेशात आमची जेमतेम हातातोंडाची गाठ पडत होती. त्यामुळे मलालाचा जन्मोत्सव आम्ही करू शकलो नाही. माझ्या वडिलांच्या मते आमच्या त्या हिवाळी घराचा शाप पुन्हा एकदा प्रत्यक्षात उतरला होता. त्याच समस्या पुढच्या पिढीला ग्रासणार होत्या असं त्यांचं मत होतं. पण तीच मलाला भविष्यात त्यांच्याच

विचारांत लक्षणीय बदल घडवून आणणार होती. अगदी बाळ असतानाही मलालामध्ये दुसऱ्याला आकर्षून घेण्याची शक्ती होती. तिला कडेवर घेण्यासाठी शेजाऱ्यांमध्ये अहमहमिका लागे. तूर पेकई तिला घेऊन माहेरी कशंतला गेली की, मलालाची पणजी आणि आत्ये-मामे आज्या तूर पेकईच्या मांडीवर बसलेल्या मलालाकडे टक लावून पाहत. त्या म्हणत, "पेकई, ही मुलगी कोणीतरी खास आहे बघ!" "बोटांनी ही काय चाळे करते आहे? बहुतेक ही काहीतरी मोजते आहे." तिला उचलून घेण्यासाठी त्या सगळ्या आतुर असत.

माझे वडीलही याला अपवाद नव्हते. इतरांना आकर्षून घेण्याची मलालाची सूक्ष्म शक्ती त्यांच्यावरही प्रभाव टाकू लागली. माझ्या मते, अगदी बाळ असल्यापासून मलालाच्या व्यक्तिमत्त्वाचा हा प्रभावी आयाम सगळ्यांसमोर आला. मुलीकडे बघायचंही नसतं असा समज मनात घट्ट धरून वाढलेल्या पिढीला तिची ओढ टाळता येत नव्हती. सामाजिक रूढी-परंपरा आपल्याला बेड्यांत अडकवतात असं माझं मत आहे. त्या दास्यत्वाची आपल्याला सवय होते आणि तेच आपल्याला आवडू लागतं. ज्या दिवशी त्या बेड्या आपण तोडतो त्या दिवशी होणाऱ्या स्वातंत्र्याच्या जाणिवेने सुरुवातीला आपल्याला दचकायला होत असलं तरी मुक्तीची जाणीव झाल्यावर आपला आत्मा प्रसन्न होत अधिक खुलतो.

माझ्या वडिलांबाबत नेमकं हेच घडून आलं. आम्ही वरचेवर त्यांना भेटायला जात असू. आधी तूर पेकई आणि मी, मग तूर पेकई, मलाला आणि मी. खुशालच्या जन्मानंतर आम्ही चौघं आणि शेवटीशेवटी अटलला घेऊन आम्ही पाच जण. अजूनही बरकनामध्ये राहणाऱ्या माझ्या वडिलांना आणि दुसऱ्या आईला भेटायला आम्ही आवर्जून जात असू. ईदच्या निमित्ताने सर्वांना सुट्टी असे. सगळ्यांसाठी भेटवस्तू घेऊन, सणासुदीला छान कपडे घेऊन आम्ही तिथे जात असू. तिथे पोहोचताच मलाला आणि तूर पेकईचा ताबा इतर बायका घेत. माझ्या आणि मुलांसमोर तऱ्हेतऱ्हेचे पदार्थ येत. माझ्या आठवणीत होतं तसंच तेव्हाही ही कामं फक्त स्त्रिया करत. पुढे जेव्हा अब्बू आणि खाईस्ता बिबी (सुरुवातीपासून मी माझ्या दुसऱ्या आईला याच नावाने हाक मारत आलो) आम्हाला भेटायला मिंगोरा इथे आले तेव्हा त्यांच्यातील बदल मला खऱ्या अर्थाने दिसून आला. हे माझं घर होतं त्यामुळे इथे माझे नियम चालणार होते. त्यांनी कशालाही आक्षेप घेतला नाही. आम्ही सगळे एकत्र बसतो, बोलतो, खातो, फिरायला जातो; एकमेकांबरोबर आम्ही मनापासून आनंदाने राहतो हे सर्व स्वतःच्या डोळ्यांनी पाहिल्यावर त्यांना त्यातील सुख जाणवलं असावं असा माझा दृढ विश्वास आहे. एकमेकांवरील प्रेम व्यक्त करण्याचे फायदे त्यांच्या लक्षात आले असावेत. त्यायोगे मिळणारं सौख्य त्यांनाही हवंहवंसं वाटलं असावं. आजही कित्येक पुरुष स्त्रियांना कमी लेखतात. मला त्यांना

विचारावंसं वाटतं की, "तुम्ही जर या स्त्रियांना बरोबरीने वागवलं तर तुमच्या मनात आणि आयुष्यात किती आनंद निर्माण होईल, तुम्हाला किती सुख लाभेल याचा विचार तुम्ही कधी केला आहे का?"

तोवर माझ्या वडिलांनी कधीही स्त्रियांबरोबर एका टेबलावर बसून एकत्र जेवण केलं नव्हतं. पण, आम्ही स्वातमध्ये युसफझाई आता एकत्र जेवत होतो. त्यांना त्रास होऊ नये म्हणून तूर पेकई माशाचे काटे काढून त्यांना देत असे. तिच्या आस्थापूर्ण वागणुकीमुळे त्यांच्या मनात तिच्याबद्दल कृतज्ञता निर्माण होऊ लागली. "मी तुझ्यासाठी प्रार्थना करेन," असं ते आपणहून तिला म्हणत. मिंगोरामध्ये असताना मी राजकीयदृष्ट्या अधिक सक्रिय झालो. कित्येक वेळा मी जेवायला घरी नसायचो. तरीही माझे वडील घरातील स्त्रियांशी आपणहून संवाद साधत. त्यांच्याबरोबर जेवत.

मलाला हळूहळू मोठी होऊ लागली. पहिल्यापासून तिचं व्यक्तिमत्त्व सर्वांमध्ये खुलून दिसत होतं. ती धीट, चुणचुणीत आणि स्पष्टवक्ती होती. शाळेतील तिची प्रगती वाखाणण्याजोगी होती. त्यामुळे माझे अब्बू फार आनंदात असत. त्यांची छोटुशी नात प्रत्येक विषयांत पुढे होती. मग ते इस्लामचं शिक्षण असो की पवित्र कुराण. त्यांनी तिच्यावर गाणं रचलं होतं, 'पहा ही मलाला आमची, मैवान्दच्या मलालाईसारखी, जगातील सगळ्यात आनंदी मुलगी, पहा ही मलाला आमची.'

मलालाची गुणवैशिष्ट्यं त्यांच्याही लक्षात आली होती. आम्ही तिचा किती सन्मान करतो, तिच्या बोलण्याचा कसा आदर करतो हे ते पाहत होते. मुलीदेखील मुलांप्रमाणेच सक्षम आणि पात्र आहेत हे आता त्यांचं त्यांना उमगलं होतं.

शाळेतील वक्तृत्व स्पर्धेत मलाला दुसरी आली तर ते विचारत, "इतकी हुशार मुलगी पहिली का नाही आली?" पाच मुली पदरी असलेल्या त्या पित्याला मुलींकडून काही अपेक्षा ठेवायची असते हेच माहीत नव्हतं. मलालाकडून अपेक्षा ठेवणं, काही इच्छा करणं त्यांच्यासाठी सर्वस्वी नवीन होतं. त्यांनी तिच्यावर जिवापाड प्रेम केलं, तिला भरभरून माया आणि ममता दिली. तिनेही आपल्या प्रेमाने त्यांना जिंकून घेतलं. आयुष्याच्या शेवटच्या टप्प्यावर माझ्या अब्बूंनी या नवीन चांगुलपणाचा आनंद भरभरून लुटला. ते मिंगोऱ्याला आले की, आम्ही सगळे आवर्जून स्वात नदीच्या किनारी सहलीला जात असू. मी पाहिलेल्या नद्यांपैकी ही सर्वाधिक सुंदर नदी आहे. शहराच्या वरच्या अंगाला उगम पावून ती खळाळत खालच्या दिशेने झेपावते. तिचं पाणी नितळ आहे. ती वाहत असताना पांढऱ्या निळ्या छटा तिच्यातून परावर्तित होत असतात. नजीकच्या हिंद कुश पर्वताची शिखरं आभाळात अदृश्य होतात. नदीच्या दुतर्फा हिरवीगार शेतं, उंच वाढलेले वृक्ष, रानफुलांच्या रांगा आणि दुसऱ्या शतकातील बौद्ध मठांच्या खुणा मिरवणारी प्राचीन दगडी शिल्पं... कोणे एकेकाळी बौद्धांचं वास्तव्य या भागात होतं. आजही

मी डोळे मिटायचाच काय तो अवकाश पुढच्याच क्षणी तो नदीकाठ, तिथे मुक्तपणे बागडणारे आम्ही आणि भरभरून उपभोगलेला आनंद माझ्या नजरेसमोर येतो. आजूबाजूच्या शेतांतून लावलेल्या भाताचा घमघमाट मला जाणवू लागतो.

आमच्यासारखी अनेक कुटुंबं आठवड्याच्या शेवटी त्या नदीकाठी सहलीला येत. आमच्या घरापासून जेमतेम दोन मैलांवर हे ठिकाण असलं तरी घरातील तीन पिढ्या लक्षात घेता तिथे चालत जाणं आम्हाला शक्य नसे. अशावेळेस एखादी छोटी बस किंवा रिक्षा करून आम्ही नदीकाठी जात असू. चिकन, मासे आणि भाताने भरलेले डबे आम्ही घरून घेऊन जात असू. तिथे गेल्यावर अम्मी-अब्बू आणि आम्ही पाच असे सर्व पलीकडच्या काठावर जात असू. त्या भागात गवत अधिक हिरवं आणि मुलायम असे. तिथे जाताच नदीच्या पात्रात मस्ती करणं किंवा बॉल खेळणं हा मुलांचा आणि मलालाचा उद्योग असे. अब्बू आमच्या बाजूला गवतावर बसत. कधी चटई अंथरून तर कधी चटईशिवाय ते नमाज पढत. ऊन उतरून सूर्य पर्वतांआड जाईपर्यंत कित्येक तास आम्ही तिथेच थांबत असू. आभाळात किरमिजी रंगाची उधळण होई. फार विलक्षण देखावा असे तो. या पृथ्वीतलावरील सर्वाधिक नशीबवान जीव मीच आहे असं मला त्यावेळेस ठासून वाटे. पृथ्वीच्या या निसर्गसंपन्न भागात आमचं वास्तव्य होतं. एकमेकांवर आम्ही जिवापाड प्रेम करत होतो. निसर्गाकडूनही आम्हाला सौंदर्य आणि माया मिळत होती. अजून काय हवं होतं आम्हाला? कित्येकदा नदीकाठी उभं राहिल्यावर त्या असीम सौंदर्यानुभूतीमुळे माझ्या डोळ्यांत पाणी तरळे. दोन्ही हात पसरून मी मोठ्याने म्हणे, 'अहाहा! किती सुंदर आहे हे जग!' पण अर्थात हे सुख तालिबान्यांनी पाकिस्तानात प्रवेश करण्यापूर्वी. पुढे २००७मध्ये ते अधिक आक्रमक झाले. आमच्या या सुंदर भूमीला बट्टा लावण्याचा आणि तिला नष्ट करण्याचा चंग त्यांनी बांधला होता. त्याच दरम्यान अब्बूंचा मृत्यू झाला.

स्वात नदीच्या त्या किनाऱ्यावर आमच्यातील सर्व भेदाभेद नष्ट झाले होते. तसंही मिंगोऱ्याला येऊन माझ्या सामाजिक, सांस्कृतिक आणि बौद्धिक पातळीत पुष्कळ वाढ झाली होती. आजही, मिंगोरा या शब्दासरशी मला आठवते ती समानता आणि आमच्या साऱ्यांचं एकत्र असणं. मुलींमध्ये काय शक्ती असते याची जाणीव माझ्या अब्बूंना करून देणारी सर्वांत पहिली स्त्री म्हणजे मलाला. तिच्या वाढीच्या वयात ते साक्षीदार होते. मला वाटतं तेव्हाच त्यांच्या लक्षात आलं असावं की, मुलींना पाठिंबा देण्याचे अनेक लाभ होते. त्यांचा प्रवास म्हणूनच तर नव्याने होऊ शकला. मी माझ्या मुलीसाठी स्वप्नं पाहत आहे हे माझ्या अब्बूंनी पाहिलं. तेही तीच स्वप्नं पाहू लागले. त्यांच्या आयुष्याच्या शेवटी शेवटी आम्ही दोघंही तिच्यासाठी एकत्रित स्वप्नं पाहू लागलो होतो.

# पुत्र

## पतंग उडवणारे

लहानपणी खुशाल आणि अटल मिंगोरामध्ये आमच्या भाड्याच्या घराच्या छतावरून पतंग उडवायचे. त्यांच्या जोडीने अनेक मुलांचा छतावर गोंधळ चाले. धावपळ, आरडाओरड, आपापले पतंग आकाशात उंच उडवायची स्पर्धा; भरारणाऱ्या वाऱ्यासोबत झेपावणाऱ्या रंगीबेरंगी पतंगामुळे आमच्या डोक्यावरचं आकाश खुलून दिसायचं. पार्श्वभूमीवर असणाऱ्या पर्वतरांगा देखणेपणात आणखी भर घालायच्या.

पाकिस्तान, अफगाणिस्तान आणि भारतात पतंगाचा खेळ मुलांमध्ये लोकप्रिय आहे. त्यातून त्यांच्या मैत्रीचे बंध घट्ट होतात. निकोप चढाओढीचं बाळकडू त्यांना मिळतं. मलालाच्या भावांमधील प्रेम पतंग उडवण्यातून दृढ होत गेलं. आज मी अशा देशात आलो आहे जिथे पतंग उडवणं हा राष्ट्रीय खेळ मानला जात नाही. पूर्वी पतंग उडवताना मुलांच्या मनात उमटणाऱ्या मुक्ततेची भावना आज मला प्रकर्षाने लक्षात येत आहे. अस्ताला जाणारा सूर्य, पतंग उंच उडवणारा वारा, इमारतींच्या छतांवरून हिरिरीने पतंग उडवणारी मुलं; प्रत्येकाच्या मनात आपल्या पतंगाला अधिकाधिक उंचीवर नेण्याची ईर्ष्या असे. वाऱ्याचा जोर आणि पतंगाची उंची या व्यतिरिक्त त्या मुलांच्या मनात त्या क्षणी कुठलेही भाव नसत.

सहसा पतंग उडवणं जोडीने चाले. मांजाची असारी सरसर फिरवायला तयार हातांची गरज असे. बरेचदा, अटल खुशालचा पतंग हातात धरून उभा राही. त्यानंतर खुशाल त्याच्यापासून शक्य तितका मागे सरके. त्याच्याकडून इशारा होताच अटल सर्व शक्तीनिशी पतंग दोन्ही हातांनी उंच भिरकावे. तत्क्षणी, खुशाल हातातील मांज्याला ओढ देत त्याच्या दिशेने धाव घेई. अशाप्रकारे त्या दोघांतील अंतर कमी झालं की, पतंग झेपावण्याच्या दृष्टीने योग्य वातावरण तयार होई.

पतंगांची काटाकाटी हा त्या दोघांच्या दृष्टीने सर्वांत आवडता भाग होता.

शेजारपाजारचे पतंग काटणं हा त्यांचाच नाहीतर प्रत्येक मुलाचा छंद होता. त्याकरता सर्व जोडीने काम करत. धारदार मांजाने दुसऱ्याचा भरारी घेणारा पतंग अचूकपणे कापणं आणि त्यानंतर तो पतंग जिथे कुठे भिरभिरत जाऊन पडेल तिथे धाव घेऊन त्याच्यावर हक्क प्रस्थापित करणं यासारखा आनंद त्या वयात दुसरा कुठला असणार!

इथे युरोपमध्ये पतंगांचा मांजा साधा, सुती असतो. तिकडे घरी मात्र काचेच्या बाटलीच्या जाड बुडाचा कूट करून त्यातून मांजा बुडवून त्या मांज्याला एका प्रकारे धारदार बनवलं जातं. पाकिस्तानमध्ये पतंग छाटाछाटीच्या स्पर्धा भरवल्या जात. परंतु, अशा मांज्यांमुळे वरचेवर अपघात होऊ लागले, लोकांचे प्राण जाऊ लागले त्यामुळे या स्पर्धांवर आता पाकिस्तानात बंदी आहे.

पतंग उडवणं हा मुलांसाठी एक निरागस खेळ होता. त्यातली चढाओढ मात्र चुरशीची असे. माझ्या लहानपणी मी फारसा पतंग उडवला नव्हता. त्यामुळे या चुरशीची मला कल्पना नव्हती. खुशाल त्यात मुरलेला होता. त्याला जात्याच पतंग उडवण्याची आवड होती. घराच्या छतावर पतंग उडवण्यात तहान-भूक विसरून तो तासन्तास रमे. आपला पतंग इतर पतंगांहून उंचावर नेणं आणि इतरांचे पतंग कापण्याचा प्रयत्न करणं हे त्याचे आवडते छंद होते. सतत उन्हात राहिल्याने त्याचा वर्ण रापला होता. अशाने त्याची त्वचा शुष्क होईल अशी भीती तूर पेकईला वाटे. परंतु प्रकृतीचं निमित्त अथवा शाळेच्या अभ्यासाचं कारण मुलांना गच्चीवरून घरात आणू शकत नसे.

दुसऱ्या मुलाचा पतंग छाटून तो हातात मिळाला की, त्यांच्या आनंदाला उधाण येई. अशा वेळेस मिंगोराच्या लहानसहान गल्ल्यांमधून धावत, तो पतंग एखाद्या चषकासारखा मिरवत ते दोघं खिदळत घरात येत. त्यांचा आनंद अवर्णनीय असे.

मलालाची स्पर्धा शाळेत अव्वल क्रमांक पटकवण्यासाठी असे, तर मुलांची स्पर्धा पतंगावर हक्क प्राप्त करण्यासाठी असे.

मिंगोरामध्ये मुलं माझ्याइतकीच आनंदात होती. माझं सुरुवातीचं आयुष्य स्वात खोऱ्यात गेलं. तिथल्या निसर्गसौंदर्याने मला भरभरून जगण्याची दृष्टी दिली. वाढत्या वयात मी स्वतःला घडवू शकलो. सुरुवातीला स्पाल बन्दाई या ठिकाणी आणि तूर पेकईशी लग्न झाल्यानंतर मिंगोरामध्ये मला स्नेही गवसले. त्यांच्याशी मी राजकारणावर मोकळेपणाने चर्चा करू शकत असे. त्या दरम्यान माझं काव्यलेखन सुरू झालं.

तूर पेकईला दिवस गेले. तो नितांतसुंदर असा काळ होता. आमच्या एकमेकांवरील प्रेमाला नव्याने आकार मिळणार होता. आम्हाला अंतर्बाह्य सुख जाणवत होतं.

माझ्या मते, प्रत्येक कुटुंब ही अघोषित, अनौपचारिक संस्था असते. म्हणूनच,

प्रत्येक कुटुंबाची मूल्यं वैशिष्ट्यपूर्ण आणि स्वतंत्र असतात. भिंतींवर अडकवलेल्या तक्त्यांवर मांडलेल्या ठळक मुद्द्यांसारखी ही मूल्यं नक्कीच नसतात. ती कधी बोलून दाखवली जातात तर कधी कृतीतून समजावली जातात. आपली मुलं मूल्यांचा हा वारसा अंगीकारतील, जोपासतील आणि पुढे नेतील अशी खात्री किंवा इच्छा प्रत्येक पालकाला असते.

एक मुलगी आणि दोन मुलगे; मी पिता झालो. माझ्या तिन्ही मुलांना घरात समानतेच्या वातावरणात वाढवेन हे मी निश्चित केलं होतं. 'सर्व स्त्रिया आणि पुरुष समान आहेत, सर्वांना बोलण्याचं स्वातंत्र्य आहे,' असं काही आमच्या घराच्या भिंतींवर लिहिलेलं नव्हतं. परंतु, आम्हा सर्वांच्या वागणुकीतून ते सहज दिसून येत होतं.

माझ्या मुलांचा जन्म झाल्यावर माझ्या इतर नातेवाइकांनी आणि समाजाने त्याला उत्सवाचं रूप दिलं. मलालाला जन्मतः हे भाग्य वाट्याला आलं नाही. पण मी मात्र त्या तिघांनाही एक समान वागणूक देणार होतो.

माझ्या कुटुंबामध्ये लिंगभेद मानला जाणार नव्हता. तसा माझा निश्चय होता.

वैचारिक स्वातंत्र्य महत्त्वाचं आहे हा माझा विश्वास होता. या विचाराची रुजवण मी माझ्या कुटुंबात करणार होतो. आपल्या तिन्ही मुलांच्या डोक्यातील विचार आणि मनातील खळबळ जाणून घेत त्यांना समजून घेण्याची वृत्ती मी अंगी बाणवणार होतो. माझ्या वडिलांनी माझ्यावर कधी काही लादलं नव्हतं. तोच परिपाठ मी सुरू ठेवणार होतो.

एक प्रश्न मला सतत भेडसावत होता. माझ्या घरात मी माझ्या मुलांना जरी समानतेचं बाळकडू देणार होतो तरी ज्या समाजात ते वावरणार होते त्या समाजावरील पुरुषप्रधान संस्कृतीचा पगडा त्यांच्यावर पडू नये यासाठी मी काय करू शकणार होतो? जुन्या चालीरीती त्यांनी नकळत अंगीकारू नये यासाठी त्यांना कसं घडवणार होतो?

मी माझ्या वागण्याबोलण्यातून हे धडे देणार होतो. मी एखादी गोष्ट एखाद्या विशिष्ट पद्धतीने करतो आहे हे त्यांच्या अंगवळणी पडू शकलं असतं. आपली अम्मी एकटी बाजारात जाते, माझ्या शब्दाइतकीच तिच्याही शब्दाला किंमत आहे, या घरासाठी ती राबते म्हणून नाही तर ती एक स्वतंत्र व्यक्ती आहे हे जाणून मी तिचा सन्मान राखत तिच्यावर प्रेम करतो, मलालाला मी कोणत्याही बंधनात जखडत नाही; अशा विविध कृतींमुळे त्यांना सहजपणे या वाटेने जायचं सामर्थ्य आणि दृष्टी प्राप्त होणार होती.

आपण आपल्या मुलांना जन्मापासून अनेक गोष्टी शिकवतो. त्यातून ते नक्कीच शिकतात. पण त्याहून अधिक ते अनुकरणाने शिकतात हे निर्विवाद सत्य आहे.

म्हणूनच, माझ्या मुलांसाठी माझं आणि तूर पेकईचं वागणं आदर्शवत असायला हवं होतं. मी त्यांच्या अम्मीला आणि बहिणीला समानतेने आणि आदराने वागवतो आहे हे खुशाल आणि अटलला दिसलं असतं तरच त्यांनी इतर स्त्रियांना सन्मानपूर्वक वागणूक दिली असती. सामाजिक बदल घडवून आणायचा असेल तर त्याची सुरुवात स्वतःच्या घरापासून किंबहुना आधी स्वतःपासून करावी लागते.

बेबंदपणे पतंग उडवावेत एवढीच इच्छा असलेल्या माझ्या मुलांना मी कितीही कळवळून सांगितलं असतं की, "आपण सगळी माणसं आहोत. आपल्यात फरक नाही. कुणी लहानमोठं नाही. सगळे समान आहेत," तर मला खात्री आहे की, त्याचा परिणाम शून्य झाला असता.

म्हणूनच, मलालाला समानतेने वागवावं असं त्यांना शब्दांनी न सांगता मी कृतीने दर्शवलं. ज्या गोष्टींवर माझा विश्वास होता त्या मी करत राहिलो. ही सुरुवात सर्वोत्तम होती. मी स्वतःला बजावलं, "झियाउद्दीन, मुलांना उगाच लेक्चर झाडू नकोस. आपलं आयुष्य नेहमीप्रमाणे जग. त्यात प्रेम ओत, सगळ्यांवर खूप प्रेम कर."

प्रेम म्हणजे तरी काय असतं? प्रेम म्हणजे स्वातंत्र्य. प्रेम म्हणजे आदर. प्रेम म्हणजे समानता. प्रेम म्हणजे न्याय. 'तेव्हा', मी स्वतःला समजावलं, 'आपल्या बायकोवर प्रेम कर, तिच्याकडून भरभरून प्रेम मिळव; तू इतकंच कर. ते पाहून तुझी मुलं आपसूक सारं काही शिकतील.' तालिबान्यांनी आमच्या खोऱ्यावर आक्रमण केलं. आमच्या जगात तिरस्कार, द्वेष आणि भीतीचं वातावरण निर्माण केलं; मी मात्र प्रेम करत राहिलो.

## चोरीला गेलेला चषक

मलालाचा जन्म १९९७चा. खुशाल २०००मध्ये आणि अटल २००४मध्ये जन्माला आले. सुमारे दहा वर्षे मी भरभरून कौटुंबिक सौख्य अनुभवलं. एकमेकांच्या सहवासात आम्ही आनंदात जगत होतो. स्वात नदीच्या किनारी आम्ही कित्येकदा सहलीला जात असू. माझे वडील बरोबर असत. हास्यविनोद, गप्पा, खाणंपिणं यात आमचा वेळ जाई. तूर पेकई सगळ्यांच्या नकला करून आम्हाला खळखळून हसवे. लहानपणापासून ती उत्तम नकलाकार होती. तेव्हाही कर्शत या तिच्या गावात तिच्या इतकी खेळकर आणि मनमिळावू मुलगी पाहायला मिळाली नसती. तिच्या जिभेला धार होती. तिला विनोदाचं उत्तम अंग होतं. ती बोलायला घाबरत नसे. माझ्या अगदी विरुद्ध तिचे स्वभावगुण होते. तूर पेकईच्या नजरेतून दिसणारं जीवन मला कविमनामुळे वेगळं भासत असावं. माझा कवितांचा छंद मी तेव्हाही जोपासला होता.

मी खुशालची शाळा सुरू केली होती. माझा जम बऱ्यापैकी बसला होता.

माझ्या शाळेत मलालासारख्या कित्येक मुली होत्या. त्यांना स्वतःवर विश्वास ठेवायला प्रेरित करण्याचा माझा मानस होता. या वर्गातून त्या वर्गात जात मुलांशी चर्चा करणं, त्यांना कविता शिकवणं, त्यांच्या समस्या ऐकून घेणं, त्यांच्या जीवनशैलीबद्दल जाणून घेणं, त्यांच्या घरातून त्यांना पाठिंबा मिळतो आहे की नाही हे समजून घेणं हा माझा नित्यकर्माचा भाग होता. अनेक संस्थांवर माझी नेमणूक झालेली होती. अनेक राजकीय पक्षांमध्ये माझी ऊठबस होती. मी सामाजिक घडामोडींत सक्रिय होतो. एकंदरीत आयुष्य छान सुरू होतं.

खुशाल आणि अटल सुरुवातीपासून मलालापेक्षा वेगळे होते. ती पहिल्यापासून अभ्यासू वृत्तीची होती. अगदी लहान असताना हातात पुस्तक पकडून ती या वर्गातून त्या वर्गात धावत असे. थोडी मोठी झाल्यावर तिला स्वतःची पुस्तकं आणि स्वतःच्या मैत्रिणी मिळाल्या.

प्रत्येक पारितोषिक मिळवण्याचा तिला ध्यास असे. त्यामुळे ती सातत्याने कठोर परिश्रम घेई. पाकिस्तानातील शैक्षणिक पद्धत लक्षात घेतली तर अगदी लहानपणापासून मुलांना स्पर्धेचं बाळकडू मिळतं. पण प्रत्येक वेळेस ही स्पर्धा निकोप असेल असं नाही. माझ्या लहानपणी अशीच परिस्थिती होती. तेव्हा मला जाणवणारा ताण मी आजही विसरलेलो नाही.

म्हणूनच, माझ्या मुलांनी सर्वोत्तम असावं असा भार मी त्यांच्यावर लादला नाही. अर्थात, ते पहिले आले असते तर मला आनंदच झाला असता. पण त्यासाठी मी त्यांच्यावर कोणताही ताण येऊ दिला नाही. त्यांनी मनापासून परिश्रम करावेत इतकंच माझं सांगणं असे. मी त्यांना म्हणे, "तुम्ही शंभर टक्के प्रयत्न करणं महत्त्वाचं आहे. त्यानंतर तुमचा पहिला, दुसरा, तिसरा असा कुठलाही क्रमांक आला तरी त्याने काही फरक पडणार नाही."

माझी तिन्ही मुलं माझ्या स्वतःच्या शाळेत शिकली. त्यांच्या यशापयशाचा मी प्रत्यक्ष साक्षीदार होतो. मलालाला फारसं अपयश कधी मिळालं नाही. तिने भाग घेतलेल्या प्रत्येक गोष्टीत ती सहसा पहिली किंवा दुसरी यायची. तिची वह्यापुस्तकं, परीक्षेचे पेपर किंवा इतर कुठलीही गोष्ट अतिशय नीटनेटकी असायची. प्रत्येक गोष्टीची तिच्याकडे नोंद असायची. तिच्या दृष्टीने टाकाऊ काहीही नसायचं. सगळं नीट जपण्याची ही सवय तिने माझ्या वडिलांकडून उचलली होती.

मुलांची गोष्ट मात्र वेगळी होती. एकदा शाळेच्या बक्षीस वितरण समारंभात दुसऱ्या एका मुलाला पारितोषिक मिळालं. ते आपल्यालाच मिळणार अशी अटलची खात्री होती. त्याचा हिरमोड झाला. त्याच्या डोळ्यांतून घळाघळा अश्रू वाहू लागले. त्या दिवशी वर्गात तो इतका नाउमेद होऊन बसला होता की, त्याला मी समजवावं हे सांगायला त्याचे शिक्षक मला येऊन भेटले.

मलालाइतके उत्तम गुण त्या दोघांनी मिळवले नाहीत. परंतु, माझ्या दृष्टीने ते जे कोणी होते ते उत्तम होते हे त्यांनीही जाणून घ्यावं असा माझा प्रयत्न होता. मी शाळेत असताना तोतरं बोलत असे. आमची आर्थिक परिस्थिती खालावलेली होती. वर्गातील इतर श्रीमंत मुलांची बाजू घेत शिक्षक नेहमी माझी खिल्ली उडवायचे. आपण प्रत्येक गोष्टीसाठी अपात्र आहोत असा एक न्यूनगंड माझ्या मनात त्या काळात दृढ झाला होता. ती वेळ माझ्या मुलांवर कधीही येऊ नये यावर माझा कटाक्ष होता. अर्थात, त्याही वेळेस शिक्षणाला माझ्या मनात सर्वोच्च स्थान होतं. शिक्षणाची आवड असल्यामुळे मी सातत्याने आणि परिश्रमपूर्वक स्वतःला घडवलं होतं. माझ्या कृतींतून शिक्षकांचं लक्ष वेधून घेतलं होतं. शिक्षण माझ्या मदतीला धावून आलं होतं.

खरं सांगायचं तर मुलांना मात्र या कशातही स्वारस्य नव्हतं. मैदानावर क्रिकेट खेळणं किंवा छतावर पतंग उडवणं या पलीकडे त्यांचं कुठेही, विशेषतः अभ्यासात लक्ष नव्हतं.

लहानपणी खुशालच्या प्रकृतीच्या अनेक तक्रारी होत्या. त्यामुळे तूर पेकईचा बराचसा वेळ त्याच्याकडे लक्ष देण्यात जायचा. त्यादरम्यान मलालाचे गुण प्रकर्षाने आमच्या लक्षात येऊ लागले होते. अटल जन्मतः आनंदी आणि खेळकर होता. आजही तो तसाच आहे.

खुशाल आज अठरा वर्षांचा आहे. त्याचं-माझं नातं आता अधिक खुललं आहे. पूर्वी आम्ही मनाने इतके जवळ नव्हतो. त्याला समजून घेणं मला जमत नव्हतं.

त्याच्या लहानपणी माझ्या किंवा तूर पेकईच्या त्याच्याबद्दल अनेक तक्रारी असत. टीव्ही बघणं, कॉम्प्युटर गेम खेळणं, तहान-भूक विसरून तासन्तास छतावर पतंग उडवत राहणं, पुस्तक वाचनाकडे पूर्णपणे दुर्लक्ष करणं अशा त्याच्या अनेक कृतींमुळे स्वाभाविकतः मी त्याला रागावून बोलत असे.

असंच एकदा शाळा सुटल्यावर तो घरी गेला. पाकिस्तानात शाळा लवकर सुटतात. इथे यूकेमध्ये मात्र शाळा खूप उशिरा सुटतात. त्याचं मुलांना फार वाईट वाटतं. तर, त्या दिवशी शाळा सुटल्यावर खुशाल घरी गेला. तो काय करतो आहे हे पाहायला थोड्या वेळाने तूर पेकई त्याच्या खोलीत गेली. तो सोफ्यावर बसला होता. त्याच्या आजूबाजूला पुस्तकं पसरली होती. त्याच्या हातातही एक पुस्तक होतं. हे फारंच मोठं आश्चर्य होतं. उत्तेजित होत तूर पेकई म्हणाली, ''खुशाल! तू चक्क पुस्तक वाचतो आहेस?'' तिच्या स्वरातील आश्चर्य लपत नव्हतं.

त्यावर तो शांतपणे म्हणाला, ''नाही, मी प्रत्यक्षात पुस्तक वाचत नसून, मी वाचन करावं हे माझ्या अब्बांचं स्वप्न पूर्ण करतो आहे.'' मी शाळेतून घरी आल्यावर तूर पेकईने हा किस्सा मला ऐकवला. मला खूप हसू आलं. खुशालने चतुराई

दाखवली होती. परंतु, त्याच्या उत्तरामुळे मला एक गोष्ट जाणवली. ती म्हणजे, पालकांची स्वप्नं पूर्ण करण्याचं ओझं मुलांना वाटू शकतं. मी स्वतः माझ्या वडिलांच्या स्वप्नाच्या ओझ्याखाली कित्येक काळ वावरलो होतो. मी डॉक्टर व्हावं हे त्यांचं स्वप्न पूर्णत्वाला नेण्याच्या नादात मी माझं शालेय जीवन सहजतेने जगू शकलो नव्हतो. असं असूनही खुशालबाबत पुन्हा मी तीच चूक करत होतो.

मलाला आपणहून अभ्यास करे. पण खुशाल आणि अटलचा अभ्यास घ्यायला मला बसावं लागे. भाषणं देण्यात अटल अव्वल होता. लवकरच तो वादविवाद स्पर्धा गाजवू लागला. त्याच्यात उपजत वकिली गुण होते. खुशालला देखील उत्तम वक्ता व्हायची इच्छा होती.

एकदा खुशालला शाळेत एक चषक बक्षीस मिळाला. त्या वेळेस तूर पेकई मुलांना घेऊन शांग्ला इथे मुक्कामी होती. ही आनंदाची बातमी मी तिला फोनवर दिली. मनात आणलं तर खुशाल स्वतःचा अभ्यास स्वतः करू शकतो हे त्यावेळेस मला प्रकर्षाने जाणवलं.

परत आल्यावर शाळेत जाऊन खुशालने तो चषक ताब्यात घेतला. घरी येत असताना वाटेत कोणा अनोळखी मुलाने त्याच्या हातातून तो चषक ओढून घेत तिथून पोबारा केला. ढसाढसा रडत खुशाल घरी आला. नेमकं काय घडलं हे त्याच्याकडून काढून घेतल्यावर तूर पेकई रस्त्याकडे धावली. कितीही शोधलं तरी तिला तो मुलगा किंवा चषक सापडले नाहीत. निराश होऊन ती घरी आली. खुशालच्या दुःखाला पारावार उरला नाही.

हे मलालाच्या कानावर जाताच तिने स्वतःचा एक चषक काढून त्याच्या हातात देत म्हटलं, "थांब, यावर तुझं नाव टाकते."

तिने कितीही मनापासून हे केलं असलं तरी त्या चषकाने खुशालचं समाधान झालं नाही. त्याने कष्टाने मिळवलेला चषक त्याला परत हवा होता.

## आपणही मुलगा होतो हे विसरणारे वडील

२००७... स्वात खोऱ्यात तालिबान्यांनी हलकल्लोळ माजवला. डिसेंबर २०००च्या पूर्वार्धात मौलाना फजलुल्लाह या तालिबानी नेत्याने त्यांच्या 'मुल्लाह एफएम' या रेडिओ स्टेशनवरून घोषित केलं की, १५ जानेवारी २००९पासून कुठल्याही मुलीला शाळेत जाऊ दिलं जाणार नाही. हे ऐकताच शिक्षकांमध्ये भीतीचं वातावरण पसरलं.

या फतव्याने माझ्या मुलांच्या शिक्षणावर काही परिणाम होणार नव्हता. परंतु, मलाला आणि तिच्यासारख्या इतर मुलींचं काय? घरी राहून विवाह होण्याची वाट

बघणं इतकंच त्यांच्या हातात राहणार होतं का? बुरख्याआड आयुष्य काढत, नवऱ्याची सेवा करत राहणं हाच त्यांचा जीवनोद्देश असणार होता का?

माझ्यासारख्या पित्याला हे सहन होणं शक्य नव्हतं. आपल्या लेकीची शिक्षणाची तीव्र आवड मी जाणून होतो. स्वातंत्र्य आणि समता या तत्त्वावर मी मोठ्या प्रेमाने आजवर माझ्या कुटुंबाची जोपासना केली होती. प्रेम, परोपकार, इतरांची जाणीव ठेवणं, मदतीला तत्पर असणं, न्याय्य वागणूक आणि समानता अशी महत्त्वाची मूल्यं मी माझ्या कुटुंबात रुजवली होती. आणि तरीही, आज मला माझ्या बालपणात भोगलेल्या आयुष्याकडे परत जायला भाग पाडलं जात होतं.

मुलगा म्हणून माझ्या वाट्याला सन्मान आणि माझ्या भगिनींच्या वाट्याला दिवाभीताचं आयुष्य आलं होतं. तीच वेळ आज पुन्हा समोर दिसत होती. मलालाच्या जन्मापासून मी तिच्याशी घट्ट बांधला गेलो होतो. तिच्या शिक्षणावर तालिबानी गदा आणू पाहत आहेत हे कळताच माझा निश्चय अधिक दृढ झाला. पितृसत्ताक समाजात तिचा जन्म झाल्यामुळे मी तिच्याकडे आवर्जून लक्ष देत होतो. तसं लक्ष तिच्या भावांकडे देण्याची तितकीशी गरज नव्हती. कारण, समाजाचा कल मुळातच त्यांच्याकडे होता. मलालाच्या जन्मापासून मला स्त्रीजन्माबद्दल असलेल्या पूर्वग्रहांचा सामना करावा लागत होता. तिच्या जन्मानंतर 'वोमा' हा समारंभ साजरा करण्याची आमची ऐपत नव्हती. खुशाल आणि अटलच्या जन्मानंतर आम्ही तो साजरा करण्याइतके स्थिरावलो होतो. 'पण, जो हक्क मुलीला नाही तो मुलाला का?' असं म्हणून मी तो समारंभ साजरा केला नव्हता. मलाला ज्या जुन्या पाळण्यात झोपली होती त्याच पाळण्यात मी त्यांना जोजवलं. आमच्या समाजातील असमतोल माझ्या मनात इतका घर करून बसला होता की, मला शक्य असेल तिथे मी त्यात बदल घडवून आणत होतो. आज मात्र माझ्या मनात विचार येतो, 'मी माझ्या मुलांचा वोमा का नाही साजरा केला? जसा मलालाचा जन्म साजरा करण्यासारखा होता तसा त्यांचाही तर होता!' माझ्या आजूबाजूला असलेली असमानता हा माझ्या मुलांचा दोष नव्हता. त्यांच्याही काही गरजा असतात हे मी कसं लक्षात घेतलं नाही?

कदाचित, आज मलालाला एवढं यश मिळत असल्यामुळे हा विचार माझ्या मनात येत असावा. मला असं वाटतं की, मुलींना सशक्त करायचं असलं तरी त्यासाठी मुलांकडे दुर्लक्ष करणं किंवा त्यांना कमकुवत करणं अयोग्य आहे. आत्मविश्वासाने प्रेरित अशा कुटुंबाचं प्रेम लाभलेली, आई-बहिणीचा त्याचप्रमाणे वर्गातील मुलींचा सन्मान जपण्याची शिकवण मिळालेली मुलं मोठेपणी उत्तमरीत्या जीवन जगू शकतात. त्यांच्या माध्यमातून बदल घडवून आणला जाऊ शकतो. खुशाल आणि अटल त्यांच्या लहानपणी समाजातील मुली आणि स्त्रियांकडे कोणत्या नजरेने पाहत होते यावर त्यांचा मोठेपणीचा स्त्रीकडे पाहण्याचा दृष्टिकोन

अवलंबून होता.

अशात तालिबान्यांनी आमच्यावर आक्रमण केल्यावर माझा संपूर्ण वेळ आमच्या हक्कांची जोपासना करण्यात जाऊ लागला. मुलींसाठी मोठ्या कष्टाने जे काही लहानसहान आम्ही साध्य केलं होतं ते जपण्याच्या आटोकाट प्रयत्नापुढे मला इतर कशाचं फारसं भान राहिलं नाही.

तालिबानी अतिशय सामर्थ्यशाली होते. स्त्रिया आणि मुलींच्या शिक्षणासंदर्भात त्यांनी काढलेले फतवे तिरस्काराने ओतप्रोत भरलेले होते. त्यातून स्त्रिया आणि मुलींचं अतोनात नुकसान होणार होतं. स्त्रियांच्या हक्कांसाठी मी खंबीरपणे पाय रोवले. त्यामुळे मलाला आणि माझ्यातील नात्याचे बंध अधिक घट्ट झाले. आता आम्हा दोघांचं एकच ध्येय होतं.

हळूहळू नकळत आम्ही एकाच मोहिमेचे खंदे समर्थक झालो. त्यामध्ये माझ्या मुलांचा फारसा सहभाग नव्हता. या मोहिमेनिमित्त तूर पेकईने आम्हाला सक्रिय पाठिंबा दिला, मात्र पडद्याआडून. समाजरचना लक्षात घेता ती उघडपणे पुढे येऊ शकत नव्हती. पण तिचा शांतपणा, धोरणीपणा आणि हुशारी सदैव आम्हाला साहाय्यकारी ठरली. मुळात, पुरुषप्रधान असलेला आमचा समाज आणि तालिबान्यांनी जाहीर केलेले कडक नियम यामुळे स्त्रिया घराच्या चार भिंतीत कोंडल्या गेल्या.

मिंगोरामध्ये नेमकं काय घडतं आहे याचं आकलन होण्याइतकी समज दोन्ही मुलांमध्ये नक्कीच नव्हती. आजूबाजूला दिसणाऱ्या गोष्टींचे पडसाद त्यांच्या वावरण्यातून उमटत होते. म्हणूनच, गच्चीत जाऊन काल्पनिक बंदुकांनी एकमेकांवर गोळीबार करणं हा त्यांचा आवडता खेळ झाला होता. पतंग उडवण्याप्रमाणे त्यांच्या दृष्टीने हा खेळही निरुपद्रवी होता. त्यावेळेस काही मुलं तालिबानी तर काही पाकिस्तानी सैन्याच्या भूमिकेत असत.

०९ ऑक्टोबर, २०१२ या दिवशी मलालावर प्राणघातक हल्ला झाला. त्या आधी २००७पासून मी सातत्याने मोहिमेत गुंतलेलो होतो. भाषणं देणं, मोहिमेचा प्रसार करणं, वेगवेगळ्या सभांना आणि परिषदांना हजेरी लावणं यात मी व्यग्र होतो. अनेकदा मलाला माझ्याबरोबर असे. अति व्यस्ततेमुळे मी मुलांकडे फारसं लक्ष देऊ शकलो नाही. कित्येकदा, तालिबानी आमच्या शाळा जाळत, भर चौकात नागरिकांना चाबकांनी फटकारत, खुलेआम त्यांचा शिरच्छेद करत. नाहीतर मग चौकाचौकांतून हिंडत स्वतःच्या अस्तित्वाची आणि भविष्यातील भीषण परिणामांची जाणीव करून देत.

माझ्या दोन्ही मुलांचं शिक्षण माझ्यासाठी अत्यंत महत्त्वाचं होतं. परंतु, मलालाच्या शिक्षणाबाबत जी अत्यावश्यक निकडीची भावना माझ्या मनात होती ती मात्र त्या दोघांबाबत नक्कीच नव्हती. त्याला कारणही तसंच होतं. पाकिस्तानात आजवर मुलांच्या शिक्षणात कधीच अडथळा आला नव्हता. माझी मोहीम मुलींच्या शिक्षणासाठी

होती. त्या निमित्ताने मी आणि मलाला सातत्याने साहसपूर्ण प्रवास करत होतो. आमच्या देशामध्ये मुलींना शिक्षणापासून वंचित ठेवू नये यासाठी मी पाच वर्षं नेटाने झगडत राहिलो. मलालाच्या शब्दालाही आता पाकिस्तानात महत्त्व प्राप्त झालं होतं. अशातच तिच्यावर हल्ला झाला.

यादरम्यान एकदा अहमद शहा या माझ्या जीवश्चकंठश्च मित्राला खुशाल भेटला. त्याने त्याचं गाऱ्हाणं त्याच्या काकाकडे मांडलं, ''माझे अब्बू मलालाची जितकी काळजी घेतात आणि तिच्याकडे जितकं लक्ष देतात तितकं माझ्याकडे देत नाहीत.'' माझ्या मित्राने ही तक्रार जेव्हा माझ्या कानावर घातली तेव्हा माझा जीव गलबलला. खुशालशी माझं नातं उत्तम होतं, मी त्याचा अभ्यास घेत होतो, त्याला वाचनाची गोडी लागावी म्हणून प्रयत्नशील होतो. असं असताना त्याने अशी तक्रार करावी हे ऐकून मला धक्का बसला.

पालक म्हणून तुम्ही उत्तम वागता. एकप्रकारे तुमची ही भविष्यकालीन गुंतवणूक असते. त्यातून तुम्ही पुढच्या पिढ्यांना आकार देता. कौटुंबिक जीवनाचं महत्त्व अलिखित आहे. कधीकधी पालक म्हणून तुमचं वागणं चुकतं हे मात्र तुमच्या लक्षात येत नाही. खुशालची तक्रार समजताच मला हा साक्षात्कार झाला. पालकत्व किती कठीण आहे हे मला नव्याने उमगलं. 'मी माझ्या तीनही मुलांचा उत्तम पिता आहे,' हा माझा तोवरचा समज होता. मुलींना शिक्षण मिळावं या मोहिमेमुळे मलाला तोवर देशभर प्रसिद्ध पावली होती. कदाचित, खुशालच्या मनात विचार आला असेल की, 'ही प्रसिद्धी मलालाला आमच्या वडिलांमुळे मिळते आहे.' त्यावेळेस मी त्याला समजावून सांगितलं की, खरंतर मलालामुळे मी या कार्यात रस घेऊ लागलो होतो. मीच नाही तर माझ्या जोडीने आमच्या समाजातील अनेक जण आता त्यासाठी काम करू लागले होते. मोहिमा राबवणं आणि प्रभावी भाषण देणं ही मलालाची विशेष कौशल्यं होती. तिच्यासारखी विलक्षण बुद्धिमत्ता मला लाभलेली नाही. तरीसुद्धा, ती लहान असल्यामुळे तिच्याबरोबर कुणीतरी मोठं असण्याची गरज होती म्हणून आम्ही एकत्र काम करत होतो.

खुशालच्या शब्दांनी मला चपराक बसल्यासारखं वाटलं होतं. माझ्या वागण्यात त्याला जाणवणारा असमतोल दूर करण्याचा प्रयत्न मी करू पाहत होतो; पण त्यावेळेस माझ्याकडे वेळ नव्हता. कारण, त्यावेळेस मी तालिबान्यांविरुद्ध घट्ट पाय रोवून उभा होतो. मी हे कबूल करतो की, खुशालकडे पूर्णपणे लक्ष देण्यात मी कमी पडलो. या एका बाबतीत माझे वडील माझ्याहून नक्कीच उजवे होते. त्यांच्याकडे भलेही पैसे कमी असतील पण त्यांनी मला भरपूर वेळ दिला, त्यांनी माझ्यासाठी आवर्जून वेळ काढला. तालिबान्यांविरुद्ध त्या लढाईत मी अधिकाधिक गुंतलो. पुढे २००९मध्ये आम्हाला तात्पुरता मुक्काम हलवावा लागला. तालिबान्यांना तिथून

घालवून देण्यासाठी २००९मध्ये पाकिस्तानी सेना मिंगोऱ्यात येऊन पोहोचली. या घडामोडीत मी मलालाचा बारावा वाढदिवससुद्धा विसरलो.

मलालावर हल्ला होण्याच्या आधीच्या वर्षी, २०११मध्ये तिने पाकिस्तानचं 'नॅशनल यूथ पीस प्राइझ' जिंकलं. त्याच वर्षी अब्बोट्टाबादमध्ये ओसामा बिन लादेनला संपवण्यात आलं. खुशालच्या भविष्याबाबत मी आणि तूर पेकईने एक निर्णय घेतला. २०१२ सालच्या सुरुवातीला तालिबान्यांच्या धमक्या खूप वाढल्या होत्या. त्यांच्या क्रौर्याने परिसीमा गाठली होती. म्हणूनच, खुशालच्या उज्ज्वल भवितव्याचा विचार करून आम्ही त्याला अब्बोट्टाबाद इथल्या अतिशय चांगल्या शाळेत प्रवेश घ्यायचं ठरवलं. शाळा जरी दूर असली तरी त्याचं भलं होणार होतं. सर्वोत्तम ते मलालाला देण्याचा जो ध्यास मला होता तोच खुशाल आणि अटलबाबत देखील होता. मुलांसाठी असलेल्या खास शाळांमधून त्या दोघांना चांगलं शिक्षण मिळणं ही आमच्यासाठी जमेची बाजू होती. पाकिस्तानमध्ये सैन्यातर्फे चालवली जाणारी छात्र विद्यालयं मुलांच्या दृष्टीने सर्वोत्तम समजली जात. या शाळांमध्ये मुलींना प्रवेश नसल्यामुळे मलाला तिथे शिकण्याचा प्रश्नच येत नव्हता. त्यानंतर २०१४मध्ये मार्डेन या ठिकाणी मुलींसाठी छात्र विद्यालय सुरू करण्यात आलं. हळूहळू का होईना आमच्या देशात बदल घडून येत असल्याचं ते चिन्ह होतं. अर्थात, हे पुढे घडून आलं. खुशालला छात्र विद्यालयात प्रवेश मिळण्याच्या दृष्टीने तयार करण्यासाठी आम्ही खासगी शाळेचा विचार केला. स्वात खोऱ्यापासून अब्बोट्टाबाद कित्येक मैल दूर असलं तरी तिथे शांती होती. खुशालच्या मनाविरुद्ध मी त्याला तिथे जायला लावलं.

खुशालच्या गरजा पुरवणं हे मी माझं आद्य कर्तव्य समजत होतो. माझ्या मते मी त्याची उत्तम काळजी घेत होतो. त्या शाळेचा खर्च अफाट होता. मलालाच्या शिक्षणावर आजवर जितका खर्च केला त्याहून अधिक पैसे तिथे लागणार होते. मोठं खर्चीक प्रकरण ठरलं ते. आणि तितकीच महाभयंकर चूक!

मलाला आनंदाने शाळेत शिकत होती. तिची शैक्षणिक प्रगती उत्तम होती. खुशालला मात्र याहून अधिक चांगली शाळा हवी असं माझ्या मनाने घेतलं. मी तेव्हा त्याचं का ऐकलं नाही? त्याचा पहिल्यापासून नकार होता. त्याला तिथे पाठवण्याचा निर्णय झाल्यापासून तो नाराज होता. तिथल्या शाळेतले शिक्षक मुलांना मारझोड करत - अर्थात पाकिस्तानमध्ये यात काही वावगं मानलं जात नसे. पण त्याच्यासाठी मात्र तो अनुभव विदारक ठरला.

प्रत्येक वेळेस फोन केला की, आम्ही त्याला परत घेऊन यावं म्हणून तो आमची विनवणी करत असे- "मला इथून घेऊन जा नाही तर मी पळून येईन. ही शाळा नाही, तुम्ही मला तुरुंगात टाकलं आहे." तो आरडाओरडा करे. त्याला

होणाऱ्या त्रासामुळे तूर पेकई त्रासली होती. आम्हा सर्वांना - विशेषतः तूर पेकाईला त्याची उणीव प्रकर्षाने भासत होती. अर्थात, माझी अवस्था काही वेगळी नव्हती. पण, उत्तम शाळा, उत्तम कॉलेज, उत्तम नोकरी आणि सुरक्षित भवितव्य असं देखणं चित्र माझ्या डोळ्यांपुढे होतं. त्याने जेमतेम तिथे दोन-तीन महिने काढले. नंतरच्या एका सुटीत घरी आल्यावर त्याने परत जायला नकार दिला. आमच्या मुलांमध्ये जो निग्रह आणि ठामपणा निर्माण व्हावा अशी आमची इच्छा होती त्याच ठामपणाचं दर्शन त्या दिवशी आम्हाला झालं.

"या वेळेस मी परत जाणार नाही. मी इथेच राहणार आहे," त्याचा निर्धार पक्का होता.

अखेर मला त्याचं म्हणणं ऐकावं लागलं. त्याच्या या निर्णयामुळे आम्हाला चांगलाच आर्थिक फटका बसणार होता. पण आपले अब्बा वाईट आहेत असं त्याच्या मनात येऊ नये अशी माझी आंतरिक इच्छा होती. जबाबदार, दयाळू आणि चांगला पिता म्हणून त्याने माझा विचार करावा असंही मला वाटत होतं.

त्या एका प्रसंगानंतर मी विचार करायला प्रवृत्त झालो. प्रत्येक पालक आपल्या मुलांसाठी स्वप्नं पाहतात. ही स्वप्नं मुलांच्या इच्छेविरुद्ध असली तर ती त्यांच्यावर लादली जातात. प्रत्येक मुलाचा मूलभूत हक्क असतो. या हक्कांवर त्या स्वप्नांमुळे गदा आणली जाते. पालक असल्यामुळे मुलांचं भलंबुरं आपल्यालाच समजतं असं आपण मानतो. पण हे दरवेळेस खरं नसतं.

आमच्या घरातून मिळणारं प्रेम, मिंगोरातील आयुष्य आणि बरोबरीचे मित्र या सर्वांची खुशालला खूप सवय होती. त्याच्या उज्ज्वल भविष्याचं चित्र रंगवण्याच्या नादात मी माझ्या हातांनी त्याला मिंगोराच्या भूमीतून मुळासकट का उपटलं होतं? माझ्या बाबतीत माझ्या वडिलांनी केलेली चूक मी पुन्हा का केली, मला कळायला हवं होतं.

प्रत्येक बाप हा आधी कोणाचा तरी मुलगा असतो. पण बाप झाल्यावर तो हे सत्य विसरतो. या संदर्भात मला खलील जिब्रानच्या काही ओळी आठवतात. 'तुमची मुलं ही तुमची मुलं नाहीत, ती मुलं आणि मुली आहेत जीवनाची, जीवनाला वाटणाऱ्या असोशीची, तुमच्या माध्यमातून मुलं आली असली तरी ती तुमच्यातून येत नाहीत, ती तुमच्याबरोबर राहत असली तरी ती तुमच्या मालकीची नाहीत.' या ओळींचा खरा अर्थ मला फार पुढे समजला. त्यासाठी मला दुर्धर प्रसंगातून जावं लागलं.

खुशालने परत जायला नकार दिल्यावर त्याची आणि अटलची दिनचर्या पूर्वीप्रमाणे सुरू झाली. लगेचच त्यांचे पतंग वाऱ्यावर उडू लागले. त्याने आम्हाला बजावून सांगितलं की, आता कधीही तो ही जागा सोडून जाणार नव्हता. आमचं सुंदर स्वातचं खोरं सोडण्याची आमचीही इच्छा नाही.

९ ऑक्टोबर, २०१२, नेहमीप्रमाणे अंडापोळीचा नाश्ता करून आणि माझा आवडता गोडमिट्ट चहा पिऊन आम्ही सगळे बाहेर पडायला सज्ज झालो. मलालाबरोबर स्कूल बसने परत येण्यासाठी तूर पेकाईने अटलला बजावलं. मुलांच्या सुरक्षिततेपायी तिचा जीव नेहमी टांगणीला लागलेला असे. सगळ्यांना घरी सुरक्षित आलेलं पाहीपर्यंत तिच्या जिवात जीव येत नसे. बसच्या ड्रायव्हरचं नाव उस्मान भाईजान होतं. मुलांना जादू दाखवून, गमतीदार गोष्टी ऐकवून ते गुंतवून ठेवत. अटलसुद्धा उस्मानप्रमाणे या दोन्ही गोष्टींत तरबेज होता. शाळेतून घरी येईपर्यंत तो कधीकधी बसमध्ये सगळ्यांच्या खोड्या काढे. बसमध्ये मुलींबरोबर बसायला मात्र त्याला आवडत नसे. त्याऐवजी बसला मागून लटकण्यात त्याला मजा वाटे. मिंगोऱ्याच्या वळणावळणाच्या खड्ड्याने भरलेल्या रस्त्यातून बस चालवत असताना पिसासारखा हलका असणारा अटल धक्क्याने खाली पडला तर किती गंभीर परिस्थिती निर्माण होईल याची धास्ती उस्मानभाईला नेहमी वाटत राही.

त्या दिवशी पेकईने दिलेल्या आदेशानुसार शाळा सुटल्यावर अटल त्याच्या प्राथमिक शाळेतून चालत मलालाला भेटायला गेला. त्या दिवशी सकाळी मी शाळेत होतो, पण मलालाच्या प्राथमिक विभागात माझी चक्कर झाली नव्हती. त्यांच्या काही परीक्षा सुरू होत्या. जेवणाच्या सुट्टीपर्यंतचा सगळा वेळ अटलच्या प्राथमिक विभागात घालवून मग मी एका मोर्च्यासंदर्भात होणाऱ्या मीटिंगला उपस्थित राहण्यासाठी रवाना झालो. खासगी शाळा संघाचा मी अध्यक्ष असल्यामुळे स्वात प्रेस क्लब इथे होणाऱ्या त्या मीटिंगला जाणं गरजेचं होतं. पेकई घरी होती. थोड्याच वेळात तीही तिच्या इंग्लिशच्या शिकवणीसाठी निघणार होती.

नेहमीप्रमाणे उस्मान त्याची डायना-मागून उघडी असलेली व्हॅन- घेऊन शाळेबाहेर थांबला होता. शाळेचा गणवेष घातलेल्या मुलींचा घोळका तिथे उभा होता. सलवार-कमीज आणि डोक्यावरून घेतलेल्या ओढण्या असा त्यांचा वेष होता. आठ वर्षांचा अटल त्यांच्या खोड्या काढत फिरत होता. डायना दिसताच मुली पटापट त्यात चढू लागल्या. अटलने बसायला नकार देताच उस्मान भाईजान थोडा त्रासून म्हणाला, "हे बघ अटल, तू आत बसणार नसशील तर मी तुला आज नेणार नाही. सांगून ठेवतो!" सहसा उस्मानचा आवाज चढत नसे. परंतु, अटलच्या जिवाची जोखीम उचलणं त्यालाही त्या दिवशी नकोसं झालं असावं. त्याच्याकडून नकार ऐकून घेण्याऐवजी अटलने वाद घालायला सुरुवात केली. सरतेशेवटी तो ऐकत नाही असं पाहून त्याला तिथेच सोडून उस्मानने गाडी सुरू केली. अटलच्या डोळ्यांदेखत गाडी हाजीबाबा रस्त्यावर दिसेनाशी झाली. तिच्या चाकांनी उडवलेली धूळ तेवढी मागे राहिली. अटलला माघार घ्यायला किंवा हार पत्करायला आवडत

नाही. अर्थात, त्याने असं गाडीला लोंबकळत येणं मला अजिबात आवडलं नसतं. मुळात, सर्व मुलींना सुरक्षित घरी नेण्याची जोखीम उस्मानभाईवर असताना त्यांचं काम अधिक कठीण करण्यात काय अर्थ होता? पाकिस्तानी सैन्याने तालिबान्यांना मिंगोऱ्यातून घालवून तीन वर्षं झाली असली तरी अजूनही ठिकठिकाणी सैनिक आणि त्यांनी उभारलेले नाके होते. त्या रस्त्याने डायना किमान चार वेळा तरी जायची. त्या दिवशी अटलला सोडून उस्मानभाई निघून गेले. या प्रसंगाचा विचार आज जेव्हा माझ्या मनात येतो तेव्हा मी अल्लाचे आभार मानतो. स्वतः अटलसुद्धा म्हणतो, "अब्बा, मी त्या गाडीत नव्हतो हे माझं सुदैव."

निरुपाय झाल्यामुळे अटल आपल्या मित्रांबरोबर घरची वाट चालू लागला. डायना तिच्या नेहमीच्या हाजीबाबा रस्त्यावर पुढे गेली. ठरावीक ठिकाणी सेनेच्या नाक्यापाशी उजवीकडे वळल्यावर पुढचा रस्ता चढ-उताराचा होता. एरवी वर्दळ असणाऱ्या त्या रस्त्यावर चिटपाखरूही कसं नाही याचं उस्मानभाईला नवल वाटलं. नेहमीप्रमाणे डायनाच्या मागच्या बाजूला अटल लटकत असता तर रस्त्याच्या कडेने अचानक बससमोर आलेले दोन तरुण त्याला सर्वप्रथम दिसले असते. त्या दोघांपैकी एकजण उस्मानसमोर उभा राहिला आणि दुसरा पटकन मागच्या बाजूला आला. आज अटल तिथे उभा नव्हता. तिथे पोहोचताच त्या तरुणाने जरबेने विचारलं, "मलाला कोण आहे?" त्या प्रश्नासरशी सर्व मुलींच्या नजरा अभावितपणे माझ्या लेकीकडे वळल्या. ते पाहताच त्या मुलाने बंदूक उंचावत ट्रिगर दाबला. पहिली गोळी मलालाच्या मस्तकात शिरली. शझिया आणि कायनात या तिच्या मैत्रिणींना पुढच्या दोन गोळ्यांनी जखमी केलं.

मलालाला या हल्ल्याबद्दल काहीही आठवत नाही. आजतरी अटलच्या स्मृतीत पाकिस्तानात पतंग उडवत असताना मिळालेल्या आनंदाव्यतिरिक्त दुसरं काही नाही. पण समजा, त्या दिवशी उस्मानने त्याला नेहमीप्रमाणे गाडीच्या मागून लटकण्याची अनुमती दिली असती तर... छिन्नविच्छिन्न झालेला, रक्ताळलेला मलालाचा चेहरा आयुष्यभर त्याला भेडसावत राहिला असता. 'मलाला कोण आहे?' या प्रश्नाचं अटलने काय उत्तर दिलं असतं? गोळी डोक्यात शिरल्यामुळे जखमी अवस्थेत पुढे कोसळणारी माझी धीट लेक आणि तिच्या रक्ताने माखलेल्या डायनाच्या सीट्स पाहून कदाचित अटलच्या मनात आलं असतं, "मलाला माझी बहीण आहे, पण आता ती जिवंत नाही."

तिथून पुढे माझी मुलं कधीही पतंग उडवू शकणार नव्हती. उस्मानने 'स्वात सेन्ट्रल हॉस्पिटल'च्या दिशेने डायना भरधाव हाकली. नेमक्या त्यावेळेस मला भाषण द्यायचं असल्यामुळे मी माझा मोबाइल स्वीच ऑफ केला होता. खुशाल स्कूलबसवर हल्ला झाल्याची बातमी स्वात प्रेस क्लबमधे असलेल्या माझ्या

मित्राच्या कानावर आली. मी गोंधळलो. मलाला जखमी झाली असेल का? अटल त्या बसमध्ये असेल का?

स्टेजवर येत मी पटकन सगळ्यांना कल्पना दिली. तितक्यात दुसऱ्या मित्राला फोन आला. मलाला जखमी झाली होती. गेल्या सहा वर्षांत शेकडो वेळा मी या प्रसंगाची उजळणी केली असेल. पण, आजही तो प्रसंग आठवताच माझी घालमेल थांबत नाही. *हे अल्ला, हे परवरदिगार!* एक क्षणही न गमवता मित्राच्या गाडीतून मी हॉस्पिटलमध्ये पोहोचलो. तिथल्या बिछान्यावर माझी लेक निपचित पडली होती. तिच्या कपाळावर ओठ टेकवत मी मनातल्या मनात तिच्या धैर्याचं कौतुक केलं. माझी शूरवीर मलाला! तिच्या डोक्याभोवती गुंडाळलेलं बॅन्डेज एव्हाना रक्ताळलेलं होतं. पण मी रडत नव्हतो. माझ्या डोळ्यांतून एक अश्रूही निखळला नव्हता. मला वाटतं की मी त्या क्षणी रडण्याच्या पार गेलो होतो. एखाद्या अथांग खोल काळ्या विवरात ओढल्यासारखी माझी अवस्था झाली होती. स्थळ, काळ आणि वेळेचा संदर्भ हरवला होता. दगडासारखी माझी निश्चेष्ट अवस्था झाली होती. मलालाला पेशावरच्या मोठ्या हॉस्पिटलमध्ये घेऊन जाण्यासाठी हेलिकॉप्टर येऊन पोहोचलं. आमच्या घरापासून जेमतेम मैलभर अंतरावर असलेल्या मिंगोऱ्याच्या हेलिपॅडवर ते उभं होतं. माझ्या लेकीच्या स्ट्रेचरबरोबर मी धावू लागलो. त्या प्रसंगाचं कॅमेरा चित्रण आज पाहताना सगळं फार विचित्र वाटतं. हेलिकॉप्टर आमच्यासह आकाशात झेपावलं. पण मला कशाचंही भान नव्हतं. मी फक्त आणि फक्त अल्लाचा धावा करत होतो, माझ्या लेकीच्या आयुष्याची भीक मागत होतो. मलालाला आता रक्ताच्या उलट्या होत होत्या. एव्हाना पेकईपर्यंत ही बातमी पोहोचली होती. घरीच चटईवर बसून तिने कुराण वाचायला सुरुवात केली. अनेक महिला तिथे गोळा झाल्या. तिने त्यांना बजावलं, "रडू नका! तिच्यासाठी प्रार्थना करा!" तेवढ्यात अटल घरी येऊन पोहोचला. त्याने टीव्ही सुरू केला. हेलिकॉप्टरचं फुटेज टीव्हीवर दाखवत होते. त्याला रडू कोसळलं. त्याने खुशालला हाक मारली. दोघं मिळून रडू लागले. मलालावर झालेल्या हल्ल्याची सविस्तर बातमी टीव्हीवर पुन्हा पुन्हा सांगितली जात होती. खालच्या बाजूने बातमीपट्टी धावत होती - 'पाकिस्तानची किशोरवयीन मलाला युसफझाई मृत घोषित.' हे असंच २००७मध्ये बेनझीर भुट्टोबाबत घडलं होतं.

पेशावरच्या 'कम्बाइन्ड मिलिटरी हॉस्पिटल'मध्ये झालेल्या शस्त्रक्रियेमुळे मलालाचे प्राण वाचले. त्यानंतर रावळपिंडी इथे 'आर्म्ड फोर्सेस इन्स्टिट्यूट ऑफ कार्डिऑलॉजी'मध्ये तिच्यावर पुढील उपचार झाले. तीन दिवसांनी, १५ ऑक्टोबरच्या सोमवारी पहाटे पाच वाजता मलालाला लष्करी पहाऱ्यात ॲम्ब्युलन्समधून रावळपिंडी विमानतळावर नेण्यात आलं. मार्गातील सगळे रस्ते सामान्य नागरिकांसाठी बंद करण्यात आले

होते. दुतर्फा बंदूकधारी सैन्य तैनात होतं. विमानतळावर उडण्यासाठी सज्ज असलेल्या खासगी यूएईच्या विमानात मलालाचं स्ट्रेचर हलवण्यात आलं. तिथून तिला युनायटेड किंग्डममधील बर्मिन्गहॅम या आम्हाला सर्वस्वी अनोळखी असलेल्या शहरात 'क्वीन एलिझाबेथ' या हॉस्पिटलमध्ये नेण्यात आलं. इथे मिळणाऱ्या उपचारांवर तिचं जीवन अवलंबून होतं. तिच्या मेंदूत घुसलेल्या गोळीने तिच्यावर नेमका काय परिणाम झाला आहे हे कळायला तेव्हातरी मार्ग नव्हता. आता फक्त नशिबावर भरवसा ठेवणं आमच्या हातात होतं.

तिच्या मागून जाण्यासाठी आम्ही पाकिस्तानमध्ये तयारीला लागलो. अस्वस्थ झालेला खुशाल चिडून म्हणाला, "आजवर आपण पाच जण होतो. आज मात्र अचानक आपण चौघंच उरलो आहोत." आमच्या घराच्या कुठल्याही भिंतीवर आम्ही कधीच लिहिलं नव्हतं की आम्ही पाच जण आहोत. पण आम्ही असंही लिहिलं नव्हतं की 'आम्ही समान आहोत.' तसं लिहिण्याची आवश्यकता आम्हाला भासली नव्हती. आणि तरीही ते सत्य होतं. आजवर आम्ही पाच जण होतो आणि अचानक सारं काही बदललं होतं.

आजही मिंगोरामध्ये एका खोक्यात मुलांचे पतंग त्यांना बांधलेल्या मांज्यासकट सुरक्षित आहेत. मलालाचा पलंग, तिने शाळेत मिळवलेले अनेक पुरस्कार, प्रशस्तिपत्रकांचा गठ्ठा, बक्षिसं, पुस्तकं आणि तिची आजवरची प्रगतिपुस्तकं; जे शिक्षण घेण्यासाठी ती निकराने लढली त्या शिक्षणाचा पुरावा.

मिंगोरातील आमचं ते घर आम्ही आज दुसऱ्या कुटुंबाला भाड्याने दिलं आहे. घराच्या एका खोलीत आमचं सामानसुमान ठेवलं आहे. त्या घरात राहत असताना आम्ही अनुभवलेल्या सौख्याचे अनेक सुंदर क्षण त्या सामानाच्या जोडीने तिथे बंदिस्त आहेत.

## सुंदर बदल

अगदी लहानपणी आमच्या मातीच्या झोपडीच्या छतावर मी क्रिकेट खेळायचो. त्यावेळेस अब्बू हाक मारायचे, "झियाऽऽऽऽऽउद्दीन!" त्यांची हाक पूर्ण होण्याआधी मी त्यांच्या समोर उभा राही. मी अतिशय आज्ञाधारक होतो. सैनिक ज्याप्रमाणे आपल्या अधिकाऱ्याचा प्रत्येक शब्द पाळतात तशीच माझी अवस्था होती. तो गुण माझ्यात उपजत होता. पण माझी मुलं पुढे पश्चिमेकडच्या देशात वाढली. त्यांच्यात जन्मजात आज्ञाधारकपणाचा अभाव होता. खरं सांगायचं तर, तो त्यांच्यात असावा असं मला मनापासून वाटत होतं. त्याची मला नितांत गरज भासत होती.

"जेवायला चला," असं मी खालून ओरडून सांगत असे. पण त्यावर वरून

काहीही उत्तर येत नसे. त्यांना ऐकू आलं नसेल म्हणून बर्मिंन्गहॅमच्या आमच्या त्या घरातील जिना चढून मी वर जाई. त्या संगमरवरी पायऱ्या आणि रिकाम्या खोल्यांमधून येणाऱ्या विचित्र शांततेचा आवाज माझ्या कानावर पडे. पुढे होत त्यांच्या बेडरूमची दारं उघडून मी आत जाई. दोन्ही मुलं त्यांच्या कॉम्प्युटर स्क्रीनमध्ये डोकं खुपसून बसलेली मला आढळत. "हाक मारलेली ऐकू नाही आली का तुम्हाला?" कित्येकदा माझ्या या प्रश्नावर ते मानसुद्धा वर करत नसत. अशा वेळेस मी त्यांना माझ्या बालपणाचा प्रसंग पुन्हा पुन्हा सांगे - "अगदी लहानपणी आमच्या मातीच्या झोपडीच्या छतावर मी क्रिकेट खेळायचो..." पण त्यांच्यावर त्याचा काहीएक परिणाम होत नसे. एक पिता म्हणून मला आदर द्यायला हवा हे खुशालच्या पटकन लक्षात येईल असं वाटून मी त्याला विचारे, "मी लहान असताना जसा होतो तसा तू का नाहीस?"

मला आजही कळत नाही की, मुलांना कॉम्प्युटर्स, एक्सबॉक्सेस, गेमबॉईज, फोनवरील वेगवेगळे ॲप्स या साऱ्यांचा अतोनात नाद का आहे? मला फक्त ही नावं कळतात, वापरता काही येत नाही. मी कॉम्प्युटरला पस्तिसाव्या वर्षी पहिल्यांदा हात लावला.

मी त्रासून मुलांना विचारत असे, "माझ्याकडे असं दुर्लक्ष का करता?" मला खूप चीड येत असे. खुशाल फार पटपट मोठा होऊ लागला होता.

स्वातंत्र्याचा पुरस्कार करणारा तो झियाउद्दीन कुठे गेला होता? आपल्या चुका लक्षात येणारा, समता आणि स्वातंत्र्यावर विश्वास ठेवणारा, मुलांनी स्वतःला व्यक्त करावं म्हणून त्यांना प्रोत्साहन देणारा तो पाकिस्तानमधील पिता कुठे हरवला होता? मुलांना वाढवताना नव्या, हळुवार आणि अधिक मोकळ्या पद्धतीचा वापर करू पाहणारा झियाउद्दीन कुठे अदृश्य झाला होता? साधारण दोन-अडीच वर्षं तो झियाउद्दीन कुठेच दिसत नव्हता. तो मला सापडतच नव्हता.

आमची संस्कृती, कुटुंब, माझ्या आणि तूर पेकईच्या मित्र-मैत्रिणींकडून सातत्याने मिळणारा आधार या साऱ्यांपासून आम्ही दूर आलो होतो. या सगळ्यांकडून आमची मुलं नक्कीच काही ना काही शिकली असती. इथे मात्र फक्त आम्ही होतो. म्हणूनच, त्यांचं संगोपन करताना मला झगडावं लागत होतं. युनायटेड किंग्डमामध्ये ज्या पाश्चिमात्य प्रकारचं आयुष्य ते जगत होते ते माझ्या परिचयाचं नव्हतं. दक्षिण आशियातील एका देशातून आलेला मी एक मुस्लिम पिता होतो. अशाने आपण आपली मुलं गमावून बसू अशी भीती माझ्या हृदयात ठाण मांडून बसली. आशियाई पालकांना सदैव वाटणारी ही भीती आता माझ्याही परिचयाची झाली.

या वयात मी असताना माझ्यात आणि माझ्या अब्बूत जी दरी निर्माण झाली होती त्याहून अधिक रुंद दरी माझ्यात आणि माझ्या मुलांत निर्माण झाली होती. मी

जरी आधुनिकता आत्मसात करू पाहत होतो तरी माझ्यातील आज्ञाधारकपणा मुळीच कमी झाला नव्हता. मी कधीही कोणाचा अनादर करत नसे. मी इंग्लिश भाषा शिकलो. समानतेचं महत्त्व माझ्या लक्षात आलं. पण, आमच्या श्रद्धा, उर्दू आणि पश्तु कवी-लेखकांबद्दल वाटणारं प्रेम, अब्बूंच्या अधिकाराला आव्हान न देण्याची माझी वृत्ती यामुळे आमच्यात अंतर पडूनही आम्ही दूर गेलो नाही. मलालाला सामर्थ्यवान घडवण्यासाठी पित्याचा अनादर करून त्यांची अवहेलना करण्याचा माझा कोणताही मानस नव्हता.

मी अधिकारशहा होऊ पाहत होतो का? भीतीपोटी पित्याच्या भूमिकेतून हुकुमत गाजवू पाहत होतो का? की मग, सर्वस्वी वेगळी मूल्यं असलेल्या समाजाचं वारं चाखायला मिळाल्यामुळे माझ्या मुलांना माझे शब्द मानण्याची, आज्ञाधारकता दाखवण्याची गरज उरली नव्हती? अशा वेळेस मी त्यांना म्हणत असे, “काय हा वेडेपणा! हल्ली तुम्ही माझं काहीही ऐकत नाही.” हे मी मनापासून म्हणत असे. त्यांच्या वयाचा असताना मी जे आयुष्य जगलो त्याहून त्यांचं जीवन सर्वस्वी वेगळं होतं. समजा, मी पाकिस्तानात राहिलो असतो तर त्यांना असं जीवन जगायला मिळालं नसतं. या नवीन जगात ते आपली वाट तयार करण्याचा प्रयत्न करत होते.

सुरुवातीला एक वेगळीच समस्या समोर उभी होती. आम्ही ब्रिटनमध्ये येऊन पोहोचलो तेव्हा मुलं प्रचंड दडपणाखाली होती. विशेषकरून खुशालवर आघात झाला होता. मलालावर प्राणघातक हल्ला झाला तेव्हा योगायोगाने बर्मिन्गहॅमच्या बाल विभागाच्या अतिदक्षता विभागप्रमुख डॉक्टर फिओना रेनॉल्ड्स पाकिस्तानात होत्या. तिचा जीव वाचवण्यासाठी त्यांनीसुद्धा मदत केली. त्यांनी पहिल्यांदा मुलांना पाहिलं ते दृश्य त्यांना आजही आठवतं. यूकेला जाण्यासाठी आम्ही रावळपिंडीत आलो होतो. दोन्ही मुलं जोडपलंगावर झोपली होती. अटल गाढ झोपलेला असला तरी खुशाल मात्र अतिशय घाबरलेल्या अवस्थेत होता हे त्यांनीच मला नंतर सांगितलं. त्यांनी आजवर तशा भेदरलेल्या अवस्थेत कुणालाही पाहिलेलं नव्हतं.

यूकेमध्ये येऊन पोहोचल्यावर मुलं कित्येक दिवस शाळेत जाऊ शकली नाहीत. सुरुवातीला हॉस्पिटलच्या हॉस्टेलमध्ये आणि त्यानंतर बर्मिन्गहॅमच्या मध्यावर असलेल्या एका उंच इमारतीच्या दहाव्या मजल्यावर एका घरात ते अधिकाधिक वेळ कॉम्प्युटरला खिळून बसलेले असत. त्यांच्याकडे करण्यासारखं काहीही नसे. मलालाचे उपचार, ती कधी बरी होईल या विषयापलीकडे तूर पेकई आणि मी काहीही बोलत नसू; जणू इतर विषय उरलेच नव्हते.

खुशाल तेव्हा तेरा वर्षांचा होता. कित्येकदा तो कॉम्प्युटरच्या स्क्रीनवर ओरडत असे. त्याने आठ कन्ट्रोलर तोडले होते. त्याच्याकडे एवढे कन्ट्रोलर कुठून आले हे मला आजही आठवत नाही. त्याच्या जोडीने अटलसुद्धा कॉम्प्युटर खेळत राही.

त्याला सतत गोड खायला लागे. नेमकं काय घडत आहे याचा अंदाज त्यांना येणं फार कठीण होतं. ते दोघं अतिशय भेदरलेले होते.

पुढे कधीतरी अटलने मला समजावून सांगितलं, "मी फक्त इतरांचं अनुकरण करत होतो. मी नेमकं काय करतो आहे हे माझं मला कळत नव्हतं. सगळं इतकं कठीण होऊ लागलं होतं..." अशातच हॉस्पिटलमध्ये असलेल्या मलालाला डोकेदुखीचा प्रचंड त्रास सुरू झाला. मेंदूतील पाणी तिच्या कानांमधून बाहेर पडू लागलं. त्यावेळेस एकदा अटल संतापून ओरडला, "मला माझा पासपोर्ट द्या. आत्ताच्या आत्ता माझ्या हातात ठेवा तो. मी पाकिस्तानला घरी परत चाललो आहे."

त्यानंतर आम्ही सगळे रडू लागलो.

मलालाचा जीव वाचवण्यात डॉक्टर फिओनाचा फार मोठा वाटा होता. त्या आणि त्यांचा नवरा ॲड्रिअन मुलांना पाश्चिमात्य जीवनाची ओळख करून देण्यासाठी अधूनमधून बाहेर नेऊ लागले. बर्मिन्गहॅमच्या बुलरिंग या सिनेमागृहात त्यांनी मुलांना नेल्यावर मुलं अवाक् झाली. वॉर्विक किल्ल्याला भेट देताना मलालासुद्धा त्यांच्या बरोबर होती. त्यावेळेस तिला एका कानाने ऐकू येत नव्हतं. चेहऱ्याची एक नस कापली गेल्याने तिचा चेहरा एका बाजूने ओघळल्यासारखा दिसे. सुदैवाने, तिच्या स्मृतीवर, किंवा मेंदूवर, किंवा इतर अवयवांवर त्याचा विपरीत परिणाम झाला नव्हता. हे एक आश्चर्यच म्हणायचं. हळूहळू मलाला बरी होऊ लागली. मग ती मुलांबरोबर बाहेर पडू लागली. कधीकधी ते बोलिंग गेम खेळायला जात तर कधी नांदो इथे जाऊन फ्राइड चिकन खात.

सारं काही बदलत आहे हे माझ्या लक्षात यायला हवं होतं. या बदलाला मुलांनी आपल्या परीने तोंड देणं गरजेचं आहे हेही मला समजायला हवं होतं. पण झालं उलटंच. यूकेमध्ये वर्ष काढल्यानंतर खुशालच्या आणि माझ्या नात्यात बेबनाव निर्माण होऊ लागला. एव्हाना, मलाला आणि अटल शाळेत स्थिरावले होते. पण खुशाल मात्र रुळला नव्हता. त्या दोघांना चांगले मित्र-मैत्रिणी मिळाले होते, पण खुशाल मात्र एकटाच होता. पाकिस्तानातील जीवन, त्याचे जुने मित्र, त्याचे पतंग, त्याची स्वतःची जगण्याची रीत या साऱ्यांची त्याला प्रकर्षाने आठवण येत होती. खरं सांगायचं झालं तर मलाही पाकिस्तानची उणीव भासत होती. तूर पेकई आणि मलालालासुद्धा पाकिस्तानची आठवण येत होती. आम्ही पाकिस्तान सोडलं तेव्हा अटल इतका लहान होता की, त्या स्मृती मागे सोडून तो या नवीन जीवनात चटकन रुळला होता. तो एकटाच तसा होता. आमच्या मनातील आठवणी मात्र आम्हाला गप्प बसू देत नव्हत्या.

आपल्या बहिणीबाबत नेमकं काय आणि का घडलं आहे याचा विचार करण्याइतपत अटल मोठा झाला होता. तसाही तो खूप विचारी आणि संवेदनशील मुलगा होता.

तालिबान्यांना वाटणारा तिरस्कार त्याने जाणला होता. अटल कितीही तरतरीत असला तरी वयाने अजून लहान होता. त्या दुर्दैवी दिवशी तो बसमध्ये नव्हता हे त्याचं सुदैवच. इथे आल्यापासून तो सदैव मित्रांच्या गराड्यात असतो. त्यांची भाषा आत्मसात करताना त्याला मुळीच त्रास झाला नाही. जणू ब्रिटनमध्ये जन्म झाल्यासारखा तो अस्खलित इंग्लिश बोलतो.

खुशाल अभ्यास आणि गृहपाठाकडे लक्ष देत नव्हता. त्याऐवजी त्याला खेळांचं व्यसन लागलं होतं. त्याच्या खोलीत कोणी नसलं तरी कित्येकदा तो एकटाच बोलताना मी ऐकायचो. कधीकधी तो जोरात ओरडायचा. मी संभ्रमात पडायचो. माझ्या मुलाचं नेमकं काय होणार आहे हे मला कळेनासं झालं होतं. आपण त्याला गमावून बसू अशी भीती माझ्या मनात ठाण मांडून बसली होती. अभ्यासाकडे लक्ष देणारा, थोडंबहुत वाचन करणारा असा खुशाल मला हवा होता. 'या दळभद्री कॉम्प्युटरमधून हा कधी मोकळा होणार?' या एकाच विचाराने मी इतका झपाटलो गेलो की, माझ्या स्वभावाची अतिशय वाईट बाजू पुढे आली.

किशोरवयीन मुलांना अशा योग्य मार्गदर्शकाची आवश्यकता असते. ज्याच्या संगतीत कुठलीही भीती न बाळगता ते स्वतःचा शोध घेऊ शकतील.

पाकिस्तानामध्ये मुलं लहान होती त्यामुळे पित्याची भूमिका चांगल्याप्रकारे निभावणं मला शक्य झालं होतं. शिवाय, आजूबाजूचं पारंपरिक वातावरण त्यांच्या परिचयाचं होतं. ते मशिदीत जात, मित्रांच्या घरी जात, शांग्ला इथे आपल्या चुलत भावंडांच्या भेटी घेत. आमच्या आजूबाजूला सातत्याने माणसं वावरत. गप्पा मारणारी, स्वयंपाक करणारी, प्रार्थना करणारी, चर्चा आणि प्रसंगी वादविवाद करणारी माणसं.

पाकिस्तान सोडण्याचा प्रसंग माझ्या कुटुंबासाठी फार आकस्मिक होता. आयुष्याने संपूर्ण एकशेऐंशी अंशाची कलाटणी घेतली होती. कुटुंब, नातेवाईक आणि मित्रांच्या गराड्यातून आम्ही अचानक एकटे पडलो होतो. ही संस्कृती अशी होती जिथे वडिलांना तहान लागली म्हणून त्यांच्यासाठी पेलाभर पाणी आणायला मुलं धाव घेत नसत. मला हे एक दिवस अटलने सांगितलं. उपजत आज्ञाधारकपणा आणि अधिकारावर जोर या गोष्टी इथे अस्तित्वात नव्हत्या. अशी जीवनशैली जगणाऱ्या मुलांच्या गराड्यात माझी मुलं होती. मी हाडाचा पश्तुनी पिता आहे हे मला पाकिस्तानहून दूर असताना समजलं. "झियाऽऽऽऽऽउद्दीन," ही हाक पूर्ण होण्याआधी मी छतावरून धावत येऊन माझ्या वडिलांसमोर उभा राहत होतो. पण मी बोलावल्यावर माझी मुलं समोर येऊन उभी राहत नव्हती.

सगळा माझाच दोष होता. खूप वाईट वाटत होतं मला.

मीही असाच तेरा-चौदा वर्षांचा असेन. अगदी खुशालसारखीच माझ्याही जीवनात कठीण वेळ आली होती. नेमक्या त्या वेळेस माझ्या मनातील तिरस्कार घालवून मला धोकादायक मार्गावरून मागे आणण्यात अनेक मार्गदर्शकांचं योगदान होते. त्यापैकी एक होता तूर पेकईचा मोठा भाऊ. माझ्या श्रद्धा जेव्हा इतस्ततः विखरू पाहत होत्या तेव्हा माझ्याशी हळुवारपणे संवाद साधत त्यानेच मला योग्य मार्गावर परत आणलं होतं.

मला इस्लामचं शिक्षण देणाऱ्या मौलवीचा जिहादवर अतिशय विश्वास होता. मला त्या वाटेवर नेण्याचं काम तो चोखपणे बजावत होता. अल्पकाळासाठी का होईना पण माझ्या मनात माझा धर्म न मानणाऱ्यांविरुद्ध युद्धासाठी उभं ठाकण्याचं आणि युद्ध करताना मृत्यू पत्करण्याचं ध्येय होतं. मला शहीद व्हायचं होतं, कारण अत्यंत उत्कटतेने मला ते पटवून दिलं जात होतं. पुढे तीच उत्कटता मी जीवनात प्रेम आणण्यासाठी वापरली.

आज मी जेव्हा मागे वळून पाहतो तेव्हा तूर पेकाईचा भाऊ, माझे इतर चांगले मित्र आणि माझे स्वतःचे मायाळू वडील यांचे उपकार मला जाणवतात. मी स्वतःला म्हणतो, 'झियाउद्दीन, अरे, हे सगळे खंबीरपणे तुझ्या पाठीशी नसते, त्यांनी तुला मार्गदर्शन केलं नसतं तर तू छातीला बॉम्ब बांधून, आत्मघातकी बॉम्ब बनून कधीचाच अल्लाला प्यारा झाला असतास.'

पण आता काहीतरी करून खुशालला मार्गावर आणणं गरजेचं होतं. माझा स्वतःवरचा विश्वास उडाला होता. सुदैवाने त्यावेळेस डॉक्टर फिओना पुन्हा एकदा धावून आल्या.

पालकत्वाला कुठली आलीय लाज! मी त्यांना मोकळेपणे म्हटलं, "डॉक्टर, फार अडचणीत सापडलो आहे मी. खुशालला तुम्ही आवडता. तुम्हालाही माझी मुलं आवडतात. त्याला मार्गावर आणण्यासाठी कृपया मला उपाय सांगा."

हे ऐकताच त्या शांतपणे म्हणाल्या, "वयात येतोय तुमचा मुलगा. या परिस्थितीचा सामना शांतपणे करायला हवा. उगाच संतापू नका, त्याच्याकडून अवास्तव अपेक्षा ठेवू नका. तो चांगला मुलगा आहे हे लक्षात ठेवा. त्याच्यासाठी हा काळ कठीण आहे. काही दिवसांत सगळं ठीक होईल. तो तरतरीत, हुशार आणि देखणा आहे. सगळं नीट होईल. तो अगदी छान आहे."

हे ऐकताच मला समाधान वाटलं. मी त्यांना म्हटलं, "हो, बरोबर आहे तुमचं म्हणणं."

मी सगळे प्रयत्न सोडून द्यायचं ठरवलं होतं. तोच मी भानावर आलो. त्याच्या शाळेचा अभ्यास आणि आज्ञाधारकपणा या दोन गोष्टींचा उल्लेख मी टाळू लागलो. डॉक्टर फिओनांवर माझा विश्वास नक्कीच होता. तरीही मी स्वतःला प्रश्न विचारू

लागलो. मला नेमकं काय हवं आहे? मी एक मायाळू आणि चांगला पिता बनू पाहत होतो. पण माझा मार्ग चुकत होता. मी जसा वागलो तसंच माझ्या मुलांनी वागावं अशी अपेक्षा ठेवणं चुकीचं होतं. आमची कौटुंबिक मूल्यं आणि त्याच्या अनुषंगाने येणारी समानता, सत्य आणि न्याय यांची जपणूक करण्याचा माझा प्रयत्न होता. पण त्याही पलीकडे मला स्वतःबद्दल त्यांच्याकडून काही अपेक्षा होत्या. का होत्या या अपेक्षा? का? त्यांनी कोणत्या विद्यापीठात शिकावं? एखादं पुस्तक वाचावं की नाही? करिअरचा कोणता मार्ग निवडावा? हे ठरवणारा मी कोण होतो? एका वेगळ्या संस्कृतीत आणि वेगळ्या काळात ते वावरत होते.

लहानपणी मी अतिशय आज्ञाधारक होतो. खुशालनेही तोच कित्ता गिरवावा हीच माझी इच्छा होती. मी चुकीच्या मार्गाने चुकीचा शोध घेत होतो याची यथार्थ जाणीव डॉक्टर फिओना यांनी करून दिली. माझा मुलगा जसा होता तसाच सुंदर होता. त्याला माझ्यासारखं घडवण्याच्या नादात मी मोठी चूक करत होतो.

माझ्या मते पालकत्व कधी संपत नाही. आणि म्हणूनच पालकत्वात मोकळेपणा हवा. बदल करण्याची तयारी हवी. डॉक्टर फिओना खुशालशी कित्येक तास गप्पा मारत. तो धुमसत असेल तर शांत होण्याची वाट पाहत. त्याचं बोलणं ऐकून घेताना स्वाभाविक गोष्टींकडे त्या त्याचं लक्ष वेधत. शाळेमध्ये अभ्यास न करता चमकणारी मुलं हाताच्या बोटावर असतात. जीसीएससी या परीक्षेत चांगले मार्क मिळवायचे असतील तर खुशालला स्वतःला अभ्यास करावा लागणार होता. त्याच्या कॉम्प्युटर गेमच्या अतिप्रेमाबद्दल मी बोलणं थांबवलं. त्यानंतर अल्पावधीत त्यानेच कंटाळून कॉम्प्युटर गेम खेळणं बंद केलं. हल्ली तर माझा फोन सारखा वाजत असतो. एकतर कोणाचे मेसेज असतात नाही तर कोणाचा फोन. मी एकदा खुशालला विचारलं की, माझी कोणती गोष्ट बदलायला त्याला आवडेल? त्यावर तो पटकन म्हणाला, "अब्बा, फोनवर इतके का अवलंबून राहता? आपल्याकडे जेव्हा पाहुणे येतात तेव्हा तुम्ही सारखं फोनकडे बघणं टाळलं पाहिजे. फार वाईट दिसतं ते." ते ऐकताच मी म्हणालो, "खुशाल खान, बरोबर आहे तुमचं म्हणणं. पण मला माफ करा, मी नाही थांबू शकत ते." हे ऐकताच माझ्या हातातून फोन ओढून घेत त्याने तो चक्क सोफ्याच्या मागे भिरकावून दिला. नेमकं उलटं घडून आलं. काही वर्षांपूर्वी माझ्या मुलांच्या निरनिराळ्या इलेक्ट्रॉनिक उपकरणांची मी किती धास्ती घेतली होती! आज अठरा वर्षांचा खुशाल चक्क पुढे होऊन माझा फोन हिसकावून घेतो आहे. जमाना बदल गया है।

यूकेमध्ये काही काळ काढल्यावर मला इथल्या शैक्षणिक पद्धतीची थोडी अजून माहिती मिळाली. माझी मुलं आता हळूहळू विचारवंत होऊ लागली आहेत. कित्येकदा ते कॉम्प्युटरवर शाळेचा अभ्यास करत असतात. मलाच ते इतके दिवस

समजलं नव्हतं.

त्यांची काळजी करायचं सोडून मी आता फक्त त्यांच्यावर प्रेम करतो. मला त्याने खूप शांत वाटतं.

त्यांच्याबद्दल बाळगलेल्या सर्व आशाआकांक्षा मी आता बाजूला सारल्या आहेत. माझा मुलगा कोण असावा किंवा कोण व्हावा याबद्दल घट्ट धरून ठेवलेला दृष्टिकोन मी दूर केला आहे. आज माझे दोन्ही मुलं माझे जानी दोस्त झाले आहेत. मी जगलो ते आयुष्य त्यांच्या आजच्या आयुष्याहून वेगळं होतं. ते जगत असलेल्या या जगातही त्यांना मिंगोऱ्याप्रमाणेच प्रेम, माया आणि समता गवसेल, त्यांना त्यांचा आनंद सापडेल. त्यांना समजून घेण्याने माझं जीवन अतिशय सुकर झालं. आणि त्यामुळेच आम्ही सर्वजण मुक्त आणि मोकळे झालो.

## तुम्ही बरिटो म्हणता, मी बरिटा म्हणतो

पाकिस्तानी पदार्थांइतके दुसरे पदार्थ मला फारसे आवडत नाहीत. असं असूनही नुकताच मी जेव्हा अमेरिकेला गेलो होतो तेव्हा मलाला फंडचे आधीचे संवाद संचालक, एसन जॉर्डन यांनी मला बरिटो नावाचा अति चविष्ट पदार्थ खाऊ घातला. कणीक किंवा मैद्यापासून बनवलेल्या टॉर्टिलामध्ये सारण घातलेला हा पदार्थ आहे. एअरपोर्टच्या रस्त्यावर, टॅक्सीच्या मागच्या सीटवर बसून मी त्या दिवशी बरिटोचा नाश्ता केला.

पुढच्या अमेरिका वारीत मी लॉस एन्जेलिसला भेट दिली. या वेळेस मुलंही बरोबर होती. त्यांना घेऊन मी बाजारात फेरफटका मारायला निघालो. मला भूक लागली होती. स्टारबक्स कॉफीशॉप समोर दिसताच मी मुलांना सांगितलं, "आलोच एक मिनिटात. समोरून बरिटा घेऊन येतो."

मला समजावत मुलं म्हणाली, "अब्बा, ऐका आमचं. असं काही तरी करू नका. तिथे जाऊन असं काही मागू नका."

पण मी त्यांच्या सांगण्याकडे दुर्लक्ष केलं. "मला पाहू तर द्या. असूही शकतं त्यांच्याकडे," मी माझं म्हणणं पुढे रेटलं.

यावर मुलं काय बोलणार? मोठ्या आत्मविश्वासाने मी कॉफीशॉपमध्ये शिरलो. काउन्टरवर उभं राहून मी बोलायला सुरुवात केली, "तुमच्याकडे ब्-ब्-ब्-ब्-ब्-ब्-ब्--" माझ्या तोंडून शब्द बाहेर पडेना. माझी अशी गत अनेकदा होते. पण ती नेमकी तिथेच व्हावी? ऑर्डर घेणारी काउन्टरवरची स्त्री अतिशय संयमी होती. माझ्या तोतरेपणाला ती हसली नाही. सरतेशेवटी योग्य शब्द उच्चारण्यात मला यश आलं - ब्-ब्-ब्-ब्-ब्-ब्-ब्- बरिटा! अखेर जमलं!

माझ्या फजितीमुळे मुलांची हसूनहसून पुरेवाट झाली होती. बिचारी विक्रेती!

हसू दाबण्याचा आटोकाट प्रयत्न करत तिने मला सांगितलं, "नाही सर, स्टारबक्समध्ये असं काही मिळत नाही."

दुकानातून आम्ही बाहेर आल्यावर अटल मला म्हणाला, "अब्बा, तुम्ही तीन चुका केल्या." मी म्हटलं, "कोणत्या?"

तो म्हणाला, "सगळ्यात पहिली चूक म्हणजे स्टारबक्समध्ये जाऊन तुम्ही मेक्सिकन पदार्थ मागितलात. तो तुम्हाला कधीच मिळणार नाही. दुसरं म्हणजे तो शब्द बरि-टा असा नसून बरि-टो असा आहे. आणि तिसरी महत्त्वाची गोष्ट म्हणजे, तुम्हाला तोतरेपणामुळे तो शब्द उच्चारता देखील आला नाही. म्हणजेच तुम्ही त्या शब्दाचा दोनदा विचका केलात."

त्याचं बोलून झाल्यावर पुन्हा ते दोघं खदखदून हसू लागले. मलाला आणि तूर पेकईला हे समजल्यावर त्यांनाही हसू आवरेना. त्यानंतर माझ्या मुलांनी स्नॅपचॅटवर बरि-टा या नावाने ग्रूप तयार केला. सन्माननीय सभासद म्हणून मला त्यात घेण्यात आलं. माझ्या या फजितीची मला गंमत वाटली. अनेक मित्रांना मी ही घटना सांगितली. माझी फजिती झाली म्हणून मुलांना हसू आलं या गोष्टीचा मला राग नक्कीच आला नाही. एकमेकांवर प्रेम कसं करायचं हे आम्ही नव्याने जाणलं होतं. आणि म्हणूनच मी असा दिलखुलास हसू शकत होतो.

माझ्या मते आपण जेव्हा स्वतःला हसवू शकतो तेव्हा आपण माणूस म्हणून अधिक चांगल्याप्रकारे जगू शकतो. जगताना आयुष्यात काही कमकुवत क्षण येण्यात आणि ते स्वीकारण्यात कमीपणा नाही हे तुम्ही तुमच्या मुलांना सांगू शकता. माझ्या मते त्यासाठी विनोदबुद्धी असणं महत्त्वाचं आहे. मी जर पूर्वीचा अधिकार गाजवणारा आणि आदर मिळवू पाहणारा झियाउद्दीन असतो तर बरिटावरून मुलांनी उडवलेली खिल्ली मला सहन झाली नसती. "तुम्ही माझी मुलं आहात, वडील म्हणून मला काही आदर द्याल की नाही?" असं मी खडसावलं असतं. माझी पाठ वळताच ते मला हसले असते. आज मात्र ही थट्टामस्करी मला अनादराचा भाग वाटत नाही. उलट, माझ्या फजितीमुळे आम्हाला सगळ्यांना मजा वाटली होती हे खरं.

## मलालाचा वर्ग

शाळा आणि परीक्षा; पालकांना थकवणारा वेळ. मुलांची अवस्था काही वेगळी नसते.

दोन वर्षांपूर्वी खुशालची जीसीएसई परीक्षा झाल्यानंतर मी 'परीक्षेचं महत्त्व' या विषयावर बोलणं बंद केलं होतं. तो नेमका किती वेळ अभ्यास करतो आहे यावरून त्याला जोखण्याची सवय मी जाणीवपूर्वक दूर केली होती.

त्याच्या परीक्षेला तीन महिने उरले असताना तो अचानक गंभीर झाला.

बैठकीच्या खोलीत सोफ्यावर रसायनशास्त्र, भौतिकशास्त्र, कॉम्प्युटर सायन्स, धार्मिक अभ्यास अशी विविध विषयांची पुस्तकं त्याने पसरून ठेवली होती. घरी कोणी भेटायला आलं तर त्यांना बसायला जागा नसे. तो पाहुण्यांना चक्क म्हणायचा, "चला, बैठकीच्या खोलीत जाऊ. या सोफ्याला ए ग्रेड मिळणार आहे आणि त्याही सोफ्याला ए ग्रेड मिळणार आहे,' हे ऐकताच सगळ्यांना हसू यायचं. थोड्याच दिवसात त्याचा निकाल जाहीर झाला. त्याला अतिशय चांगले गुण मिळाले होते. मला फार आनंद झाला.

पण त्याआधीच्या काळात मी त्याच्याशी कसा वागत होतो हे आठवून मला पश्चात्तापही होत होता. माझ्या मुलाने अतिशय उत्तम ग्रेड मिळवले होते. तो जात्याच हुशार होता. डॉक्टर फिओना यांचं म्हणणं अगदी योग्य होतं.

आजकाल, खुशालला कुशीत घेताना मी संकोचत नाही. रोजच तो माझ्याजवळ येतो आणि माझ्या दोन्ही गालांवर ओठ टेकवतो. त्याच्या व्यतिरिक्त घरात कुणीच असं वागत नाही. मलाला आणि तूर पेकई यांना मिठ्या मारलेल्या आवडत नाहीत. मुका देणं ही खास खुशालची लकब आहे. माझे वडील मला असाच मुका देत. त्या दोन्हींतील साम्य मला जाणवतं. अतिशय प्रेम असतं त्या कृतीत. अर्थात, माझ्या वडिलांशी असलेलं माझं नातं आणि माझ्या मुलांचं माझ्याशी असलेलं नातं यात जमीनअस्मानाचं अंतर आहे.

पूर्वी आम्ही एकमेकांशी कसे वागायचो त्याबद्दल आम्ही मोकळेपणाने चर्चा करतो. एक वेगळंच विश्व होतं ते. त्याबद्दल बोलताना खुशाल मला म्हणाला, "तुम्ही मला सतत संधी देत राहिलात. मी चुका करायचो. आणि तुम्ही संधी द्यायचात. पहिली संधी, दुसरी, तिसरी, चौथी. मग माझ्या लक्षात येऊ लागलं की, कदाचित तुमच्या सांगण्यात तथ्य असेल." त्याच्या मते वडील कसे असावेत असं मी त्याला विचारल्यावर तो म्हणाला होता, "माझ्या मते, वडिलांनी मुलाचं मन घडवण्यापेक्षा मुलाचं व्यक्तिमत्त्व घडवावं." माझ्या मते, हे शब्द अतिशय प्रामाणिक आणि योग्य आहेत. त्याच्या शब्दांचा अर्थ उशिरा का होईना पण मला समजला आहे यात मला आनंद आहे.

मी हुकूमशहा नक्कीच नाही. पण, आपण आदरणीय असावं असं मला जरूर वाटतं.

अलीकडे एकदा अटल बाहेर निघाला होता. मी त्याला टोकलं, "अटल खान, तू ज्या मित्रांबरोबर बाहेर जात आहेस त्यांची नावं मला कळायला नकोत का?" त्यावर तो मिस्कीलपणे म्हणाला, "तुम्ही जेव्हा बाहेर जाता तेव्हा मी विचारतो का तुमच्या मित्रांची नावं?" मला हसू आलं. त्याचा मुद्दा अगदी योग्य होता.

पाकिस्तानात रात्री एकमेकांच्या घरी राहायला जायची पद्धत नाही. यूकेमध्ये

आल्यावर अटलने पहिल्यांदा आम्हाला 'स्लीपओव्हर'साठी मित्रांना बोलवू का, असं विचारल्यावर मला आणि तूर पेकईला काहीच समजलं नव्हतं. मी म्हटलं, "याचा काय अर्थ आहे? त्यांच्याकडे झोपायला जागा असताना त्यांनी आपल्याकडे झोपायला का यायचं?" यावर आम्हाला समजावत तो म्हणाला, "तसं नाही. माझे मित्र आपल्या घरी येतील, मग रात्री ते इथेच झोपतील." मी विचारलं, "अरे पण, कशासाठी?" त्यावर तो म्हणाला, "तशी इथे पद्धत आहे."

त्याचं म्हणणं मान्य करत आम्ही म्हटलं, "बरं बाबा."

त्यानंतर त्याचे आठ मित्र आमच्या घरी राहायला आले. वेगवेगळ्या वर्णाची आणि जातीची ही मुलं रात्रभर गप्पा मारत जागी होती. पहाटे तीननंतर ते कधीतरी झोपले असावेत. त्यांचा मुक्काम अटलच्या बेडरूममध्ये होता. या स्लीपओव्हरमुळे मला वेगळाच आनंद मिळाला.

या मित्रांमुळे माझा अटल आनंदात आहे. त्यायोगे या घराला प्रेमाचे अनेक कंगोरे लाभले आहेत.

हातचं न राखता किंवा काही अपेक्षा न ठेवता मी दोन्ही मुलांवर प्रेम करू लागलो. आणि ते अभावितपणे माझा आदर करू लागले. खरा अधिकार हा भीती, धाक, दरारा, वचक अशा शब्दांत नसून अशा आदरात असतो हे मी आता शिकलो आहे. डॉक्टर फिओना यांचा उल्लेख आम्ही आता आन्टी असा न करता 'गॉडमदर' असा करू लागलो आहोत. त्यांनी माझ्या मुलांना जे उत्तम मार्गदर्शन दिलं त्याचा आदर आम्ही या शब्दातून व्यक्त करू पाहतो. मलालाही आता खुशालची नवीन मार्गदर्शक आहे. पूर्वी, टेलिव्हिजनच्या रिमोट कन्ट्रोलवरून भांडणारी माझी मुलं... खुशालने आयुष्यात काय करावं, याबद्दल ती दोघं चर्चा करतात. "मीही तुझ्याप्रमाणे ऑक्स्फर्डमध्ये प्रवेश घेणार," असं खुशालने म्हणताच ती लगेच म्हणते, "तू आलास तर मी तिथून बाहेर पडेन!" ते एकमेकांना रोज टेक्स्ट करतात.

पूर्वीचा लहानखुरा, काहीही न ऐकणारा अटल आता चौदा वर्षांचा झाला आहे. मलालाइतका उंच झाला आहे तो. तिच्याबद्दल बोलताना तो म्हणतो, "माझी बहीण फार हुशार आहे. पण, मी तिच्या हुशारीला घाबरता कामा नये. तिच्याकडून शिकण्यासारखं खूप काही आहे. ती कशाला घाबरत नाही हे मी शिकायला हवं. उगाचच लाज वाटून गप्प बसण्यापेक्षा निडरपणे मला स्वतःचं मत मांडता यायला हवं. कदाचित, लोकांना वाटेल की, मी तिच्या सावलीत वाढतो आहे. पण असं नाही. माझ्या मते मी मलालाच्या वर्गात आहे. मी तिच्याकडून खूप काही शिकतो आहे."

माझे आजोबा किंवा वडील यांना कधीही वाटलं नसेल की, आमच्या घरातील एक मुलगी पुढे तिच्या भावांची मार्गदर्शक आणि वाटाडी होईल. अल्लाने घडवून आणलेल्या या सुंदर बदलाबद्दल मी त्याचे मनोमन आभार मानतो.

खुशाल स्कूल ॲन्ड कॉलेज येथील समारंभ, २०१०

तत्कालीन शैक्षणिक सचिव मेहेमूद हाहन् यांच्या हस्ते जेहनझेब कॉलेज, स्वात इथे वार्षिक समारंभात पारितोषिक स्वीकारताना

मी आणि माझी पत्नी तूर पेकई, शांग्ला इथे

स्वात नदीच्या तीरावर मी आणि तूर पेकई,
मलाला आणि खुशालसह, २००१

मलाला, अटल आणि खुशाल या आपल्या तीन नातवंडांसह
माझे वडील रोहल अमिन

कडेवर अटल, बाजूला मलाला

मिंगोरा इथल्या शाळेत सकाळच्या सत्रात बोलताना, २००८

जून २०१३, वॉर्विक कॅसल इथल्या बागेत मासे आणि वेफर्सचा आस्वाद घेताना डॉ. फिओना, माझ्या दोन मुलांची गुरू *(कॉपीराइट ॲड्रियन बुलक)*

कैलाश आणि मलाला यांना २०१४मध्ये शांतीचा नोबेल पुरस्कार प्राप्त झाल्यानंतर ओस्लो इथे कैलाश सत्यार्थी यांचे आणि माझे कुटुंबीय

कॅलिफोर्नियातील सांता बार्बारा येथे मलाला बरोबर मक्याचं कणीस खाताना

'फ्री द चिल्ड्रन' यांनी प्रायोजित केलेल्या केनियातील मसाई मारा येथील फक्त मुलींसाठी असलेल्या माध्यमिक शाळेत बोलताना

केनियातील मसाई मारा इथल्या शाळेत भिंत बांधताना. बरोबर मलाला आणि 'फ्री द चिल्ड्रन' शाळेचे सहसंस्थापक क्रेग किल्बर्गर

जॉर्डनमधील निर्वासित सीरियन मुलांची भेट घेताना

केनियातील मसाई मारा सफारी पार्कमध्ये मलालासमवेत

इस्लामाबाद, २०१८. माझी अम्मी माहरो बिबी मलालाची पपी घेताना. तिच्या बाजूला मलालाच्या अम्मीची अम्मी देल पासन्डा. त्यांच्यामागे तूर पेकई, मी आणि तूर पेकईचे भाऊ आनंद सोहळा अनुभवतो आहोत.

इस्लामाबादमध्ये माझा भाऊ सईद रमझान या आपल्या काकाला भेटताना मलाला

माझा पुतण्या मुबशीर हसन आणि खुशाल, मलाला व अटल

मिंगोरा येथील आमचं जुनं घर, मलालाने मिळवलेल्या अनेक पारितोषिकांसमोर

२०१२मध्ये स्वात येथील ज्या हेलिपॅडवरून जखमी मलालाला पेशावरला नेण्यात आलं होतं तिथेच २०१८मध्ये; एक आत्यंतिक भावनिक क्षण

# पत्नी आणि प्रिय सखी

## अबोल कार्यकर्ती

तूर पेकई माझी पत्नी नसती तर माझं काय झालं असतं, असा विचार माझ्या अनेकदा मनात येतो. माझ्या कुटुंबात लिंगभेदावर आधारित वातावरण न ठेवता समानता आणणं हे माझ्यासाठी फार महत्त्वाचं होतं. माझ्या मुलांचे विचार त्याहून वेगळे नव्हते. तरीही ते फार कठीण गेलं असतं मला. माझ्या मुलांची अम्मी या संपूर्ण प्रक्रियेत माझ्या खांद्याला खांदा लावून उभी होती म्हणून हे शक्य झालं. जर तूर पेकई माझ्या सावलीत खुरटली असती तर मलाला, खुशाल आणि अटलच्या दृष्टीने समानतेला काही अर्थ उरला नसता. आम्हा नवरा-बायकोप्रमाणेच पेकई आणि तिच्या मुलांना जोडणारा कुठलाही समान धागा उपलब्ध झाला नसता. पुरुषप्रधान संस्कृती असलेल्या देशांमध्ये जोवर स्त्रीसुद्धा आपणहून पुढे येत नाही तोवर बदल प्रत्यक्षात आणणं कठीण जातं. पुरुष अधिक महत्त्वाचे आहेत असं जगातील अनेक स्त्रियांच्या कानीकपाळी ओरडून सांगितलं जातं. पण एक ना एक दिवस या समजुतीतून बाहेर येत त्यांना स्वतःची खरी आणि योग्य भूमिका अंगीकारावी लागते. म्हणूनच मी तूर पेकईला माझी सहप्रवासी म्हणतो.

तूर पेकईसाठी अम्मीची भूमिका सोपी नव्हती. पण तिने ती सहजगत्या निभावली. मुलगी म्हणून लहानपणापासून तिने अनेक बंधनं आणि नकारांचा सामना केला होता. पण, तिने ते मलालाच्या आड येऊ दिलं नाही. तूर पेकई लहान असताना घरातील वडील, भाऊ, त्यांची मुलं अशा तमाम पुरुषांचा सन्मान घरातील मुलींच्या वागणुकीतून समजत असे. आपल्यामुळे कोणाला बट्टा लागणार नाही किंवा खाली पाहावं लागणार याबद्दल त्याही जागरूक असत. एखादं वाईट कृत्य केल्यानेच लाजिरवाणी परिस्थिती ओढवत असे, असं नाही. स्वतंत्रपणे वागणं, आई-वडिलांनी नाकारलेल्या मुलाला एकट्यानेच जाऊन भेटणं, आपला नवरा

नसलेल्या पुरुषाच्या नजरेला नजर देणं ही सगळी लाजिरवाणी कृत्यं होती. पश्तुन भाषेत अशा अर्थाची म्हण आहे की, 'जी मुलगी आपली नजर जमिनीला खिळवून ठेवते, तिच्या गावाला आग जरी लागली तरी ती नजर उचलत नाही, ती सर्वाधिक सर्वोत्तम मुलगी होय.' लहान असताना पेकईने याबाबत तिच्या अम्मीला विचारलं होतं, "अशी कोणती मुलगी आहे जिचं स्वतःचं घर आणि माणसं जळत असताना ती मान वर करणार नाही?" अतिशय तर्कशुद्ध अशा या प्रश्नाला, "पेकई, मी यावर काय बोलू?" असं उत्तर अम्मी देत असे.

स्वतः स्त्री असूनही मुलगे आणि मुली या पारंपरिक भेदातून बाहेर येण्याची धिटाई पेकईने दाखवली होती.

आमच्या लग्नानंतर सुरुवातीच्या काळात आधी बरकना आणि मग मिंगोरा इथे शिक्षकाची नोकरी करत स्वतःची शाळा स्थापण्यासाठी माझी धडपड सुरू होती. त्या कालावधीत ती सातत्याने माझ्या पाठीशी उभी होती. मिंगोऱ्याला आल्यावर खऱ्या अर्थाने स्वातंत्र्याचा आमचा प्रवास सुरू झाला. आमचा मधुचंद्र आम्ही आमच्या अब्बूंच्या घरी साजरा केला. त्याही काळात मी रोज शाळेत स्वयंशिक्षक म्हणून जात असे. जिथे मी शिक्षण घेतलं ती हीच माध्यमिक शाळा होती. आज मागे वळून पाहतो तेव्हा, पेकईचं वेगळेपण माझ्या मनात ठसतं. स्वतःवर ठाम विश्वास असणारी अशी ती अतिशय खंबीर स्त्री आहे. इतरांच्या गरजा पूर्ण करण्यासाठी ती मनापासून झटते.

त्या काळात आमच्याकडे फारसा पैसा नव्हता. पेकईला तिच्या सोन्याच्या बांगड्या विकाव्या लागल्या होत्या. ज्या समाजात मी लहानाचा मोठा झालो होतो त्या समाजासाठी योगदान देत, सन्मानाने जगत, स्वतःच्या कुटुंबाचा खर्च भागवत, भविष्याची बेगमी करण्याच्या दृष्टीने चांगल्या संधीच्या शोधात मी होतो. सारंकाही निरर्थक आहे अशी माझी भावना होऊ लागली होती. कर्शत किंवा बरकना इथे राहण्याची आम्हा दोघांचीही तयारी नव्हती. लग्न झाल्या दिवसापासून पेकई मला 'खईस्ता' म्हणते. त्याचा अर्थ 'देखणा' असा होतो. माझे पुतणेही मला त्याच नावाने हाक मारू लागले. मी देखणा नाही; पण हे लाडाचं नाव मला खूप आवडून गेलं. आजही, पेकईच्या तोंडून 'खईस्ता' ही हाक ऐकायला मला फार आवडतं. सुरुवातीच्या काळातही ती मला आवर्जून सांगायची, "खईस्ता, तू जर इतरांसाठी चांगल्या गोष्टी केल्यास तर अल्ला एक ना एक दिवस आपलं नक्कीच भलं करेल."

काही काळ मिंगोऱ्यातील एका प्रसिद्ध खासगी कॉलेजमध्ये इंग्लिश विषय शिकवल्यावर मी मुहम्मद नईम या माझ्या जुन्या कॉलेजमित्राच्या सोबतीने स्वतःची शाळा काढली. पुढे हिदायतुल्ला या दुसऱ्या मित्राने त्याची जागा घेतली. माझी ही

प्राथमिक शाळा म्हणजे शिक्षणावर प्रचंड विश्वास ठेवणाऱ्या माझ्यासारख्या निम्न-वर्गातील माणसाचं सत्यात उतरलेलं स्वप्न होतं. माझ्या शाळेत फक्त तीन विद्यार्थी होते. विवाहित जोडपं म्हणून राहण्यासारखी परिस्थिती तिथे नव्हती. शाळेच्या बाजूला भाड्याने घेतलेल्या दोन गलिच्छ खोल्यांत आम्ही राहत होतो. त्या लहानशा खोपट्यात तूर पेकईने आमच्या पहिल्या मुलीला जन्म दिला. ती मुलगी जन्मजात मृत होती. तिचा गौरवर्ण आणि सुंदर रूप पेकई आजही विसरू शकली नाही. माझ्या मते आमच्या त्या घरातील अस्वच्छतेमुळे बाळ मृत जन्माला आलं होतं. पेकईने त्या परिस्थितीची कधीही तक्रार केली नाही. शाळा हे तिचंही स्वप्न होतं. रात्री उशिरा मी शाळेच्या भिंती पांढऱ्या चुन्याने रंगवू लागलो की ती कंदील हातात धरून उभी राही. खुशाल खान खट्टक या कवीचं नाव आम्ही शाळेला दिलं, 'खुशाल शाळा'. प्रवेशद्वारावर आम्ही आमचं ध्येयवाक्य लिहिलं होतं - 'नवीन युगासाठी तुम्हाला घडवण्याकरता आम्ही कटिबद्ध आहोत.'- पण वास्तवात हे नवीन युग म्हणजे आमच्यासाठी निव्वळ दारिद्र्य होतं. मी कॉलेजकडून बरंच कर्ज घेतलं होतं. अवघ्या तीन विद्यार्थ्यांच्या जिवावर माझा उदरनिर्वाह कसा चालणार? असं असूनही पेकईशी लग्न करून मला प्रचंड सुख मिळालं. लहान असतानाही पेकईची वृत्ती स्वतंत्र होती. कर्शत या तिच्या गावात इकडून तिकडे पळण्याचा छंद तिला होता. कित्येकदा ती तिथून आमच्या गावापर्यंत पळत येई. वयात आल्यानंतर मात्र तिला पडदा, बुरखा, डोक्यावरची ओढणी आणि इतर बंधनांचा स्वीकार करावा लागला. लग्नानंतर मिंगोऱ्यात राहिल्यामुळे लहानपणी अनुभवलेलं स्वातंत्र्य थोड्याफार प्रमाणात का होईना पण तिला परत अनुभवता येऊ लागलं. बरकना येथील स्त्रियांच्या तुलनेत मिंगोरा इथे स्त्रियांना अधिक स्वातंत्र्य होतं. आम्हा दोघांच्याही गावांमधून जे स्वातंत्र्य तिला मिळू शकलं नसतं ते तिला इथे मिळावं असा माझा आटोकाट प्रयत्न होता. म्हणूनच ती माझ्या सोबतीशिवाय मिंगोऱ्यात एकटीने इकडे-तिकडे जात असे. घरात आम्ही बरोबरीने वागत असू. कोणा पुरुषाने माझ्या वागणुकीवर तोंडसुख घेतलं तरी मी त्याला फारसं महत्त्व देत नसे.

यथावकाश माझ्या लक्षात आलं की, पेकईला स्वतंत्र वृत्तीने जगता आल्यामुळे मलाही मोकळं वाटू लागलं होतं. ती तिच्या मूळ रूपाला धरून राहिल्यामुळे माझं जीवन अधिक संपन्न झालं. पारंपरिक स्त्रियांप्रमाणे पुरुषांकडून 'जपणूक' केली जाण्याचा अट्टाहास तिने कधी केला नाही. त्यावेळेस आमच्या समाजात पुरुषप्रधान संस्कृतीमुळे स्त्रिया आर्थिकदृष्ट्या स्वावलंबी नसत. म्हणूनच, नवऱ्याला बायकोचं ओझं होत असे.

कालांतराने नवरा गेला तर अशा स्त्रीच्या भावाला तिचा भार पेलावा लागत असे. म्हणूनच, स्वतःचा सन्मान जपण्यापोटी स्त्रिया सातत्याने घाबरून जगत. पण

तूर पेकईवर माझा दृढ विश्वास होता. जगण्याची पुरुषसत्ताक पद्धती मला अमान्य होती.

माझ्या लहानपणी माझ्या मनावर बिंबवलेल्या अनेक नियमांचा पगडा मोठेपणी नकळत कायम राहिला असावा. अचानक कधीतरी मी, जुन्या जमान्याला धरून राहणाऱ्या पश्तुनसारखा वागत असे. अशा वेळेस जुन्या आणि नव्या झियाउद्दीनमध्ये घनघोर संघर्ष होई. जुन्या झियाउद्दीनचा पराभव करत मला नवीन झियाउद्दीनचा स्वीकार करावा लागे. स्वतःला नवीन रूपात स्वीकारायला मला अवधी द्यावा लागला. त्या दरम्यान, माझ्या हातून काही चुकादेखील झाल्या.

लग्नाच्या सुरुवातीच्या काळात जुन्या झियाउद्दीने डोकं वर काढलं की, तूर पेकई त्याला खाली बसवत असे. उदा. लग्नानंतरच्या पहिल्या महिन्यात आम्ही शांग्ला इथे होतो. माझा एक मित्र आम्हाला भेटायला येणार होता. पश्तुन समाजात स्त्रिया क्वचितच नवऱ्याच्या मित्रासमोर येत. पेकई त्याला आधीपासून ओळखत होती. पण माझी बायको म्हणून ती त्याला पहिल्यांदाच भेटणार होती. तो येणार आहे हे कळताच ती पटकन म्हणाली, ''मी छान तयार होते.'' त्या क्षणी माझ्यातील पश्तुन पुरुष जागा झाला. मी पटकन तिला म्हटलं, ''त्याच्यासाठी विशेष तयार होण्याची काय गरज आहे?''

त्यावेळेस माझ्यासमोर ठामपणे उभं राहत ती म्हणाली, ''हे माझंही घर आहे. मला वाटलं तर मेकअप करण्याचा मला अधिकार आहे. तुझ्या ते पचनी पडत नसेल तर तुझ्या मित्राला बोलवायची गरजच काय?'' हे ऐकताच मला स्वतःची लाज वाटली. ''तुझं म्हणणं बरोबर आहे. माझं जरा चुकलंच,'' असं म्हणत मी माझी चूक मान्य केली.

पुढे मिंगोऱ्यामध्ये असाच एक प्रसंग घडला. आमच्या लग्नानंतर काही दिवसांनंतरची गोष्ट आहे. आमच्या एका नवीन शिक्षकाच्या घरी आम्ही गेलो होतो. जाताना आणि येताना आम्ही रिक्षात जरी बाजूला बसलो होतो तरी रस्त्याने चालताना मी अस्वस्थ होतो. आमच्या समाजात स्त्रिया नवऱ्याबरोबर रस्त्याने कधीही चालत नसत. स्त्रियांनी भाऊ किंवा वडिलांबरोबर जाण्याची पद्धत होती. या जाणिवेने मी चालण्याची गती वाढवली. त्यामुळे तूर पेकई मागे पडली. एक माणूस आमच्या पाठलागावर होता. ज्या इसमाकडून मी शाळेची इमारत भाड्याने घेतली होती त्या इसमाकडे जाऊन त्याने तक्रार केली. काही वेळात आमचं दार वाजलं. मी दार उघडलं तर घरमालक समोर उभा होता. तो मला म्हणाला, ''तू एका स्त्रीला बरोबर आणल्याची पक्की बातमी मला समजली आहे. हे काय प्रकरण आहे ते मला सांगशील का?'' हे ऐकताच मी संतापून म्हणालो, ''मी या इमारतीचं भाडं भरतो. माझ्या व्यवहारात नाक खुपसू नकोस. आणि ती स्त्री, ती माझी बायको आहे; समजलं?'' असं

असूनही सर्वांसमक्ष तिच्याबरोबर चालणं मला अस्वस्थ करत होतं. एका परीने माझ्या अशा वागण्याने मी तिच्या स्वातंत्र्यावर गदा आणत होतो.

ज्या माणसाने आमचा पाठलाग केला होता, ज्याच्या मनात पेकईबद्दल वाईट विचार आला होता त्याचा तिला भयंकर संताप आला होता. पण खरंतर माझ्या वागणुकीमुळे तिच्यावर खाली पाहण्याची वेळ आली होती. मी त्या मिंगोऱ्याच्या रस्त्यावर तिच्या बरोबर ताठ मानेने चालायला हवं होतं.

एका बाबतीत मात्र पेकईने परंपरा जपली. जवळपास सर्व चेहरा झाकणाऱ्या ओढणीशिवाय ती कुठेही जात नाही. मलालावर हल्ला झाल्यानंतर २०१२मध्ये आम्ही पाकिस्तान सोडलं. तोवर डोक्यावरच्या ओढणीबाबत ती फार दक्ष होती. मी तिला नेहमी म्हणत असे, ''पेकई, फक्त त्या बुरख्यात पडदा नसतो. तो हृदयात असतो.'' पुढे तालिबान्यांविरुद्ध मोहिमेच्या निमित्ताने मी आणि मलाला वरचेवर सार्वजनिक जीवनात दिसू लागलो. पण पेकईने कधीही स्वतःचा फोटो काढून घेतला नाही, मग चित्रीकरण तर फार दूरची गोष्ट. न्यू यॉर्कच्या यूएनमध्ये, २०१३ साली १६ वर्षांची मलाला जेव्हा भाषण द्यायला उभी राहिली तेव्हा पेकईने पहिल्यांदा फोटो काढून घेण्यासाठी अनुमती दिली.

पेकईची ओढणी तिच्या धार्मिक वृत्तीशी आणि आजूबाजूला वावरणाऱ्यांच्या मताशी निगडित होती. आपल्या पतीव्यतिरिक्त इतर कुठल्याही पुरुषाच्या दृष्टीला न पडणं हे उत्तम मुस्लिम स्त्रीचं लक्षण आहे या शिकवणीचं बाळकडू तिला मिळालं होतं त्याला ती तरी काय करणार?

पवित्र कुराणाला विपरीत अर्थ देऊन तालिबान्यांनी सुरुवातीला महिलांना आकर्षित केलं. पण त्याही मागे स्त्रियांचा अधिक उत्तम मुस्लिम बनण्याचा आग्रह कारणीभूत होता.

सुरुवातीला, मौलाना फजलुल्लाह या तालिबानी नेत्याने अवैध रेडिओ स्टेशनच्या माध्यमातून पेकईसारख्या अशिक्षित पण भावुक स्त्रियांना थेट आव्हान केलं. या स्त्रिया आपल्याला कुठलाही प्रश्न करणार नाही हे तो जाणून होता. प्रश्न केला तर त्यांच्या वृत्तीबाबत प्रश्न निर्माण झाला असता. मिंगोऱ्यातील इतर स्त्रियांप्रमाणे पेकईदेखील फजलुल्लाहमुळे प्रभावित झाली होती. पण ते फक्त सुरुवातीलाच. पण लवकरच तिच्या मनात आलं, मुली शिकल्या तर अल्ला नाराज का होईल, या तालिबान्यांना चारशे शाळा बॉम्बने उडवू देण्यास अल्ला अनुमती का देईल, असे प्रश्न मनात येऊ लागल्यामुळे पेकईने फजलुल्लाहची आव्हानं नाकारायला सुरुवात केली. बहुतांशी स्त्रिया मात्र तसं करू धजल्या नाहीत.

ओढणीचा विषय वेगळा होता. समाजातील इतर स्त्रिया आपल्याबद्दल काय बोलतील याची धास्ती तिला होती. अर्थातच, यात काही वावगं नव्हतं. दुसऱ्याला

जोखण्याची पुरुषांची सवय स्त्रियांनी उचलली होती. सामाजिक मानसिकतेचा हा एक स्वाभाविक पदर असतो.

पेकईने डोक्यावरची ओढणी काढली नाही. पण ती तिच्या पद्धतीने घेऊ लागली. माझ्या मते आजही तीच मिंगोऱ्यातील सर्वाधिक धीट स्त्री आहे. तिच्याशिवाय मी जीवनात एक पाऊलही पुढे टाकू शकलो नसतो. ती सतत माझ्याबरोबर चालत मला प्रोत्साहन देत राहिली. पुढे ती मलालालाही प्रोत्साहन देऊ लागली. मुलींना शिक्षण मिळवून देण्याच्या मोहिमेत आम्ही दोघंच नव्हतो हे पेकईच्या पाठिंब्यामुळे मला जाणवलं. ती म्हणाली होती, ''माझ्या मनाचे बोल मलालाच्या कृतीतून उमटत आहेत.'' पेकई आणि माझं नातं दोन्ही बाजूंनी दृढ होतं. एक बायको म्हणून मी तिला समानतेने वागवू पाहत होतो. पुरुषसत्ताक समाजात वाढलेल्या पेकईसारख्या स्त्रीला माझ्यामुळे स्वातंत्र्याची चव चाखता येत होती.

आमच्यासारख्या पितृसत्ताक समाजामध्ये मलालासारख्या मुली असोत वा पेकईसारख्या स्त्रिया, त्यांना पित्याच्या अथवा पतीच्या आधाराची आणि पाठिंब्याची गरज भासते. त्यांच्या देशाच्या संस्कृतीचा हा परिपाक आहे. स्त्रियांना काय सहन करावं लागतं हे कळलं तर मुलं आणि पुरुषही स्त्रिया आणि मुलींचं जीवन सहजसोपं करण्यासाठी नक्कीच पुढे येतील. स्त्रियांना सतत पंखांखाली घेत राहणं, त्यांच्या संरक्षकाच्या भूमिकेत राहणं या ऐवजी सभ्यता आणि माणुसकीला अनुसरून पुरुषांनी स्त्रियांना आवश्यक असा पाठिंबा द्यायला हवा. समानतेचं वातावरण रुजवण्यासाठी मुलांनी आणि पुरुषांनी जबाबदारीने वागायला पाहिजे असं मला मनापासून वाटतं आणि त्यात काही वावगं नाही.

लग्नानंतरच्या सुरुवातीच्या काळात आमच्या वेगळ्या वागणुकीमुळे आम्हाला पुष्कळ टीका सहन करावी लागली. आमच्या मृत बाळाच्या जन्मानंतर जुलै १९९७मध्ये मलालाचा जन्म झाला. आमच्या कुटुंबात जन्माला आलेल्या या मुलीचं नाव मी आमच्या वंशावळीत नोंदलं. तीनशे वर्षांत पहिल्यांदाच अशी घटना घडत होती. त्याही वेळेस मला टीकेला उत्तर द्यावं लागलं. मलाला मुलगी आहे म्हणून तिच्या जन्माचा आनंद साजरा करायचा नाही, इतकंच काय तर पाळण्यात झोपलेल्या त्या निरागस बाळजीवाकडे पाहायचंही नाही, असा अट्टहास माझ्या अनेक जवळच्या आणि दूरच्या नातेवाइकांनी केला होता. त्यांनी मलालाकडे दुर्लक्ष केल्यामुळेच माझ्या जीवनात मलालाला विशेष स्थान लाभलं. माझ्या परोक्ष जर घरी कुणी येऊन गेल्याचं पेकईने मला सांगितलं तर माझा पहिला प्रश्न असे, ''त्यांना मलालाला भेटायचं होतं का?'' उत्तर नाही असेल तर माझ्या त्या नातेवाइकांना मी माझ्या आयुष्यातून वगळून टाकत असे. मला कुठल्याही बंडाचा झेंडा उगारायचा नव्हता. कुठलंही हाडवैर जागवायचं नव्हतं. पण स्वतःला

काय मान्य आहे आणि अमान्य आहे यातील रेषा मात्र मला स्पष्ट करायची होती. केवळ लिंगभेदावर आधारित वेगळी वागणूक मलालाला देणं मला म्हणूनच सहन होणार नव्हतं. पण अल्ला आमच्या बरोबर होता. मलालाच्या जन्मानंतर आमच्या शाळेला बरे दिवस येऊ लागले आहेत हे हिदायतुल्ला या माझ्या मित्राच्या लक्षात आलं. ती जणू आमच्यासाठी चांगलं नशीब घेऊन आली होती. माझं म्हणाल तर माझ्या जीवनात आता एकाऐवजी दोन सुंदर स्त्रिया आल्या होत्या. मी सर्वार्थाने आनंदित होतो.

मिंगोऱ्यातील ज्या मुलींना शिक्षण देण्याची पालकांची ऐपत नव्हती त्यांना खुशाल शाळेत शिक्षण मिळावं अशी माझीच नाहीतर तूर पेकईचीसुद्धा मनापासून इच्छा होती. ती शिक्षण घेऊ शकली नव्हती याचं तिला अतिशय वाईट वाटत होतं. पुढच्या पिढीमध्ये ती चूक इतर कुणाबाबत होऊ नये यासाठी तिचा आता आटापिटा सुरू होता. आमच्या शाळेमध्ये शिक्षणासाठी जरी शैक्षणिक शुल्क भरावे लागत होतं तरी ज्या कुटुंबांना फी देणं शक्य नव्हतं त्यांच्या मुलींना अधिकाधिक संख्येने प्रवेश देण्याचा आमचा प्रयत्न होता. व्यावहारिक पातळीवर कठीण होतं, पण आम्ही सर्वतोपरी प्रयत्नशील होतो.

मलाला आणि दोन्ही मुलं आता या शाळेत शिकू लागली होती. जेमतेम खर्चाची हातमिळवणी करण्याइतकी आमची प्रगती झाली होती. पूर्वीप्रमाणे शाळेचा द्वारपाल, लेखापाल, कारकून आणि मुख्याध्यापक या सर्व भूमिका मी एकट्याने करण्याची गरज उरली नव्हती. सुरुवातीची प्राथमिक शाळेची इमारत, मुलींची वेगळी माध्यमिक शाळा आणि मुलांची वेगळी माध्यमिक शाळा अशा तीन इमारतींतून आठशे विद्यार्थी एव्हाना शिक्षण घेऊ लागले होते. सुरुवातीला, २००३ मध्ये मी एकच माध्यमिक शाळा उघडली होती. परंतु, पुरुषप्रधान संस्कृतीमुळे किशोरवयीन मुलींना शाळेत न पाठविण्याकडे पालकांचा कल होता. कारण, शाळेत मुलंही येत होती. मुलामुलींना एकत्र शिकणं त्यामुळेच कठीण झालं. सातत्याने पालकांकडून याबद्दल तक्रारी येऊ लागल्यामुळे मला या गोष्टीचा विचार करून नाइलाजास्तव मुलं आणि मुलींसाठी शिक्षणासाठी वेगळी सोय करावी लागली. तोवर हिदायतुल्लाची वाट वेगळी झाली होती. मला शाळेच्या कामात मरियम मॅडमची मदत मिळाली. मुलींच्या शाळेच्या मुख्याध्यापिका म्हणून त्या काम पाहू लागल्या.

शक्य तितक्या मुलींना शाळेत प्रवेश घ्यायला लावण्याचं पेकईचं ध्येय होतं. तिच्या या कामामुळे ती सक्रिय स्थानिक कार्यकर्ती म्हणून ओळखली जाऊ लागली.

काही वर्षं का होईना मुलींना शाळेत पाठविल्यामुळे मिळणाऱ्या लाभांची

जाणीव बऱ्याच मातांना झाली होती. परंतु, आर्थिक पारतंत्र्यामुळे त्यांचे हात बहुतांशी बांधलेले असत. अशा वेळेस मदतीसाठी त्या पेकईकडे येत. आपल्या मुलीची शाळेची फी भरण्याइतके पैसे त्यांच्याकडे नसत. खूपदा तर मुली शाळेत दाखल झालेल्या असत, पण आर्थिक अडचणींमुळे पुढचं शिक्षण घेण्याचा प्रश्न निर्माण होई. अशा मुलींची बाजू मांडण्यात पेकई पहिल्यापासून तरबेज होती. माझ्यावर तिच्या म्हणण्याचा किती पगडा आहे हे एव्हाना सगळ्यांनी जाणलं होतं. आमच्या समाजात शोहरने बिबीचं म्हणणं ऐकण्याची पद्धत अजिबात प्रचलित नव्हती. उलट शोहरचा प्रत्येक शब्द बिबीने विनातक्रार आणि विनाविरोध मान्य करायचा असतो असाच आमच्या समाजात पायंडा होता. पुढे तर जास्तीत जास्त मुलींना निःशुल्क शिक्षण घेता यावं म्हणून मलालादेखील हिरिरीने त्यांची वकिली करू लागली.

मुलींचे वडील मला भेटायला थेट शाळेत यायचे. परंतु माता घरी जात. शाळेच्या वरतीच दोन-तीन छोट्या खोल्यांमध्ये मी संसार थाटला होता. पेकईचा दरबार तिथे भरे. त्या दरबारात साधारणतः पुढील संवाद कानी पडे;

"भाभी! एवढी फी कुठून भरायची आम्ही? फार जास्ती आहे ही फी आमच्यासाठी. थोडा विचार करा. माझी कळकळीची विनंती आहे तुम्हाला. यात काही कमी करता येतं आहे का ते बघा ना जरा." मग पेकई उत्तर देई, "बरं! मी त्यांच्याशी बोलून पाहते." संध्याकाळी मी शाळेतून घरी आलो की ती पुढे येऊन म्हणत असे, "ख़ाईस्ता," ही हाक येताच मी समजून जात असे की आता कुठल्यातरी मुलींच्या फीमाफीचा विषय माझ्यापुढे येणार. मग ती म्हणे, "हे बघा, या या कुटुंबाच्या या या मुलींच्या फीमध्ये आपल्याला सवलत द्यावी लागेल. तुम्हाला एवढं करावंच लागेल." मी उत्तर देई, "इथे मला दोनशे रुपयांची बाकी दिसते आहे. तू म्हणते आहेस म्हणून मी ही दीडशेवर आणतो." ती पटकन पुढे म्हणे, "छे छे, इतके पैसे भरणे शक्य नाही त्यांना!"

नवीन वर्षाच्या सुरुवातीला आमच्या घरी अनेक स्त्रिया तिला भेटायला येत. जमेल तसे साठवलेले पैसे त्या आपल्या मुलींच्या शिक्षणाप्रीत्यर्थ तिच्याकडे जमा करत. पैसे कमवणं हा माझा शाळा स्थापण्यामागे उद्देश नसला तरी शाळेचे खर्च भागवण्याचा माझ्याकडे दुसरा मार्गही नसे. इतर शिक्षकांचे पगार देणं मला भाग होतं. मरियम मॅडमना त्यांच्या शाळेचा व्यवहार सांभाळता यावा यासाठी मला लक्ष घालावं लागत असे. कधीकधी तूर पेकईच्या उत्साहामुळे मरियम मॅडम जेरीस येत. अशा वेळेस माझ्या ऑफिसमध्ये येऊन त्या म्हणत, "सर, तूर पेकईने अनेक नवीन मुलींना प्रवेश दिला आहे. त्यापैकी बऱ्याच मुलींच्या वह्या-पुस्तकांचा खर्च करण्याचं आश्वासन तिने दिलं आहे. माझी शाळा 'तूर पेकई ट्रस्ट' म्हणून अधिक शोभून

दिसेल असं मला हल्ली वाटू लागलं आहे.''

हा विषय तूर पेकईसमोर काढला की, अतिशय शांत स्वरात ती उत्तर देई, ''अल्लावर भरवसा ठेव. आपल्या शाळेला तो कधीही कमी पडू देणार नाही. मात्र तू मुलींच्या शिक्षणात कोणत्याही प्रकारे आडकाठी आणू नकोस.'' शाळेच्या खर्चाचा ताळमेळ कसा घालायचा या चिंतेत मी असे. पण ती मात्र तिच्या श्रद्धांवर ठाम होती. किती खरं होतं तिचं म्हणणं! आमची शाळा खरंच कधीही बुडीत खात्यात गेली नाही.

आज लोक जेव्हा आमच्या कुटुंबाचा विचार करतात तेव्हा सामाजिक बदल घडवून आणण्यात अग्रेसर म्हणून मलाला ओळखली जाते. त्याप्रमाणे ती खरोखरच आहे. तिच्यानंतर माझा क्रमांक येतो. लहान वयात तिने शिक्षणासाठी मोहीम सुरू केली. त्यावेळेस सातत्याने मी तिच्याबरोबर होतो. म्हणून हा दुसरा क्रमांक मिळाला असावा. आजही आम्ही जोडीने मुलींच्या शिक्षणासाठी प्रयत्नशील आहोत. फरक एवढाच की, मी आता फक्त पित्याच्या भूमिकेत असतो. पण मला त्याचा आनंदच आहे. मलाला आणि तिचं कार्य हा विचार मनात आला की, अभावितपणे तूर पेकईचा सहभाग मला जाणवतो. मलालाची अम्मी उपजत कार्यकर्ती आहे. तिला नैतिक मूल्यांची ओढ आहे. तिचं मानसिक धैर्य अफाट आहे. इतरांना साहाय्य करणं, इतरांच्या उपयोगी पडणं हे तिचे उपजत गुण आहेत. ज्या मातीत तिची पाळंमुळं घट्ट रोवली आहेत, ज्या धर्मावर तिचा गाढा विश्वास आहे त्यातून तिची ही मनस्वी जडणघडण झाली आहे. तिच्यासारख्या अनेक कार्यकर्त्या लाभल्या तर या कार्याला व्यापक चळवळीचं स्वरूप प्राप्त होईल.

सुरुवातीच्या काळात पेकई स्वतःला कार्यकर्ती मानायला तयार नव्हती. हल्ली तिला तसं वाटू लागलं आहे. आज आम्ही बर्मिन्गहॅमला स्थायिक झाल्यावर तिचं हे कार्य अखंड सुरू आहे. पेशावरच्या 'आर्मी पब्लिक स्कूल'वर तालिबान्यांनी केलेल्या अमानुष हल्ल्यात १३२ मुलं आणि सात शिक्षक मृत्युमुखी पडले. विद्यार्थ्यांसमोर एका शिक्षिकेला जिवंत जाळण्यात आलं. त्या शाळेतील कित्येक मुलांना बर्मिन्गहॅम इथे आणण्यात आलं. त्यापैकी दोन मुलांना पेकईने शिक्षणासाठी दत्तक घेतलं आहे. पाकिस्तानात तालिबान्यांनी केलेल्या दुसऱ्या एका हल्ल्यातून वाचलेल्या एका मुलाची जबाबदारीदेखील तिने घेतली आहे. मैत्री आणि अनुकंपा जोपासत अशा मुलांचं आयुष्य सुसह्य करण्याचा तिचा प्रयत्न असतो. जगातील इतर प्राण्यांहून माणूस वेगळा कसा, हा विचार करताना मला जाणवतं की सहानुभूती, परानुभूती आणि कणव या भावनांमुळे आपण वेगळे ठरतो. पोट भरण्यासाठी वन्य श्वापदं दुसऱ्या प्राण्याचा कोथळा बाहेर काढतात. मोठे मासे लहान माशांना गिळंकृत करतात. आपण माणसं मात्र अनेकदा तिरस्काराच्या आहारी

जाऊन हिंसेच्या मार्गाने चालतो. तालिबान हे त्याचं मूर्तिमंत उदाहरण आहे. या पार्श्वभूमीवर आपल्यासारख्यांची जबाबदारी वाढते. अमानवतेच्या काळ्याकुट्ट अंधारात माया, ममता, प्रेम आणि कणव यांच्या साहाय्याने जीवन सुखद करण्यासाठी आपण सातत्याने प्रयत्न करत राहिलं पाहिजे.

आमच्याबद्दल इतरांकडून वापरल्या जाणाऱ्या शब्दांचा मी अनेकदा विचार केला आहे. त्यातील बरेच शब्द पाश्चिमात्य देशातून आले आहेत. मी आणि तूर पेकई करत असलेल्या कार्याला 'स्वयंस्फूर्तीने केलेलं कार्य' म्हटलं जातं हे आमच्या गावीही नव्हतं. अमेरिकेत पहिल्यांदा मी हा शब्द ऐकला. यूकेमध्ये राहायला आल्यावर 'स्त्रीवादी' हा शब्द माझ्या कानावर पहिल्यांदा पडला. तोवर गेली चाळीस वर्षं ही जीवनशैली अंगीकारलेली असूनही मला या शब्दांचा परिचय नव्हता.

तूर पेकई पहिल्यापासून कार्यप्रवण आहे असं मला वाटतं. कार्यप्रवणता म्हणजे काय? इतरांना मदत करायला आपणहून सुरुवात करणं. मलाला आणि दोन्ही मुलं लहान होती. आपल्या मर्यादेच्या पल्याड जात तूर पेकई इतरांना तत्परतेने मदत करते हे मुलं तेव्हापासून सतत पाहत आली आहेत. आपल्या अंगभूत चांगुलपणामुळे तूर पेकईने आमचं आयुष्य खऱ्या अर्थाने आकाराला आणलं. लोकांना मदत करायची, दोन घास खाऊ घालायचे, राहायची-झोपायची सोय करायची; शक्य त्या मार्गांनी ती इतरांना मदत करत असे. माझ्या मते सैन्याला प्रेरणा देणं आणि एका माणसाला मदत करणं यात मुळीच अंतर नाही.

गतजीवनाचा आढावा घेत असताना तूर पेकईची आत्मीयता मला प्रकर्षाने जाणवते. मलालाला ज्या सहजतेने शिक्षण मिळत आहे त्याच सहजतेने इतर मुलींना ते मिळावं यासाठी तिने सातत्याने आटोकाट प्रयत्न केले आहेत. तिने शिक्षण घ्यावं असा आग्रह मी त्यावेळेस धरायला हवा होता असं मला आज वाटतं. "स्वतः तूर पेकई अशिक्षित असताना मलाला आणि तिचे अब्बा शिक्षणाबाबत इतके आग्रही का?" असा प्रश्न आमच्या कुटुंबाला अनेकांनी विचारला आहे. या प्रश्नाचं उत्तर देताना माझ्याकडून तूर पेकईवर अन्याय होणार नाही अशी मी आशा बाळगतो. हा प्रश्न जेव्हा मी तिला विचारतो तेव्हा ती म्हणते, "मला सर्व प्रकारचं स्वातंत्र्य मिळतं. माझं तुझ्यावर आणि आपल्या मुलांवर जिवापाड प्रेम होतं आणि आहे. आणि ती निवड माझी होती."

तालिबानीकरण होण्याआधी आम्ही मिंगोऱ्यात होतो. बहुतांशी स्त्रियांप्रमाणे तूर पेकईला कुठल्याही प्रकारचं औपचारिक शिक्षण मिळालं नव्हतं. पण त्यामुळे तिच्या जीवनावर कुठलाही विपरीत परिणाम झाला नव्हता. तिला मिळालेल्या स्वातंत्र्याचा उपयोग करताना तिची मूलभूत हुशारी कामी आली. यामुळेच ती इतर स्त्रियांहून वेगळी ठरली. या संदर्भात माझा एक मित्र मला म्हणाला होता, "तूर पेकईने

औपचारिक शिक्षण घेतलं नसलं तरी तिचं मन सुशिक्षित आहे.'' त्यानंतर तालिबान्यांच्या वर्चस्वामुळे मुलींचं शिक्षण बंद पडलं. पेकईसारख्या स्त्रियांच्या शिक्षणाचा विचार करणंही शक्य नव्हतं.

जगभरातील तमाम मातांप्रमाणेच आमचा धाकटा अटलही जेव्हा शाळेत गेला तेव्हा पेकईला पहिल्यांदाच स्वतःसाठी मोकळा वेळ मिळू लागला. नवीन वाट चालून बघण्याचा विचार याचदरम्यान तिच्या मनात आला. मलालावर २०१२मध्ये हल्ला होण्याआधी काही महिने पेकईने खुशाल शाळेतील प्राथमिक शिक्षिका कु. उल्फत यांच्याकडून इंग्लिश लिहिण्यावाचण्याचे धडे घेण्याची सुरुवात केली होती. मिंगोऱ्याकडे तालिबान्यांची वक्रदृष्टी वळली तेव्हा व्यासपीठावरून भाषण देण्याचं धैर्य किंवा मुलींच्या शिक्षणाबाबत स्वतःचे विचार मांडण्याची निर्भीडता पेकईमध्ये नव्हती. मलालाच्या अंगी जात्याच असलेला धीटपणा तिच्यात नव्हता. तरीसुद्धा जी मतं ती चारचौघात मांडू शकत नव्हती, टीव्ही कॅमेरासमोर किंवा श्रोत्यांसमोर बोलून दाखवू शकत नव्हती ती मतं मला आणि मलालाला सांगण्यात तिला समाधान मिळत असे. जणू आमच्या माध्यमातून तिच्या मनातील विचार व्यक्त होत. म्हणूनच, तिने आम्हाला सातत्याने ठाम पाठिंबा दिला. एक दिवस तालिबानी आपल्या लेकराचा घास घ्यायला सरसावतील असं तिच्या ध्यानीमनीही नव्हतं.

### पक्ष्यांचं गाणं थांबलं तेव्हा

पुन्हा एकदा नव्याने, आज माझ्या गावात रक्त सांडलं आहे,
सन्मान जपण्याच्या नावाखाली एक हत्या झाली आहे,
एका भावाने आपल्याच बहिणीला ठार केलं आहे,
मत्सरापोटी एबल या आपल्या सख्ख्या भावाला ठार करणाऱ्या,
केनच्या वाटेवरून तोही चालत गेला आहे.

पुन्हा एकदा नव्याने, समाजाने प्रेमाला विरोध केला आहे.
रीतिरिवाजांनी आणि परंपरेने प्रेमाला विरोध केला आहे.
पुन्हा एकदा नव्याने, प्रेमावर मत्सराने मात केली आहे.
प्रेमिक हादरले आहेत.
मुलं घाबरली आहेत.
भयानक भीतीपोटी लोक सैरावैरा धावत सुटले आहेत.

पुन्हा एकदा नव्याने, आज माझ्या गावात रक्त सांडलं आहे,
त्यामुळे हे विश्व थरारलं आहे.
पक्ष्यांनी गाणं थांबवलं आहे.
आपल्याच बहिणींची वरात अंत्ययात्रेत रूपांतरित करणारे त्यांचे भाऊ,
बहिणींची बिदाई नवीन घरी करण्याऐवजी,
त्यांना थडग्यात चिरविश्रांती घ्यायला भाग पाडणारे हे भाऊ,
बहिणीची डोली उचलण्याऐवजी तिचं शव खांद्यावर वाहणारे तिचे भाऊ;
तिच्यासाठी हुंडा देण्याऐवजी तिचं रक्त सांडणारे,
प्रेमाची पखरण करण्याऐवजी हत्येला उद्युक्त होणारे,
सन्मान जपण्याऐवजी लाजिरवाणं कृत्य करणारे... तिचे भाऊ!

झियाउद्दीन युसफझाई, 'सन्मान जपण्याच्या नावाखाली हत्या', १९९४.
(मूळ अनुवाद - कासिम स्वाती आणि टॉम पेने)

ही कविता लिहून चोवीस वर्षं झाली. आम्ही मिंगोऱ्यात राहत असताना एका मुलीचं दुसऱ्या मुलावर प्रेम जडलं होतं. तिच्या घरातल्या लोकांनी तिच्या घरासमोर तिला ठार केलं होतं. ही कविता मला तेव्हा स्फुरली. माझ्या समाजातील स्त्रियांप्रति दाखवल्या जाणारी निष्ठुरता आणि अन्यायाची परिसीमा गाठणारा हा प्रसंग होता.

सन्मानाच्या नावाखाली होणाऱ्या या हत्यांमुळे माझ्यावर सखोल परिणाम झाला. वर्षागणीक तो कमी होण्याऐवजी तीव्र होत राहिला. म्हणूनच की काय, तूर पेकई आणि मलालावर मी जिवापाड प्रेम करतो. हत्येच्या अशा घटना वारंवार घडत नसल्या तरी फारच अभावाने घडत होत्या असंही नाही. सातत्याने डोकं वर काढणारी समाजाची सडकी मानसिकता आणि परिणामस्वरूप अधूनमधून होणाऱ्या अशा हत्यांमुळे मला नेहमीच अस्वस्थ वाटत आलं आहे. अशी घटना घडून गेल्यावर प्रत्येक वेळेस मी माणूस म्हणून स्वतःला घडवण्याचा ठाम प्रयत्न अधिक नेटाने करत आलो आहे.

पाकिस्तानातील आमचे नातेवाईक आणि मित्रांशी आमचं रोजंच फोनवर बोलणं होतं. नुकतीच एक हकिकत कानी आली. एका विवाहित स्त्रीचं दुसऱ्या एका पुरुषावर प्रेम जडलं होतं. ती किशोरवयीन असताना वीस वर्षांपूर्वी तिचा विवाह एका वृद्ध पुरुषाशी लावण्यात आला होता. त्याची पहिली बायको निवर्तल्यामुळे त्याच्या घराच्या, मुलांच्या आणि मुख्य म्हणजे त्याच्या स्वतःच्या गरजा भागवण्यासाठी हे लग्न झालं होतं. पुढे वीस वर्षांनी तिला खऱ्या अर्थाने पहिल्यांदाच प्रेम अनुभवायला मिळालं. त्यानंतर ती घरातून नाहीशी झाली. ती

पळून गेली होती हे स्पष्ट होतं. तिच्या नवऱ्याच्या नातेवाइकांनी तिचा शोध घेऊन तिला तिच्या नवऱ्यासमोर आणून उभं केलं. तिला समोर पाहताच नवरा तिच्या कुटुंबातील पुरुष सभासदांना म्हणाला, ''कृपा करून तिला सोडून द्या. माझ्या दृष्टीने ती निष्कलंक आहे. तिने जे केलं त्यात लाज वाटण्यासारखं काही नाही.'' अशा टप्प्यावर ती स्त्री तिच्या माहेरच्या कुटुंबासाठी लज्जास्पद ठरली होती. त्यावेळेस तूर पेकईच्या कानावर तिची वार्ता गेली.

एक क्षणभर त्या स्त्रीचं भवितव्य अनिश्चित होतं. तिच्या नवऱ्याने जरी तिला क्षमा करावी असं मोठ्या मनानं जाहीर केलं होतं तरी तिच्या या कृत्यामुळे एकूणच समाजाला काळिमा फासणारं वर्तन घडल्यामुळे तिच्या वागण्याकडे दुर्लक्ष करायला समाज तयार नव्हता. निर्णय घेण्यासाठी वडीलधाऱ्यांची बैठक भरली.

मी नेहमी म्हणतो की, तूर पेकई जे शंभर अश्रू ढाळते त्यापैकी पंचाण्णव अश्रू इतरांसाठी असतात. या प्रसंगाने तर ती हवालदिल झाली. बर्मिन्गहॅमच्या आमच्या घरातून तिने पाकिस्तानात जवळजवळ प्रत्येकाला फोन लावला. त्या स्त्रीसंदर्भात निर्णय घेण्यासाठी मदत होऊ शकेल अशा प्रत्येकाशी ती बोलली. ''कृपा करून काही तरी करा. अशा गलिच्छ प्रकारे वागून हे सगळे आपला सन्मान जपू नाही शकत. हे अमानवी कृत्य आहे. हे करू नका. हे सारं थांबवा.'' फोनवरून प्रत्येकाला ती परोपरीने विनवत होती.

तिच्या सांगण्यावरून मीही अनेक फोन केले. इतक्या अंतरावरून आमच्या हातात फोन करण्याव्यतिरिक्त दुसरं काही नव्हतं. फार असाहाय्य वाटायचं त्या काळात आम्हाला. मी तिथे असतो तर येनकेन प्रकारे स्पष्टपणे आवाहन करू शकलो असतो. पण बर्मिन्गहॅमहून करण्यासारखं माझ्या हातात काही नव्हतं. त्यातच पाकिस्तानातील एका प्रभावी व्यक्तीने मला सांगितलं, ''माझेही हात बांधले आहेत.''

दुसऱ्या दिवशी माझा फोन वाजला. तो पाकिस्तानातील माझा 'कॉन्टॅक्ट' होता. तो म्हणाला, ''काल रात्री, तिला गळा दाबून संपवण्यात आलं.'' मला हे समजेपर्यंत तिच्या घरच्यांनी जनाजाची तयारीदेखील केली होती.

त्यानंतर जवळजवळ आठवडाभर तूर पेकाई आणि मला झोप लागली नाही. रात्र रात्र आम्ही रडत असायचो. मलालावर हल्ला झाल्याचा प्रसंग वगळता काळजाला चिरून टाकणारं असं जीवघेणं दुःख आम्ही पहिल्यांदाच सोसत होतो. पाकिस्तानातील पोलिसांनी थोडाफार तपास केल्याचं आम्ही ऐकलं. पण माझ्या माहितीप्रमाणे यातून कोणालाही न्याय मिळाला नाही. 'सन्मानासाठी हत्या' पाकिस्तानात कायद्याविरुद्ध मानली जाते. पण तिथल्या खेडोपाडी त्याच्याशी कोणालाही देणंघेणं नाही.

मी जेव्हा 'प्रेम' या शब्दाकडे निर्देश करतो तेव्हा मला त्यातून स्वातंत्र्य अभिप्रेत असतं. आपण विचारपद्धत बदलली तर स्त्रियांची अवस्था बदलेल. त्यासाठी आपल्याला घराचे आणि समाजाचे काही नियम तोडावे लागतील. अशा वाईट परंपरा मोडीत काढाव्या लागतील. मूलभूत मानवी तत्त्वांविरुद्ध जाणाऱ्या, भेदभाव करणाऱ्या या न्यायांची समाजातून हकालपट्टी करावी लागेल.

स्त्रीशक्तीची जाणीव करून घेणं, त्यावर विश्वास ठेवणं अनेक पुरुषांना पटत नाही, कठीण जातं, त्याची त्यांना लाज वाटते. आपल्या मुलीच्या नशिबाचा वेगळा विचार करणारे अनेक पिता आहेत. काही पिता त्यांच्या मुलींना प्रोत्साहन देतात. समानतेवर त्यांचा विश्वास असतो आणि आपल्या कृती जगाला ओरडून सांगण्याची त्यांना गरज वाटत नाही. तरीसुद्धा अशा लोकांच्या, अशा चांगल्या वागण्याची वाच्यता मुद्दाम केली गेली पाहिजे. कारण, आजही जगभर स्त्रीद्वेषाची उदाहरणं सहजपणे दिसून येतात. कधी विनोदाच्या अंगाने तर कधी एखाद्या शेऱ्याच्या स्वरूपात आणि अनेकदा प्रत्यक्ष वागणुकीच्या स्वरूपात तो उघड होतो. स्वरूप आणि ठिकाण कोणतंही असलं तरी स्त्रीला असमान लेखणं या एकाच समान धाग्याभोवती त्यांची गुंफण झालेली असते. मी पहिल्यांदा ब्रिटनला आलो तेव्हा बर्मिन्गहॅमच्या न्यू स्ट्रीट स्टेशन इथे जाताना एका पाकिस्तानी टॅक्सी ड्रायव्हरने एक अनाहूत सल्ला दिला होता -

"या देशातील तीन गोष्टींवर कधीही विश्वास ठेवू नका;" तो म्हणाला होता. "इथली हवा, इथलं कामाचं स्वरूप आणि तिसरं म्हणजे इथल्या स्त्रिया."

मी त्याला उत्तर दिलं होतं, "तुझ्या सांगण्याप्रमाणे पहिल्या दोन गोष्टी विश्वास ठेवण्याजोग्या नाहीत हे मला मान्य आहे. इंग्लंडच्या हवेचा भरवसा नसतोच. दुसरं म्हणजे इथे काम मिळतंही आणि हातातून जातंही हेसुद्धा मला पटतं. पण स्त्रियांबाबत तू असं का म्हणावंस? मला थोडसं समजावून सांग. तुझं स्वतःचं लग्न झालेलं आहे. तुला बायको आहे. तर मग मी तुला विचारतो की, तुझ्या वैवाहिक जीवनात आणि तुझ्या कुटुंबात सर्वाधिक एकनिष्ठ कोण आहे, तू की तुझी बायको?" उत्तर देण्याआधी तो चांगलाच अस्वस्थ झाला. मग हसून तो म्हणाला, "तुमचं म्हणणं खरं आहे. माझ्या कुटुंबात बायको जास्त एकनिष्ठ आहे. इतकंच नाही तर प्रेम करण्याबाबत ती कांकणभर सरस आहे."

स्वतःच्या वैवाहिक जीवनात आनंदी असलेल्या या टॅक्सी ड्रायव्हरने स्त्रियांबाबत असं विधान का करावं? मी त्याला पुन्हा विचारलं, "तुझं तुझ्या बायकोवर प्रेम आहे, तुझं कुटुंब तिच्यामुळे उत्तम स्थितीत आहे, असं असताना तू स्त्रीबद्दल असे उद्गार का काढावेस?"

"सगळे म्हणतात म्हणून मीही म्हणतो!"

हे ऐकताच मी त्याला समजावलं, "हे बघ, पण म्हणून त्यावर विश्वास ठेवण्याची गरज नाही. अशा गोष्टी पुरुष पसरवतात. ही त्यांची वागण्याची रीत आहे. काम आणि हवा या दोन गोष्टी आपण मान्य करूयात. पण जपून राहण्याची तिसरी जागा म्हणजे स्त्रिया नसून स्वतः पुरुषच आहे.

## आम्ही लहान मुलांसारखे रडलो

यूकेमध्ये राहायला आल्यावर पहिली एक-दोन वर्षं, विशेषतः सुरुवातीचे महिने आम्हाला अतिशय कष्टाचे गेले. मलालावर हल्ला झाल्यावर आम्ही जितके अश्रू ढाळले तितके आम्ही आजवर कधीही रडलो नसू. मलालाच्या कानाला आणि चेहऱ्याला गंभीर इजा झाली होती. तिच्या मेंदूला सूज आल्यामुळे मेंदूचा एक तुकडा काढावा लागला होता. तो तिच्या पोटात साठवून ठेवण्यात आला होता. प्रत्यक्षात तो तुकडा पुन्हा वापरायची वेळ आली तेव्हा तो सडल्यामुळे निरुपयोगी ठरला. मलालाच्या कवटीच्या त्या भागावर धातूचा पत्रा बसवण्यात आला आहे.

बर्मिन्गहॅमच्या हॉस्पिटलमध्ये आम्ही तिच्या उशापायथ्याशी बसून होतो. तिच्या सुंदर चेहऱ्याचं चिन्हही दिसत नव्हतं. आमची सुंदर मलाला! तिच्या चेहऱ्याच्या डाव्या बाजूला पक्षाघात झाला होता. किती वेगळी दिसत होती ती. तिचं हसू हरवलं होतं. तिच्याजवळ बसून तूर पेकई फक्त अश्रू ढाळत असे. पुढे कित्येक महिन्यांनी मलालावर पुन्हा शस्त्रक्रिया करण्यात आली तेव्हा कुठे तिचं हसू परत आलं. परंतु, तोवरचा अनेक महिन्यांचा काळ आम्ही अनिश्चिततेत घालवला.

असा एखादा आघात होतो तेव्हा नवरा-बायकोचं नातं अधिक दृढ होतं किंवा मग त्यात दरी निर्माण होते. मलालाला कायमचं गमावण्याची वेळ आमच्यावर आली होती. या आघातामुळे आम्ही नवरा-बायको मनाने अजून जवळ आलो. मलालाच्या होऊ घातलेल्या मृत्यूत आम्ही आमचा मृत्यू पाहिला होता.

सुरुवातीला आम्ही हॉस्पिटलच्या हॉस्टेलमध्ये राहिलो. लवकरच शहराच्या मध्यवर्ती भागात असलेल्या एका इमारतीच्या दहाव्या मजल्यावर आमची राहण्याची व्यवस्था झाली. त्यानंतर दोनदा आम्हाला मुक्काम हलवावा लागला. यूकेमधील वास्तव्याच्या सुरुवातीच्या काळात तूर पेकई खिडकीतून बाहेर डोकावून पाहत असे. दिवस असो वा रात्र, स्त्रियांचा सहज वावर तिला चक्रावून टाके. मिंगोऱ्याच्या तुलनेत येथील स्त्रियांच्या अंगावरील कमी कपडे पाहून ती गोंधळात पडे. "ख़ाईस्ता, कसं होईल या स्त्रियांचं? थंडीने गारठून मरतील की त्या!" असं म्हणत त्यांच्या चिंतेने तिला रडू येई.

मलालावर हल्ला झाला आहे हे जेव्हा मला पहिल्यांदा समजलं होतं तेव्हा

माझ्या डोळ्यांत पाणी नक्कीच आलं नव्हतं. पण नंतर अनेकदा मी आणि तूर पेकई रात्रभर रडलो आहोत हेही तितकंच खरं. लहान मुलांसारखे आम्ही रडायचो. त्या काळात आमच्या अश्रूंना खीळ नव्हता. आतून येणाऱ्या हुंदक्यांमुळे आमचं अंग गदगदायचं. एखाद्या वादळाप्रमाणे ते दुःख आम्हाला झोडपायचं. मलालाची अवस्था कठीण होती. चेहेऱ्याच्या एका बाजूला पक्षाघात, बोलण्यात अडचण, स्मृतिभ्रंश... अनेक गोष्टींची शक्यता होती. तरीसुद्धा रोज सकाळ होताच हॉस्टेलमधून उठून आम्ही हॉस्पिटलमध्ये मलालाजवळ जायचो. आशंका आणि आशा यांचं विचित्र मिश्रण आमच्या मनात त्यावेळेस असायचं.

मलालाच्या प्रकृतीसंदर्भात प्रत्येक निर्णय मी आणि तूर पेकईने मिळून घेतला. ब्रिटिश डॉक्टरांचं बोलणं समजून घेण्यासाठी मला तूर पेकईचा दुभाषक म्हणून काम करावं लागे. प्रत्येक निर्णयात मी तिला सहभागी होतो हे पाहून डॉक्टर फिओनाला मनातून खूप छान वाटत होतं. अनेक पुरुष स्त्रियांना निर्णयात सहभागी करून घेत नाहीत हे माहीत असल्यामुळे डॉक्टर माझ्याबद्दल सुरुवातीला साशंक होत्या. म्हणूनच, मनात बाळगलेल्या गैरसमजाबद्दल त्यांनी माझी क्षमा मागितली. मलालाबाबत मी आणि तूर पेकईने सहमताने प्रत्येक निर्णय घेतला. मलालाची वेणी कशी घालायची हेसुद्धा आम्ही मिळून ठरवलं. तूर पेकई नसती तर मी काय केलं असतं?

मलालावर कोसळलेल्या या आपत्तीमुळे माझ्या मनात प्रचंड अपराधीपणाची भावना निर्माण झाली. इतकी की, त्यानंतर मी तिला कधीही तिच्या प्रचारमोहिमेपासून थांबवलं नाही. त्या कठीण काळात मी विचित्र तिढ्यात अडकलो होतो. तूर पेकईच्या पाठिंब्यामुळे मी त्यातून सुटू शकलो.

आयुष्यात निश्चित केलेल्या माझ्या ध्येयांचा मी पुन:पुन्हा मागोवा घेऊन पाहिला. काय होते माझे उद्देश? कशासाठी मी ठामपणे उभा होतो? पोटच्या पोरीचा बळी द्यावा लागेल असं हे काम मी स्वतःवर का ओढवून घेतलं होतं? मी मलालाला थांबवलं का नाही? हा धोका मी लक्षात का घेतला नव्हता? माझ्या स्वतःच्या कार्यासाठी मला मलालाच्या सहकार्याची आवश्यकता नव्हती. परंतु, तिचा स्वतःचा बोलण्याचा अधिकार तिला बजावता यावा म्हणून मी तिला प्रोत्साहन दिलं होतं. आम्ही एकत्रित आणि ठामपणे काम करत होतो. पण त्याच माझ्या ध्येयपूर्ततेपायी आज माझ्या पोटच्या पोरीच्या आयुष्याची खात्री देता येत नव्हती.

रात्रंदिवस अशाच विचारांनी माझ्या मनात धुमाकूळ घातला होता.

त्या वेळेस तूर पेकई माझ्या नैतिकतेचा ध्रुव झाली. मी मानसिकरीत्या कोसळून पडणार होतो पण तिने मला सावरलं. ''ही सर्व तुझी चूक आहे. आज तुझ्यामुळे माझ्या लेकीचा जीव धोक्यात आला आहे!'' असं तिने मला म्हटलं असतं तर माझी

अवस्था किती बिकट झाली असती. पण, मला सर्वाधिक प्रिय असणाऱ्या पेकईने कुठलाही वेडावाकडा शब्द उच्चारला नाही. मलालाच्या आणि माझ्या कार्यहेतूच्या शुद्धतेबद्दल तिला यत्किंचितही शंका नव्हती. मलालाची इच्छाशक्ती ती जाणून होती. तालिबान्यांविरुद्ध मोहीम जितकी माझी आणि मलालाची होती तितकीच ती तूर पेकईचीसुद्धा होती. प्रत्येक क्षणी ती आमच्या बाजूला ठामपणे उभी होती. मलालावरील हल्ल्यानंतर आमच्या चहूबाजूंनी अंधार दाटला होता. त्याहीवेळेस तूर पेकईने मला सावरलं. मनाला पटलेल्या अत्यंत योग्य कारणासाठी आम्ही लढा देत आहोत याबद्दल तिचं दुमत नव्हतं. हा संघर्ष मलालाचा आणि आमचा होता. ही अल्लाची योजना होती.

त्या प्रसंगानंतर मला अनेकांनी कित्येकदा विचारलं की, ''अब्बा, तुम्ही मला थांबवलं का नाहीत?'' असं मलाला कधी म्हणते का? याचं उत्तर 'नाही' असंच आहे. अपघाताआधीच्या घडामोडी मलालाला आठवत नाहीत ही तर मी अल्लाची कृपा समजतो. त्या घटनेला आता सहा वर्षं लोटली आहेत. मलालाच्या अवस्थेला, तिच्या या वेदनांना, सोसण्याला दुसरं कोणी कारणीभूत आहे असं तिने कधीही कृतीतून अथवा शब्दांतून सुचवलं नाही. इतकंच नाही तर ज्या मुलाने बंदुकीचा ट्रिगर ओढला त्या मुलाबद्दलही ती काही बोलत नाही.

आम्ही मलालाला कायमचं गमावून बसलो असतो याचा आजही आम्हाला प्रचंड धसका वाटतो. आपलं मूल मरू शकतं या विचाराने मनाला अनंत क्लेश होतात. कितीही ठरवलं तरी त्या वेदनांची पुटं कमी होऊ शकत नाहीत. आणि त्याखाली असते एक सदैव ठुसठुसणारी जखम. त्यामुळे अल्लाचे आभार मानत प्रेमाच्या शक्तीवर अधिकाधिक विश्वास ठेवणं इतकंच मी करू शकतो.

अल्लाने आम्हाला मलाला परत केली. तिचं जीवन परत देऊ केलं. त्या एका गोष्टीवर आमचं जीवन उभं आहे. आम्ही माणसं आहोत. मानवी हक्कांबद्दल आमच्या मनात समर्पणाची भावना रुजली आहे. आम्ही जे करतो त्यावर आमची श्रद्धा आहे आणि ज्यावर आमची श्रद्धा आहे ते आम्ही करतो. इतकं साधं सोपं सूत्र आहे ते. आमच्यावर एक परिस्थिती लादली गेली. त्याला प्रतिसाद देण्याची वाट आम्हा कुटुंबीयांना निश्चित करावी लागली. माझ्या हेतूमागील शुद्धता अल्लाने लक्षात घेतली म्हणून मी ऋणी आहे.

मलालाला शिक्षण घ्यायचं होतं. त्यामुळे तालिबान्यांनी तिच्यावर हल्ला केला अशी माझी मनोभूमिका तयार करत मलालाला दोष द्यायचा नाही हे मला तूर पेकईने पटवून दिलं. मलालाकडे सैन्य नव्हतं. तिने बंदूक उचलली नाही. पण, तिने आवाज उठवला. तो तिचा हक्कच आहे.

बर्मिन्गहॅममध्ये आम्ही रुळलो. पेकईला इंग्लिश येत नसल्यामुळे पावलोपावली तिची अडचण होत होती. यावर लवकरच काहीतरी तोडगा काढावा लागणार होता. हाताच्या बोटांवर मोजता येतील इतक्याच पाकिस्तानी महिला तिच्या आजूबाजूला होत्या. मिंगोऱ्याला आमचं घर कधीही रिकामं नसे. पण इथे आल्यापासून एकटेपणा तिच्या अंगावर येऊ लागला होता. मलाला बरी झाल्यावर तिन्ही मुलांचं नियमित शालेय जीवन सुरू झालं. पाकिस्तानी दूतावासात शैक्षणिक कर्मचारी म्हणून मला जे काम मिळालं होतं त्यामुळे मी बऱ्याचदा फिरतीवर असे. मलालावर झालेल्या हल्ल्यानंतर तिच्यासाठी जो मलाला फंड तयार करण्यात आला होता त्या संदर्भात तीही माझ्याबरोबरीने फिरत असे. शिवाय 'आय ॲम मलाला' या तिच्या पुस्तकाच्या निमित्ताने किंवा 'ही नेम्ड मी मलाला' या डॉक्युमेन्ट्रीच्या निमित्ताने आम्ही दोघं प्रवास करत होतो. मलालाबरोबरचा हा प्रवास मला विशेष आवडत होता. कारण, पुन्हा एकदा आम्ही दोघं बरोबरीने काम करू शकत होतो. त्या जीवघेण्या हल्ल्यातून मलाला सुखरूप वाचली म्हणून आम्ही अल्लाचे मनापासून आभार मानतो. कित्येकदा पेकईच्या ताब्यात मुलांना देऊन मी मलालाबरोबर बाहेर जाई. पण तिने कधीही एकटेपणाची तक्रार केली नाही. 'आम्ही आहोत, आम्ही जिवंत आहोत, आम्ही सुखरूप आहोत,' हा पेकईचा मंत्र होता. पण म्हणजे ती यूकेमध्ये आनंदात होती असं नाही. स्वातमधील मैत्रिणींशी फोनवर बोलताना ती कित्येकदा म्हणे, "मी का नाही शिकले? माझं आयुष्य इतकं कठीण का?" आमचं जेवून झाल्यावर उरलंसुरलं अन्न ताटलीत घेऊन ती बाहेरच्या बगिच्यात फिरायची. निदान तिथल्या पक्ष्यांना तरी खाऊ घालावं ही तिची इच्छा असे. पण ते पक्षीदेखील काही खात नसत.

सुरुवातीच्या काळात पेकईने छोटीमोठी वाक्यं बोलायला धडपड केली. 'टॉप अप,' हा शब्द त्या यादीत वरच्या क्रमांकावर होता. तिच्या मोबाइल फोनसाठी कार्ड घेताना ती हा शब्द शिकली. त्यामुळे आपल्या पाकिस्तानी नातेवाइकांना फोन करणं तिला शक्य झालं. पाकिस्तानची उणीव आम्हा सर्वांनाच जाणवत होती. पण पेकईची अवस्था सर्वांत कठीण होती. यूकेमध्ये वावरणं तिच्या तुलनेत आम्हाला सोपं होतं. तिला स्वतःच्या नावाचं स्पेलिंगदेखील येत नव्हतं. आपला जन्मदिवस काय हे तिला माहीत नव्हतं. एखादा फॉर्म भरायची वेळ आली की, तिची मती कुंठित होत असे. हे सगळं कमी म्हणून की काय तिला अचानक प्रचंड डोकेदुखीचा त्रास सुरू झाला. मलालावर झालेल्या हल्ल्याच्या आघातामुळे तिला हा त्रास सुरू झाला आहे असं डॉक्टरांचं म्हणणं होतं.

डोकेदुखीकडे दुर्लक्ष करत पेकईने 'ईएसओएल' या क्लासमध्ये नाव दाखल केलं (इतर भाषिकांसाठी इंग्लिश संभाषण शिकण्याचा वर्ग). मी आणि मलाला

पेकईचे दुभाषक म्हणून काम करत असू. पण प्रत्येक वेळेस आम्ही तिच्याबरोबर कसे असणार? पाकिस्तानामध्ये असताना ती स्वतंत्रपणे वावरू शकत होती. बर्मिन्गहॅमला सुरुवातीच्या काळात तिला निरुपायाने परावलंबित्व स्वीकारावं लागलं होतं. या विचाराने मी अस्वस्थ होई. भाषेचा अडसर याला कारणीभूत होता, जोडीला तिची भीती होती.

जॅनेट कली-टकर या तूर पेकईच्या ट्यूटरमुळे तिला भाषा शिक्षण घ्यायची इच्छा निर्माण झाली. तिची आणि जॅनेटची भेट पहिल्यांदा ईएसओएलमध्ये झाली. सुरुवातीला पेकईला या वर्गात काहीही कळत नसे. त्यातून तिची डोकेदुखी अतिशय जास्त त्रास देई. असं असूनही तिने जॅनेटशी संपर्क तोडला नाही. काही महिन्यांनी तिचं इंग्लिश शिक्षण नव्या जोमाने सुरू झालं. फरक एवढाच की, आमच्या घरीच जॅनेट तिला शिकवू लागली.

आजही जॅनेट आमच्या घरी येते, पण आता शिक्षकाऐवजी मैत्रीच्या भूमिकेतून ती पेकईला शिकवते. घरातील गोंधळाचा त्रास होऊ नये म्हणून कित्येकदा पेकई जॅनेटला घेऊन वरच्या मजल्यावर अभ्यासाला बसते. 'एज्युकेशन' हा शब्द वाचायला आणि लिहायला जॅनेटनेच तिला पहिल्यांदा शिकवला.

आम्हा इतर युसफझाईंप्रमाणे पेकईची वृत्ती स्पर्धात्मक आहे हे जॅनेटला अगदी सुरुवातीलाच लक्षात आलं. स्वतः पेकईची शिकण्याची आतून इच्छा होती. तिचा आत्मविश्वास हळूहळू परत आला. आजकाल ती एकटीच अभ्यास करत बसते. वेळ पडली तर घरी आलेल्या व्यक्तीला ती आपल्या शंका विचारते, संभाषण करताना त्यांची मदत मागते. तिची तीव्र इच्छाशक्ती सदैव तिच्या बरोबर होती. फक्त, आयुष्याने अचानक कलाटणी घेतल्यामुळे त्या इच्छाशक्तीला आता नव्याने आव्हान मिळालं होतं.

'भाषेचा अनुभव' या संकल्पनेवर आधारित गृहपाठ जॅनेट तूर पेकईला देई. शिकण्याच्या या पद्धतीत ती विशिष्ट भाषा त्या विद्यार्थ्याच्या दैनंदिन जीवनाशी अधिकाधिक जोडली जाण्यावर भर दिला जातो. दिलेला गृहपाठ पेकई अगदी तत्परतेने आणि अगदी उत्तमप्रकारे पूर्ण करे. मलालाचा उल्लेख 'सतरा वर्षांची विद्यार्थिनी' असा ती करे. मुलांबाबत त्यांचे आवडते रंग, छंद, फळं इतवयापुरती माहिती मर्यादित असे.

गृहपाठ करताना ती शब्द आणि व्याकरणाचा योग्य वापर करे. माझ्या प्रिय पत्नीचा प्रवास किती कठीण आहे याची जाणीव तिच्या या धडपडीतून मला प्रकर्षाने होई. ज्या देशाची भाषा बोलता येत नाही त्या देशात राहण्याचं मोठं आव्हान तिच्यापुढे होतं. तिच्या मनात उठणारा विचार आणि भावनांचा कल्लोळ ती आमच्या व्यतिरिक्त अन्य कोणाला सांगू शकत नव्हती. आज बर्मिन्गहॅममध्ये

अनेक निर्वासितांची पहिली पिढी प्रौढ असूनही साक्षर होण्याच्या प्रयत्नात आहे. त्यांची मुलं यूकेमध्ये जन्माला आली असल्यामुळे ब्रिटिश समजली जातात. पण त्यांच्या आयांना मात्र स्वतःचं किंवा मुलांचं नाव इंग्लिशमध्ये लिहिता-वाचता येत नाही. या पार्श्वभूमीवर इंग्लिश शिकण्याचा पेकईचा निश्चय पाहून मी नव्याने प्रभावित झालो.

रफी उल्लाह काकर नावाचा एक अतिशय हुशार पाकिस्तानी ऱ्होड्स शिष्यवृत्ती मिळवून ऑक्स्फर्डमध्ये शिकायला गेला. 'आम्ही पितृसत्ताक पद्धतीचा निषेध करतो,' अशी चळवळ त्याने सुरू केली. या दरम्यान अनेक पुरुषांना भेटून त्यांची मानसिकता बदलण्याचा तो प्रयत्न करत असे. या दरम्यान, 'माझं नाव..., माझ्या बायकोचं नाव...' असं तो पुरुषांना लिहायला लावत असे. आपल्या जोडीदाराचं नाव सगळ्यांसमोर आणत तिला फेसबुकवर ओळख निर्माण करून देत त्याने सर्वप्रथम या चळवळीची सुरुवात केली असं म्हणता येईल. त्याला अभूतपूर्व प्रतिसाद मिळाला. पण आपल्या जोडीदाराचं नाव असं सर्वांसमक्ष आणल्यामुळे त्याच्यावर टीकेची झोडदेखील उठली. मळलेल्या वाटा सोडून चालताना अनेक अडचणींना तोंड द्यावं लागतं हे खरं. आपल्यावरील टीकेचं उत्तर देताना त्याने जी चळवळ सुरू केली त्यात त्याने लिहिलं, 'या एकविसाव्या शतकात आम्ही पुरुष, विशेषतः पश्तुन आणि बलुची पुरुष, स्वतःच्या बायकोचं नाव लिहू शकत नाहीत ही किती लाजिरवाणी गोष्ट आहे. या परिस्थितीत घरातील स्त्रियांच्या हातात आम्ही अधिकार तरी कधी सोपवणार? आम्ही सुसंस्कृत जगाच्या किमान पाचशे वर्षं तरी मागे आहोत. या परिस्थितीत बदल करू पाहणाऱ्या प्रत्येक पश्तुन आणि बलुची पुरुषाला माझ्याचप्रमाणे टीकेला तोंड द्यावं लागतं.'

'आम्ही पितृसत्ताक पद्धतीचा निषेध करतो,' या त्याच्या पोस्टला अनेकांनी 'फॉलो' केलं, त्यावर कॉमेन्ट्स लिहिल्या. मीही मोठ्या अभिमानाने लिहिलं -

> *'मी झियाउद्दीन युसफझाई. तूर पेकई युसफझाईचा नवरा असल्याचा मला अभिमान आहे. तूर पेकई गृहिणी आणि विद्यार्थिनी आहे. आम्ही पितृसत्ताक पद्धतीचा निषेध करतो.'*

काही दिवसांपूर्वी पेकई आणि मी सुपर मार्केटमध्ये किराणा घ्यायला गेलो होतो. मी ट्रॉली ढकलत होतो आणि ती हव्या त्या वस्तू ट्रॉलीत टाकत होती. सामान घेऊन झाल्यावर आम्ही बिलाच्या रांगेत उभं राहिलो. तितक्यात तिने माझं लक्ष वेधलं.

"तू चुकीच्या रांगेत उभा आहेस," ती म्हणाली.

"का? काय झालं?"

मान हलवून तिने समोरच्या पाटीकडे माझं लक्षं वेधलं त्यावर 'बास्केट' असं लिहिलं होतं.

तिच्या चेहऱ्यावर हसू होतं, "तुझ्याकडे बास्केट नसून ट्रॉली आहे. त्यामुळे, तुला ट्रॉलीच्या रांगेत उभं राहावं लागेल."

हे ऐकताच मला हसू आलं.

किती लहानशी गोष्ट होती ही. परंतु, तिच्यामागे फार मोठा अर्थ दडला होता. तिथल्या तिथे तिला घट्ट मिठी मारत मी म्हणालो, "किती अभिमान वाटतो मला. किती सुख देतेस तू मला!"

तूर पेकईला खरेदी करायला फार आवडतं. यूकेमध्ये रुळताना बर्मिन्गहॅमच्या बुलरिंग दुकानाची पेकईला अतिशय मदत झाली आहे. त्याबद्दल त्यांचे मानावे तेवढे आभार कमी आहेत. यूकेमध्ये येऊन आता आम्हाला सहा वर्षं झाली आहेत. तरीसुद्धा मला कुठे जाताना काय घालावं हा प्रश्न आजही भेडसावतो. मीटिंग, समारंभ, औपचारिक भेटीगाठी अशा विविध प्रसंगांनुसार कपड्यांचे प्रकार बदलावे लागतात. कधी बिझनेस सूट तर कधी फॉर्मल सूट आणि कधी खास संध्याकाळाचा पोशाख परिधान करावा लागतो. पाकिस्तानात आपलं बरं होतं. मी साधासा सलवार- कमीज अंगावर चढवत असे. इथे मात्र पॅन्ट आणि स्वेटरचा रंग जुळणं, विशिष्ट पॅन्टशर्टवर टाय न लावणं, काही वेळेस देखणं जॅकेट घालणं, पॅन्ट आणि शर्टचं डिझाइन जुळणं असे अनेक बारकावे आहेत. माझ्या काही केल्या ते लक्षात येत नाहीत. अशा वेळेस पेकई मला मदत करते. मुख्य म्हणजे, कपड्यांची अशी समस्या उद्‌भवली की पुन्हा एकदा शॉपिंगला जायला मिळतं म्हणून तिला अधिक मजा येते.

कपडे, पर्स आणि चप्पल-बुटांचा पेकईला जबरदस्त शौक आहे. त्याबद्दल आम्ही तिला पोटभर चिडवून घेतो. त्या प्रचंड मोठ्या बुलरिंगमध्ये दिवसभर इकडून तिकडे आणि वरखाली शॉपिंग करताना ती क्षणभरही कंटाळणार नाही याची मला खात्री आहे. माझा संयम मात्र दहाव्या मिनिटाला संपतो. अशा वेळेस मी म्हणतो, "पेकई जरा थांब. मला कपभर चहा तरी पिऊ दे." तिच्या या खरेदीच्या उत्साहाबद्दल बोलताना माझा एक मित्र म्हणाला, "झिया, त्या एवढ्या मोठ्या मॉलमध्ये दिवसभर हिंडून पेकई दमत नाही का?" त्यावर मी म्हणालो, "दमते कुठली! तुला सांगतो, सतत पाच दिवस ती अशी खरेदी करत राहिली ना तरी पाचव्या दिवशी ती आत्ताच अंघोळ करून आल्यासारखी टवटवीत दिसेल. ताजं टवटवीत वाटावं म्हणूनच तर ती शॉपिंगला जाते. त्यामुळे ती कधीही थकणार नाही हे नक्की."

प्रत्यक्षात पेकईची ही लकब मला फार आवडते. ती उदार आहे. प्रत्येक वेळेस शॉपिंगला जाऊन आली की, तिचा उत्साह ओसंडून वाहत असतो. इथे रुळण्याइतकं

इंग्लिश तिने आत्मसात केलं आहे त्याची ही खूण आहे. मिंगोऱ्यातील बाजारपेठांतून हिंडताना ती जशी मुक्त होती तशीच ती आता इथेही आहे. इतरांना मदत करण्यासाठीसुद्धा ती आनंदाने खरेदीला जाते. यावरून मी ठामपणे म्हणू शकतो की, जोडीदाराच्या काही आवडीनिवडी आपल्याहून अतिशय भिन्न असल्या तरी आपलं त्याच्याशी उत्तमप्रकारे पटू शकतं. मला खरेदीचा मनस्वी तिरस्कार आहे. पण तूर पेकईवर माझा अतिशय जीव आहे.

मलालाची अम्मी झाल्यामुळे तूर पेकईच्या आयुष्यात बदल घडून आला आहे. एकतर आम्ही आमच्या जन्मभूमीत राहत नाही. दुसरं म्हणजे, मलाला जगभर प्रसिद्ध झाल्यामुळे तो प्रकाशझोत तूर पेकईवरही अनेकदा पडतो. अशा प्रसंगी आपल्या ओढणीचं काय करायचं, चेहरा नेमका किती झाकायचा या पूर्वीच्या विचारात गुंतण्याऐवजी ती मलालाला आधार देण्यासाठी खंबीरपणे उभी राहते. आता ती पूर्वीप्रमाणे डोक्यावरच्या ओढणीने संपूर्ण चेहरा झाकत नाही. कॅमेऱ्यासमोर उभं राहायला ती कचरत नाही. पत्रकार आता तिची मुलाखत घेतात. दुभाषाच्या मदतीने का होईना पण ती चर्चांमध्ये भाग घेते. पाच वर्षांपूर्वी हे सारं असंभव वाटत होतं. आमच्या मातृभूमीतील सामान्य स्त्रियांवर पेकईचा हल्ली चांगला प्रभाव पडू लागला आहे असं मला वाटतं. एकेकाळी बेनझीर भुत्तो ज्याप्रमाणे उत्तम सुशिक्षित वर्गाची सदस्य समजली जायची तसंच काहीसं मलालाच्या बाबतीत होतं. अर्थात, मलाला उच्चवर्गीय नाही. पेकईबद्दल पाकिस्तानी स्त्रियांना अधिक जवळीक वाटत असावी. कारण, तिनेही औपचारिक शिक्षण घेतलेलं नाही. आपण पाहिलेली स्वप्नं तिने मुलीच्या माध्यमातून पूर्ण केली. म्हणूनच पेकईच्या शब्दांतून या सर्वसामान्य स्त्रिया बोलत असल्याचं त्यांना वाटत असणार. स्वतःच्या आणि स्वतःच्या मुलीच्या हक्कांसाठी बोलणारी सामान्य स्त्री-पेकई.

लहानपणी आपल्या चुलत भावंडांबरोबर पेकई एक गमतीचा खेळ खेळत असे. आपलं भविष्य वर्तवण्याच्या या खेळात मुली कल्पनेच्या भराऱ्या मारत. त्यावेळेस एकीने म्हटलं होतं की, तिला एखाद्या विधुराशी लग्न करायला आवडेल. त्याच्या मुलांचं संगोपन, स्वयंपाकपाणी, घराकडे लक्ष देणं, त्याच्या मुलांचं संगोपन असा तिचा मर्यादित विचार होता. आपलं जीवन एकांडं असेल असं भवितव्य दुसऱ्या मुलीने वर्तवलं होतं. त्याही वेळेस पेकई म्हणाली होती, "मोठेपणी मी इथे शांग्लात राहणार नाही. मी मोठ्या शहरात जाणार. बाजारातून आयतं तंदूर आणि रोटी माझ्यासमोर हजर होईल. त्या सगळ्याचा मी आस्वाद घेईन."

गंमत म्हणजे त्या तिघींनी आपलं भवितव्य बऱ्यापैकी योग्य वर्तवलं होतं. पहिलीला खरोखरच मोठं कुटुंब मिळालं. तिला बरीच मुलंही झाली. दुसरीला एकच

मुलगा झाला. त्याला घेऊन कालांतराने ती एकटी राहू लागली. म्हटल्याप्रमाणे पेकईचं आयुष्य आमूलाग्र बदललं. कर्शतमधील इतर मुलींप्रमाणे आपल्याला जीवन जगायचं नाही हे ती जाणून होती. पण अनुभव नसल्यामुळे तिची स्वप्नं मर्यादित होती. मिंगोऱ्यात असताना पेकईसाठी बाहेरून कबाब वगैरे पदार्थ आणायला मला फार आवडत असे. जेणेकरून तिची स्वयंपाकघरातील यातायात वाचे. आज बर्मिन्गहॅमला आल्यावर इथल्या पाकिस्तानी रेस्टॉरंटमधून मी रोटी आणि कबाब घेऊन येतो. तेव्हा तिला नक्कीच आनंद होतो. मात्र, पुढच्या पिढीतील मुलींनी असं तंदूर आणि कबाबवर समाधानी राहू नये असं तिला वाटतं. शांग्लामध्ये वाढणाऱ्या मुलींनी 'मला डॉक्टर व्हायचं आहे, मला इंजिनिअर व्हायचं आहे, मला स्वतःचा व्यवसाय भरभराटीला आणायचा आहे,' अशा इच्छा ठेवाव्यात असं पेकईला वाटतं. माझ्या मते, शिक्षणाची कास धरली तर हे ध्येय गाठता येईल. मलाला याचा ढळढळीत पुरावा आहे.

ज्या दिवशी मलालावर हल्ला झाला होता त्या दिवशी दरवर्षी पेकई मलालाला तिच्या या दुसऱ्या जन्माबद्दल अभीष्टचिंतन करणारं एक शुभेच्छापत्र देते. अल्लाने आमची मलाला आम्हाला त्या दिवशी पुन्हा परत केली. अपघातानंतर मलालावर ज्या हॉस्पिटलमध्ये उपचार सुरू होते त्या हॉस्पिटलबाहेर तूर पेकई अगदी मोठ्याने अल्लाची प्रार्थना करत होती. तिने थोड्या हळू आवाजात प्रार्थना करावी असं माझ्या पुतण्याने तिला सुचवूनही त्याचा काही उपयोग झाला नव्हता. मोठ्याने केलेली प्रार्थनाच अल्लापर्यंत जाईल यावर तिचा ठाम विश्वास होता.

सगळ्यांबद्दल आपल्या मनात खरंखुरं प्रेम असेल तर प्रेम, करुणा आणि अनुकंपेने युक्त असं हे मन त्या सर्वश्रेष्ठ निर्मात्याला - तिच्या अल्लाला - नक्कीच आवडेल यावर तिची श्रद्धा आहे. परिणामतः, अल्ला आपल्याला अमर्याद प्रेम आणि माया देईल असं ती मानते. चांगुलपणाचं हे चक्र म्हणजेच तूर पेकईच्या अस्तित्वाचं सार आहे.

काही दिवसांपूर्वी बर्मिन्गहॅममध्ये आम्हाला प्रचंड वादळाला तोंड द्यावं लागलं. पेकई आणि जॅनेट त्यावेळेस इंग्लिशच्या शिकवणीत मग्न होत्या. वादळाचा जोर पाहून पेकई अतिशय अस्वस्थ झाली. ते लक्षात आल्यावर जेनेटने सुचवलं की आपण थोडा वेळ एखादा सिनेमा पाहू. पेकईने तिला ठाम नकार दिला. मी घरी आल्यावर पेकई माझ्याशी त्या संदर्भात बोलली. अल्ला नाराज असल्यामुळे गडगडाट होतो आहे असं तिला वाटत होतं. अशा वेळेस सिनेमा पाहिल्याने आपण अल्लाचा अधिक रोष ओढवून घेऊ असा काहीसा तिचा समज झाला होता. त्यावर मी तिला हसून म्हटलं, "पेकई, तू सिनेमा बघितलास म्हणून अल्ला का नाराज होईल? असा

काहीतरी विचार करू नकोस.''

हा प्रसंग आठवला की आम्ही आजही हसतो. पण पेकईचं आपल्या अल्लावर मनापासून प्रेम आहे. त्यानेच आपली लेक परत केली आहे हे ती कधीही विसरू शकत नाही.

# कन्या

*हजरत आणि हवा यांची एकनिष्ठ कन्या,*
*सुंदर निर्मात्याची एक सुंदर निर्मिती,*
*तुझ्या वाटेने पुढे जा, घेतलेले निर्णय अमलात आण,*
*तोही निर्णय घेणं न घेणं तुझ्याच हाती आहे.*

*हे तरुणी, तू फक्त रांधा-वाढा-उष्टी काढायला जन्माला आलेली नाहीस,*
*तुझं तारुण्य नासवण्यासाठी नाही,*
*बळी पडण्यासाठी तू जन्माला आलेली नाहीस,*
*किंवा पुरुषाला सुखावणारं साधन म्हणून तुझा जन्म नाही.*

*तुझं नवजीवन सुरू कर, आपल्याच मार्गाने पुढे जा,*
*अजूनही तुझ्या हृदयात दुःखी गीत असेल तर,*
*स्वातंत्र्याचं राष्ट्रगान तुझ्या कानात गुंजू दे.*
*साखळदंडाने तुला जखडलं असेल तर तोडून टाक ते सारे,*
*जशी सर्वांनी मिळून तोडली होती बर्लिनची भिंत.*

*आम्ही, तुझे सच्चे बंधू, आम्ही शपथ घेतो-*
*आम्ही, तुझे आज्ञाधारक पुत्र, आम्ही शपथ घेतो-*
*तुझ्यावर कोणी हल्ला करणार नाही, तुझा कोणी अपमान करणार नाही;*
*तुझ्या मार्गावर तुला कोणी थांबवणार नाही, तुला कोणी नाउमेद करणार नाही.*

*कारण आम्हीसुद्धा हिंमत दाखवू शकतो,*
*पिढ्यान्‌पिढ्या आम्हाला बद्ध करणारे साखळदंड तोडून टाकण्याची!*
*आम्हीसुद्धा नवविचार आत्मसात करू.*

झियाउद्दीन युसफझाई - 'आय प्रॉमिस,' १९८८
(अनुवाद- कासीम स्वाती, आणि टॉम पेने

## एका ताऱ्याचा उदय

**म**लाला पहाटे जन्माला आली. आकाशात एखादा अतितेजस्वी तारा उदयाला यावा तसा तिचा जन्म होता. तिने माझ्या जीवनात लख्ख प्रकाश आणला. आदल्या रात्री मी पेकईपासून दूर शाळेच्या ऑफिसमध्ये सोफ्यावर निजलो होतो. बायकोच्या बाळंतपणाच्या वेळेस नवरे समोर थांबत नाहीत. पेकईने बाळाला सुखरूप जन्म द्यावा म्हणून ज्या शेजारणीने तिला मदत केली होती तिने माझ्या दारावर पहाटे घाईघाईने थाप मारली. मलालाच्या जन्माच्या पार्श्वभूमीवर नमाजचे आवाज माझ्या कानी पडत होते. पेकईने आमच्या छोट्याशा साध्याशा घरात मलालाला जन्म दिला.

मिंगोऱ्यात सगळीकडे नमाजचे आवाज घुमत असताना मी दार उघडलं. "तुला मुलगी झाली आहे," हे शब्द कानी पडताच मी घराच्या दिशेने धाव घेतली. पेकई आणि माझी नुकतीच जन्मलेली कन्या पलंगावर निजलेल्या मला दिसल्या. त्या क्षणी माझ्या त्या इवल्याशा बाळाचे डोळे टक्क उघडे होते. इतकंच नाही तर जन्म होऊन जेमतेम काही मिनिटं झालेल्या त्या बाळाच्या नजरेत विलक्षण तेज होतं. गेली वीस वर्षं मी हे तेज पाहत आलो आहे. तिच्या जन्माच्या क्षणी मला झालेला आनंद आजही तसाच आहे. तिच्या चेहऱ्यावर अतिशय शुद्ध आणि सात्त्विक भाव होते. तिने या जगात नुकताच प्रवेश केला आहे असं तिच्याकडे पाहून वाटत नव्हतं.

मुलगी झाली, मलालासारखी लेक जन्माला आली हा माझ्यासाठी सर्वांत मोठा आशीर्वाद होता. त्या गोजिरवाण्या बाळाला उचलून मी हातात घेतलं. माझ्याकडे रोखून पाहणाऱ्या तिच्या नजरेला मी नजर दिली. इथून पुढे तिचा माझा प्रवास एकत्र होणार आहे हे मला कळून चुकलं.

याच बाळाची मी इतके दिवस वाट पाहत होतो हे मला मनोमन जाणवलं. पुरुषप्रधान समाजात स्त्रिया आणि मुलींना हीन दर्जाची वागणूक मिळत असताना मी मुलगी जन्माला येण्याची वाट का पाहत होतो असा प्रश्न कुणालाही पडू शकेल. उत्तर सोपं आहे. मी स्वतः मुलगा म्हणून वाढलो. माझ्या बहिणींना माझ्याहून वेगळी वागणूक दिली जात होती. शिक्षण घेताना माझ्या वर्गात मुली नसत. माझ्या आजूबाजूला वावरणाऱ्या सर्व वडिलांचा कल मुलींना दुय्यम स्थान देण्याकडे होता.

त्या पार्श्वभूमीवर मुलीचे वडील म्हणून मी सर्वस्वी वेगळ्या पद्धतीने वागणार होतो. त्याबद्दलच्या माझ्या कल्पना सुस्पष्ट होत्या. स्त्री-पुरुष समानता हा मुद्दा माझ्यासाठी सर्वाधिक महत्त्वाचा होता. 'मुलगी ते स्त्री' हा प्रवास करणाऱ्या जीवावर विश्वास ठेवणारा, मोठं होताना तिला स्वतःवर विश्वास ठेवायला मदत करणारा, मोठेपणी पक्ष्याप्रमाणे सहज विहार करता येईल अशी ताकद तिच्या पंखात देणारा पिता मी होणार होतो.

मलालाच्या जन्माआधी जमेल त्या प्रकाराने मी इतर स्त्रियांना साहाय्य केलं होतं. त्यात माझ्या चुलत बहिणीचा समावेश होता. तिच्या पाठीशी मी खंबीरपणे उभा राहिलो होतो. माझ्या बहिणींचं आयुष्य कसं चांगलं करता येईल, याचा विचार मी लहानपणी नेहमी करत असे; पण खऱ्या अर्थाने समानतेचा हा प्रवास मी मलालाच्या सोबतीने सुरू करू शकलो. तिच्या जन्मानंतर माझा प्रवास अधिक सक्रिय झाला. बदलाची सुरुवात स्वतःपासून करायची असते. म्हणूनच मी लेकीच्या जन्माची वाट पाहत होतो. आता मी स्वतःला भूतकाळाशी जखडून घेणार नव्हतो. तिचा जन्म माझ्यासाठी परीसस्पर्श होता. जगाकडे बघण्याची एक नवीन दृष्टी मला त्यायोगे लाभली.

माझ्या लेकीकडे समाज वाकड्या नजरेने बघेल याची भीती मला नव्हती. त्या जुन्या पाळण्यात शांतपणे पहुडलेल्या मलालाकडे पाहून माझी खात्री पटली की, तिच्या मनात येईल ते ती साध्य करेल. या सुंदर बाळावर माझा पूर्ण विश्वास होता आणि तो पुरेसा होता.

मात्र, त्याच वेळेस एक पिता म्हणून माझा स्वतःवर पूर्ण विश्वास असणं गरजेचं होतं. तिच्याकडे पाहताक्षणी माझ्या मनात अनोखी प्रेमाची भावना निर्माण झाली. मी तिच्या बाजूला ठामपणे उभं राहीन तोवर कुठल्याही अडचणीवर मात करण्याचं सामर्थ्य तिच्यात असेल हे मला मनोमन जाणवलं. मी तिची ढाल होणार होतो. निरर्थक पुरुषार्थ जोपासणाऱ्या आणि स्त्रियांना दुय्यम दर्जा देणाऱ्या सामाजिक परंपरा तिच्या आड येऊ नयेत यासाठी मी खंबीरपणे उभा राहणार होतो.

मी स्वतःला बजावलं, 'झियाउद्दीन, तू तुझा मार्ग बदलावास, पुन्हा जुन्या वाटेने चालावंस म्हणून लोक तुझ्यावर दबाव आणतील, पण त्यांची मानसिकता बदलून तुझ्या या प्रवासात त्यांना साथ द्यायला लावायची तुझी जबाबदारी आहे.' माझ्या मनाने स्वीकारलेला बदल मान्य करण्याइतका मी खंबीर होतो. हा बदल अतिशय प्रभावी, महत्त्वाचा, न्याय्य, यथायोग्य आणि सच्चा असल्यामुळे पृथ्वीवरील कोणतीही ताकद मला त्यापासून मागे खेचणार नव्हती. मलाला मुलगी तर होतीच, पण जन्माला आलेली माझी ती पहिली मुलगी होती. अर्थात, तीन-चार मुलांच्या नंतर ती जन्माला आली असती तरीही तिच्या बाबत माझ्या भावना अशाच राहिल्या असत्या याची मला खात्री आहे. त्यातून पहिलं बाळ गमावल्यावर जन्मलेल्या जीवाच्या जन्माचा आनंद विलक्षण होता.

पाकिस्तानात एक वेगळाच प्रकार पाहायला मिळतो. काही लोक आपल्या लेकींचा खूप उदो उदो करतात. झुल्फिकार अली भुट्टो यांची कन्या बेनझीर भुट्टो किंवा तीन वेळा पाकिस्तानचं पंतप्रधानपद भूषवणाऱ्या नवाझ शरीफ यांची कन्या मरियम नवाझ शरीफ ही दोन ठळक उदाहरणं आहेत. पण या स्त्रिया उच्च खानदानातील आहेत. जनसामान्यांकडून त्यांचं कौतुक होणं स्वाभाविक होतं. उच्च खानदानात जन्मलेले पुरुष त्यांचं कौतुक करतात आणि सामान्य पुरुष त्यांची री ओढतात. अशा श्रेष्ठ स्त्रियांना राजकीय पक्षात प्रवेश देऊन हे सामान्य पुरुष त्यांचा आदर करतात. मात्र, खालच्या वर्गात जन्मलेल्या त्यांच्या मुली अत्यंत सामान्यपणे वाढतात, त्यांच्यावर कोणीही विश्वास ठेवत नाही. अशा पुरुषांचा आपल्या पोटच्या मुलींवर विश्वास नसतो. पाकिस्तानात समानतेसाठी जसा संघर्ष चालतो तसाच हा संघर्ष आहे. मी जेव्हा लोकांना विचारतो, "बेनझीर भुट्टो हिला तुम्ही बेनझीर भुट्टो म्हणून स्वीकारता; मग लुब्ना, कल्सूम किंवा साबा या तुमच्या-माझ्या लेकींना त्या आहेत तशा का स्वीकारत नाही? आपल्या सामान्य घरांतून वाढणाऱ्या सामान्य मुलींसाठी तुम्ही स्वप्नं का पाहू शकत नाही? या मुलींमध्ये प्रचंड क्षमता आहे हे तुमच्या लक्षात कसं येत नाही."

तूर पेकई आणि मलालाकडे पाहण्याचा लोकांचा दृष्टिकोन आज खूप बदललेला आहे. जुनाट परंपरांच्या आहारी गेलेल्या आमच्या समाजातील स्त्रिया आज पेकईकडे आदर्श म्हणून पाहतात. मलालाची आई असल्यामुळे तिला चारचौघांत, व्यासपीठावर बोलण्याचं स्वातंत्र्य मिळतं. आज संपूर्ण जग मलालाला ओळखतं, तिला नोबेल शांती पुरस्कार मिळाला आहे. त्यामुळे आमचा सामाजिक स्तर बदललेला आहे असं इतरांना वाटतं. परंतु, तसं काही नाही. मी आजही माझ्या कुटुंबातील इतर सदस्यांना सांगतो, "आम्ही तुमच्यामधलेच आहोत, तुमच्यासोबत आहोत आणि तुमच्यामध्ये आहोत." तूर पेकईच्या एका चुलत भावाने तिला म्हटलं होतं, "तूर पेकई, तू विलक्षण आहेस. तू बोलत रहा. तू बोलत असताना तुझी हुशारी लक्षात येते. आम्हाला तुझा खूप अभिमान आहे." अशाप्रकारे तिचं कौतुक करत असला तरी स्वतःच्या बायकोला पुढे येण्यासाठी तो कधीही प्रोत्साहन देत नाही. माझ्या समाजातील पुरुषांना मी नेहमी विचारतो, "व्यासपीठावर उभं राहणाऱ्या स्त्रियांचं कौतुक तुम्ही करता. परंतु, आपापल्या घरात वावरणाऱ्या स्त्रियांना तुम्ही तुमच्याप्रमाणे माणूस म्हणून का वागवत नाही? एखादी शाळा जळते, एखादी धीट मुलगी उभी राहून खडसावते, "माझी शाळा का जाळता?" त्यानंतर ती मुलगी पाकिस्तानची मलाला म्हणून प्रकाशझोतात येते. तिला गोळी मारली जाते. मग जगभर ती ओळखली जाऊ लागते; असं का व्हावं? कुठलाही त्याग न करता प्रत्येक मलालाला 'मलाला' म्हणून सहजतेने का जगता येऊ नये?"

आपल्या मुलींमध्ये नेतृत्वगुण नाहीत असं सामान्य पित्यांना का वाटतं? सत्ता, मोठी पदं, मोठ्या नोकऱ्या या फक्त पुरुषांसाठी किंवा हाती सत्ता एकवटलेल्या श्रीमंत स्त्रियांसाठी आहे हे कुणी ठरवलं? मलाला आणि भविष्य या संदर्भात मी कधीही असा विचार केला नाही. मनात येईल ते करणं शक्य असतं हा विश्वास पालकांनी मुलांना दिला नाही तर मुलं, विशेषत: मुली स्वक्षमतांवर कसा विश्वास ठेवू शकतील?

गाढ झोपलेल्या मलालाकडे पाहताना माझ्या मनात असा विचार कधीही आला नाही की, 'हो, ही मलाला आहे. माझं माझ्या लेकीवर प्रेम आहे. पण झियाउद्दीन, जागा हो, भानावर ये. आपल्या गाठीला फारसे पैसे नाहीत हे लक्षात ठेव. शिवाय, आपला जन्मही खालच्या स्तरात झाला आहे.'

नाही! कधीच नाही! मी माझा विश्वास डळमळीत होऊ देणार नव्हतो. माझ्या लेकीला पारंपरिक आचारविचारांत बांधणार नव्हतो. उलट, 'ती हे जग बदलेल, ती फार मोठा बदल घडवून आणेल, तिला एक संधी देणं गरजेचं आहे, तशी ती मिळाली तर ती कुठल्या कुठे पोहोचेल, ती तारा आहे;' असे विचार माझ्या मनात आले.

आजचे सर्व वडील, भाऊ, पुरुष आणि मुलांना माझं सांगणं आहे- तुमच्या घरात जन्मलेली तुमची मुलगी किंवा बहीण भविष्यात एक महान व्यक्ती, मोठी शास्त्रज्ञ, प्रभावी राजकारणी किंवा पुढची मलाला होणार आहे हे सांगण्यासाठी जग पुढे होणार नाही. त्यासाठी एक पिता, बंधू इतकंच नाही तर माता म्हणूनही तुम्हाला घरात आलेल्या मुलीचा प्रेमाने मनोमन स्वीकार करावा लागेल. तिच्या क्षमतांना प्रोत्साहन द्यावं लागेल. आज पाळण्यात निजलेला हा बाळजीव उद्या मोठ्या गोष्टी साध्य करणार आहे यावर विश्वास ठेवावा लागेल. माझी मुलं सर्वोत्तम आहेत आणि आपली स्वप्नपूर्ती करण्याचं सामर्थ्य त्यांच्यात आहे याचा स्वीकार तुम्ही जोवर करणार नाही तोवर इतर कोणी तो कसा करेल? माझ्यावर विश्वास ठेवा की, आपल्या मुलांना आपल्या या श्रद्धेची नितांत आवश्यकता आहे.

मैवान्दची पश्तुन लढवय्या स्त्री मलालाई हिच्यावरून मी माझ्या लेकीचं नाव मलाला ठेवलं हे सर्वश्रुत आहे. माझ्या लेकीने युद्धभूमीवर लढावं किंवा शहीद व्हावं असा त्यामागे विचार नव्हता. आमच्या संस्कृतीत सर्वप्रथम स्वतंत्र ओळख मिळवणारी मलालाई ही पहिली स्त्री होती. म्हणून मी माझ्या लेकीचं मलाला नाव ठेवलं. तिच्या जन्माआधी मलालाई आणि तिचा लढा याबद्दल मी नीट विचार केला होता. त्यावेळेस माझं लग्नही झालेलं नव्हतं. उस्मान ओलसियार या माझ्या मित्राकडे मिंगोऱ्यात मी बसलो होतो. त्यावेळेस अनेकदा त्याच्यामुळे माझ्या पोटाची सोय व्हायची. पेकईशी माझा साखरपुडा झाला होता, पण मी जोवर पुरेसं कमावू शकत नव्हतो तोवर आमचं लग्न होणं कठीण होतं. त्यामुळे ती शांग्ला इथेच होती. त्या दिवशी चहाचे घोट घेत मी उस्मानच्या पलंगावर बसलो होतो. तिथल्या भिंतीवर

लावलेल्या एका पोस्टरने माझं लक्ष वेधून घेतलं. घोड्यावर बसलेल्या ऐटबाज तरुणीचं ते चित्र होतं. त्याखाली शब्द होते, 'हजारोंनी यशाची शिखरं गाठली असतील, परंतु मैवान्दच्या मलालाईने एका हाकेसरशी जे प्राप्त केलं त्याला तोड नाही.' ते वाचून मी स्तंभित झालो. हजारो पुरुषांच्या उत्कृष्ट कार्याच्या तुलनेत मैवान्दच्या मलालाईने दिलेली एक हाक अधिक श्रेष्ठ होती हे जाणून मी प्रभावित झालो. माझ्या मनात अनेक विचारतरंग उमटले. सुदैवाने आपल्याला मुलगी झाली तर तिचं नाव मलाला ठेवायचं हे मी त्या क्षणी निश्चित केलं.

लहानपणी मलाला पंतप्रधान होण्याची इच्छा बोलून दाखवत असे. त्यावर लोक उपहासाने बोलून दाखवत असत, 'तू! पाकिस्तानची पंतप्रधान?' असाच त्याचा दृष्टिकोन असे. मी मात्र सुरुवातीपासून विश्वास ठेवला की, 'हा माझा चमचमता तारा, उद्या सर्वोच्च शिखर गाठू शकतो!'

मुलगी म्हणून जन्माला आल्यावर माझ्या कुटुंबातील पुरुष सदस्यांनी तिचं स्वागत केलं नाही. त्यावेळेस मला त्यांचा संताप यायचा. पुढे लोक तिच्या स्वप्नांची खिल्ली उडवू लागले. तेव्हाही मला तसाच संताप येऊ लागला.

माझ्या लेकीला आपली स्वप्नं पूर्ण करण्यासाठी, संपूर्णपणे जगण्यासाठी गरज होती शिक्षणाची; अन्यथा एखाद्या दुर्लक्षित, तहानलेल्या रोपट्याप्रमाणे ती करपून नष्ट झाली असती. मी कल्पनाविश्वात रमणारा आदर्शवादी आहे. मलालाच्या शिक्षणाचं महत्त्व तत्क्षणी माझ्या लक्षात आलं. माझ्या शिक्षणासाठी मी शांग्लामधून बाहेर पडलो होतो. आमच्या समाजाच्या संकुचितपणातून बाहेर पडण्यासाठी मलालाला पदवी मिळवून उत्तम नोकरी प्राप्त करावी लागणार होती.

श्रीमंत मुलींनादेखील शिक्षणाची गरज असते. सत्ता आणि संपत्तीच्या जोरावर श्रीमंत मुलं, जमीनदारांची मुलं प्रगती करू शकतात, परंतु इतर अनेक देशांप्रमाणे पाकिस्तानी मुलींना पुरुषप्रधान समाजातून वाट काढण्यासाठी आणि लहान वयात होणारे विवाह टाळण्यासाठी शिक्षण गरजेचं आहे.

## मलालाची ओढणी

माझ्या शाळेत बालवाडीत मलालाला वयाच्या पाचव्या वर्षी प्रवेश मिळाला. शाळेतील डेस्क, पुस्तकं, गणवेश; प्रत्येक गोष्ट तिला खूप आवडायची. वरच्या वर्गात गेल्यावर शाळा सुटल्यावरही तिचा पाय निघत नसे. काहीतरी कारणांनी ती शाळेत रेंगाळत राही. शाळेच्या वर असलेल्या दोन खोल्यांत आम्ही राहत होतो. त्यामुळे चालायला शिकल्यापासून मलाला नेहमीच शाळेत ये-जा करत असे. परंतु, ज्या क्षणी ती विद्यार्थिनी झाली त्या क्षणी तिच्या वागण्यात बदल झाला.

आमच्याकडे शाळा तीन सत्रांत चालत असे. अगदी सुरुवातीपासून मी तिला स्वतंत्र फोल्डर आणून देऊ लागलो. होणाऱ्या प्रत्येक परीक्षेची प्रश्नपत्रिका आणि उत्तरपत्रिका ती व्यवस्थित ठेवत असे. तिला मिळणारी प्रशस्तिपत्रकंसुद्धा नीटपणे ठेवलेली असत. आजही त्यातील काही प्रशस्तिपत्रकं आमच्याकडे आहेत. विद्यार्थिजीवन किती मोलाचं आहे याची समज तिला अगदी लहान वयात आली होती. शालेय जीवनाचा प्रत्येक क्षण ती समरसून जगली. तिने प्रत्येक क्षण मोठ्या आदराने जोपासला. शाळेबद्दलचं तिचं प्रेम अनोखं होतं. खरं सांगायचं तर, तिचं मन शाळेने संपूर्णपणे व्यापलं होतं.

पांढरी सलवार, गडद निळा कमीज आणि उन्हाळ्यात पांढरी तर हिवाळ्यात काळी ओढणी असा मुलींचा पोशाख होता. त्यांचे बूट-मोजे काळे असत. मलालाच्या गडद गुलाबी दप्तराला थोड्या अधिक गडद रंगाची शिवण होती.

अनेकदा मी शाळेतून घरी यायचो तेव्हा आमच्या राहण्याच्या खोलीच्या बाजूला असलेल्या नळापाशी मलाला तिची ओढणी धुताना दिसायची. आमच्या घरात हा एकमेव नळ होता. धुणं- भांडी इथेच स्वच्छ करावी लागायची. तिचा हात नळाशी जेमतेम पोहोचायचा. नळाखाली छोटा स्टूल ठेवून त्यावर बादली ठेवायची, त्यात पाणी भरायचं आणि जमेल तसं इवल्या हातांनी आपली ओढणी धुवायची हा तिचा नेहमीचा उद्योग होता. त्या वयात मिंगोऱ्यात ती मुक्तपणे बागडायची. त्यामुळे तिची ओढणी नेहमीच मळायची.

ओढणीप्रमाणे ती आपले मोजेदेखील स्वच्छ धुवायची. अशा छोट्या-छोट्या कामांतून ती पेकईला मदत करायची. एकूणच मिंगोऱ्यात धूळ फार. त्यात भर म्हणजे वाहनांची वर्दळ आणि भयंकर उष्णता. मलालाला धुळीची तीव्र नावड असल्यामुळे ती स्वतःच्या वस्तू स्वच्छ ठेवत होती. पण माझ्या मते 'शाळेत जाणारी नीटनेटकी मुलगी' असण्याचा तिला अभिमान होता. बादलीतलं पाणी मळकं होईपर्यंत ती हातातील मोजे किंवा ओढणी घासून खळबळत असे. त्यानंतर घट्ट पिळून ती ते छतावर बांधलेल्या दोऱ्यांवर वाळत टाकत असे. सूर्याच्या कडक उष्णतेमुळे तिचे कपडे तेव्हाच वाळत. दुसऱ्या दिवशी तिच्या डोक्यावर पुन्हा स्वच्छ ओढणी दिसे.

मलालाची शाळेची आवड हा तिच्या संगोपनाचा भाग होता की ती तिची वृत्ती होती? मला ती दोन्हीची सांगड वाटते. जोपासना करण्याच्या दृष्टीने अत्यंत सुपीक अशा जमिनीत रुजलेलं परिपूर्ण आणि जादुई बीज म्हणजे मलाला, असं म्हणायला हरकत नाही. आमच्या घराने शिक्षणासाठी स्वतःला वाहून घेतलं होतं. मलाला त्याला अपवाद नव्हती. तिच्या अनेक मैत्रिणींच्या तुलनेत ती खूप सुदैवी म्हणायची. कारण, तिला आमचा पूर्ण पाठिंबा होता. शिक्षण घेणं म्हणजे केवळ धडे वाचून परीक्षा पास होणं नाही. जिथे विद्यार्थ्यांच्या क्षमतांना वाव मिळतो, जिथे मुलींच्याही

पंखात उडण्याची ताकद भरली जाते, जिथे स्वमतानुसार यशस्वीरीत्या आयुष्य जगण्याचा आत्मविश्वास मुलींमध्ये निर्माण केला जातो तिथे खऱ्या अर्थाने उत्तम शिक्षण मिळतं. अशा शाळा उत्तम ठरतात.

मी माध्यमिक शाळा २००३ साली सुरू केली. मुलींना इंग्लिश आणि उर्दू भाषा शिकवण्याच्या जोडीने त्यांच्यात आत्मविश्वास निर्माण करणं महत्त्वाचं आहे हे मी जाणून होतो. अनेकदा, मी शाळेतून फेरफटका मारत असताना काही मुली मला आवर्जून भेटत. त्यांना शिकायची ओढ वाटे, पण त्याच्या पालकांचा नकार असे. अशा वेळेस मी त्यांच्या पालकांचं मन वळवण्याचा प्रयत्न करत असे. मुलींच्या शिक्षणासंदर्भात पालकांनी मनात जोपासलेले, पिढ्यान्‌पिढ्यांचे बुरसटलेले विचार खोडून काढणं फार कठीण जाई. अनेकदा तर कितीही सांगून पालकांना शिक्षणाचं महत्त्व पटत नसे. मिंगोऱ्यात सगळ्याच मुली शाळेत जात, पण वयात येताच त्यांची नावं शाळेतून काढून घेण्यात येत. तिथून पुढे लग्नाच्या दृष्टीने त्यांना वळण लावण्याकडे पालकांचा कल असे.

सुरुवातीला आमची परिस्थिती फार वाईट होती. पण मी आणि पेकई एकमेकांबरोबर होतो. त्यावेळेस मुलं शाळेत जात नव्हती. कौटुंबिक प्रेमामुळे आर्थिक अडचणींचं आम्हाला काही वाटत नसे. नंतर मलाला शाळेत जाऊ लागली. ''हे बघा, जर कोणी मलालाला विरोध केला तर याद राखा! जो कोणी तिच्या वाटेत आडवा येईल त्याचा विरोध मी मोडून काढेन;'' असं मी कधी कोणाला म्हटलं नाही. तिच्याबद्दल लोकांना आपसूक आत्मीयता वाटू लागली. तालिबान्यांनी ढवळाढवळ करायला सुरुवात केल्यानंतर माझा उघड विरोध सुरू झाला.

पेकई शिक्षणापासून वंचित राहिली होती. तशी वेळ मलालावर येऊ नये अशी तिची आंतरिक इच्छा होती. बाहेर पडताना मलालाने ओढणीने चेहरा झाकून घ्यावा या एकाच मुद्द्यावर त्या दोघींचा वाद होई. त्यावेळेस मिंगोऱ्यातील बाजारात वावरणाऱ्या स्त्रिया बुरख्याआड असत. डोळ्यांसमोर असणाऱ्या त्रिकोणी जाळीतून त्या बाहेरचा देखावा पाहत. घोळदार बुरखा घालून वावरणं कौशल्याचं काम होतं. इतरांना अशा स्त्रियांचे जेमतेम डोळे तेवढे दिसत. परपुरुषाच्या नजरेला स्त्री पडू नये म्हणून ही सोय होती. पेकईने कधी बुरखा घातला नाही, पण ती ओढणीने चेहरा झाकून घ्यायची. मलालाने डोक्यावरून ओढणी घेतली, परंतु चेहरा कधी झाकला नाही. तिने चेहरा झाकावा हे पेकईचं सांगणं तिने कधीच मान्य केलं नाही. बुरख्याआडून जग बघणं तिला मान्य नव्हतं. पुरुषांप्रमाणे तिलाही मोकळेपणाने हे जग पाहायचं होतं. प्रामाणिकपणे सांगायचं तर मलाही त्यात काही वावगं वाटत नव्हतं. त्यातून मलालाकडे कुणी पुरुषाने रोखून पाहिलं तर तीही त्यांच्या नजरेला नजर देत असे. कित्येकदा ती पेकईबरोबर बाहेर गेली असताना पुरुष तिच्याकडे रोखून पाहत.

अशावेळेस तीही त्यांच्याकडे रोखून पाही. मग ते बुरख्यातल्या स्त्रियांकडे रोखून पाहू लागत. पेकई रागवून तिला म्हणे, "मलाला! काय करते आहेस? त्या पुरुषांकडे पाहू नकोस. दुसरीकडे लक्ष दे." पण मलाला ठामपणे उत्तर देई, "का? ते जर माझ्याकडे रोखून पाहू शकतात तर मी का नाही पाहायचं त्यांच्याकडे रोखून?"

मलालाच्या मते 'रोखून पाहणं' ही एक समस्या होती. तरीसुद्धा चुकीच्या वाटणाऱ्या या सीमारेषांबद्दल तिला कुतूहल होतं आणि ते शमवण्याइतकी ती निडर होती. त्याही वयात स्वतःचा हक्क ती मिळवू पाहत होती.

## तालिबान्यांनी आमचा कोह-ई-नूर चोरला तेव्हा

आज मलाला जी कोणी आहे ती केवळ तिला मिळालेल्या शिक्षणामुळे हे निर्विवाद सत्य आहे. जगभरातील मुलींसाठी ती ठामपणे उभी आहे. त्यांना शिक्षण मिळावं म्हणून आपले विचार मांडते आहे. पण हे सगळं कशामुळे शक्य झालं? कारण ती शिकत राहिली. तिला स्वतःला शिक्षणात रुची होती. घरी असो की बाहेर, उत्सुकता तिचा स्थायिभाव होता. ती सतत प्रश्न विचारत असे. ती जात्याच धीट होती. आणि तिच्यात आत्मविश्वासाची जोपासना पूर्णपणे झाली होती. शिक्षण घेतलं नसतं तर मलाला कुणाहीपर्यंत पोहोचू शकली नसती. आज जगातील मुली मलालाकडे आदर्श म्हणून पाहत आहेत ते केवळ शिक्षणामुळे; अन्यथा तिचा आवाज कुणाच्याही कानावर पडला नसता, किंबहुना ती मौन राहिली असती.

आम्ही वावरत असलेल्या समाजातील पारंपरिक चौकटीतून बाहेर पडून, स्वतःच्या पायावर उभं राहण्यासाठी, उज्ज्वल भवितव्य घडविण्यासाठी, स्वतःचे निर्णय सक्षमतेने घेण्यासाठी शिक्षण हा एकमेव मार्ग आहे हे माझ्याप्रमाणे तीही जाणून होती.

मलालासाठी शिक्षण म्हणजे कोह-ई-नूर होता. भारतातून ब्रिटनकडे गेलेल्या कोह ई-नूर या हिऱ्याचा प्रवास अतिशय नाट्यपूर्ण मानला जातो. आज तो हिरा ब्रिटनच्या राणीच्या मुकुटात मिरवतो आहे. मलालासाठी शैक्षणिक गुणवत्ता कोह-ई-नूर प्रमाणे मौल्यवान होती. त्याव्यतिरिक्त कुठलाही मार्ग तिला नको होता. शिक्षण घेतलं नाही तर मलालासारख्या मुलींना वयाच्या विसाव्या, दुर्दैवाने बरेचदा सोळाव्या वर्षी लग्न करून संसार थाटण्यावाचून पर्याय नसतो. शिक्षणाचा मार्ग मलालाने निवडला नसता तर आज ती नोबेल मिळवणारी आणि ऑक्स्फर्डमध्ये शिक्षण घेणारी विद्यार्थिनी नसती. कदाचित एव्हाना तिच्या पदरी एक-दोन मुलंसुद्धा असती.

मलाला अशी कशी घडली हा प्रश्न अनेक जण मला विचारतात. अशा वेळेस मी उत्तर देतो, "मी काय केलं ते विचारू नका. मी काय नाही केलं ते विचारा. मी तिचे पंख कापले नाहीत." पाकिस्तानातील काही कुटुंबामध्ये पक्षी पाळण्याची पद्धत

आहे. घराच्या अंगणात असे पक्षी दुडक्या चालीने चालत असतात. पण त्यांच्या जीवनातील सर्वांत महत्त्वाचा अवयव, म्हणजेच त्यांचे पंख, कापलेले असतात. त्या घरातील एखाद्या पित्याने अथवा भावाने हे घृणास्पद कृत्य केलेलं असतं. पक्ष्याचा तो लहानसा जीव; तो काय प्रतिकार करणार? आपल्या मालकाच्या हातातील खेळणं म्हणून वावरण्याशिवाय दुसरं काहीही तो करू शकत नाही. त्याचे पंखच कापल्यामुळे भरारी घेण्याची त्याची उपजत वृत्ती छाटली जाते. किती हे क्रौर्य!

'मी तिचे पंख कापले नाहीत.' म्हणजेच, मलालाच्या लहानपणी मुलींचे पंख छाटण्याची समाजाची जी वृत्ती होती ती मी तिच्या आसपास फिरकू दिली नाही. तिने आकाशात उंच भराऱ्या घ्याव्यात अशी माझी इच्छा होती. सामाजिक परंपरांमुळे जखडलेल्या अवस्थेत एखाद्या घराच्या अंगणात तिने खुरटलेल्या चालीने चालावं अशी माझी इच्छा नव्हती. स्वतः झेपावण्याइतकं बळ तिच्या पंखात भरेपर्यंत मी तिच्या पाठीशी ठामपणे उभा राहणार होतो. तिच्यात पुरेसा आत्मविश्वास निर्माण होईपर्यंत आणि संरक्षणासाठी माझी गरज असेपर्यंत मी तिचं रक्षण करणार होतो.

मुलगा असो की मुलगी; त्यांच्यात निडरता आणि आत्मविश्वास कसा निर्माण करता येईल? माझ्या मते कौतुक करण्याने हे शक्य होतं. पहिल्यापासून मी मुलांचं कौतुक करत आलो आहे. मुलगी असल्यामुळे मी मलालाकडे विशेष लक्ष पुरवलं. तिने केलेली लहान-मोठी गोष्ट, तिला मिळालेले चांगले गुण, उत्तम गृहपाठ केल्याचा शेरा, तिच्या मनात आलेली एखादी सुंदर, नवी, निरागस कल्पना; प्रत्येक वेळेस मी तिचं कौतुक केलं. मला तिची निर्मितीक्षमता नेहमी आवडत राहिली आहे. या पृथ्वीतलावर जन्म घेणारी ती सर्वांत हुशार आणि सुंदर व्यक्ती आहे हा समज तिच्यात जोपासण्यासाठी मी प्रयत्न केला. माझ्या मते प्रत्येक मातापित्याची आपल्या मुलांप्रति - मग तो मुलगा असो की मुलगी - ही सर्वप्रथम जबाबदारी आहे. याप्रकारे मुलांची जोपासना व्हायला हवी. दुर्दैवाने, मुलांकडे लक्ष न देता त्यांना सरसकटपणे वाढवण्याची वृत्ती सगळीकडे दिसते.

पूर्व आणि पश्चिमेकडील राष्ट्रांमध्ये मुलांना ईश्वर, अल्ला, संतमहात्मे किंवा पवित्र ग्रंथांवर विश्वास ठेवायला शिकवलं जातं. डोळ्यांना न दिसणाऱ्या अल्लाच्या दूतांवर किंवा 'जिन'वर विश्वास ठेवायला आम्ही पूर्वेकडे शिकवतो. पण आपली मुलं, आपल्या समोर शारीरिक रूपात उपस्थित असतात, उत्कट भावनांनी ओतप्रोत भरलेली असतात, त्यांचे विचार आणि क्षमता आपल्याला दिसून येतात, त्यांच्या ठायी असलेल्या प्रत्येक गुणांसकट ते आपल्या समक्ष असतात. इतकं असूनही आपण त्यांना स्वतःवर विश्वास ठेवायला फारच क्वचित सांगतो.

मलाला जशी मोठी झाली तसा तिचा आत्मविश्वास वाढला. जमलेल्या श्रोत्यांसमोर व्यासपीठावर ठामपणे उभं राहून वादविवाद अथवा वक्तृत्व स्पर्धेत ती

भाग घेऊ लागली. तिचा जन्मजात आत्मविश्वास आणि मनोसामर्थ्य अशा वेळेस सहज लक्षात येई. प्रत्येक स्पर्धेत ती यश मिळवे. तालिबान्यांचा प्रवेश पाकिस्तानात होण्याआधी स्वातमध्ये मुलांच्या विधानसभेत तिने निवडणुकीत यश मिळवलं. ती पहिली प्रवक्ता होती. स्वातमधील अनेक शाळांतील मुलामुलींची ही विधानसभा होती.

मलालाचा वर्ग काही वेगळाच होता. तिच्या वर्गातील प्रत्येक मुलगी झटून अभ्यास करणारी होती. आपापसात ईर्ष्या करणं हा प्रकार त्यांना माहीत नव्हता. एकमेकींच्या साथीने त्या सर्वजणी मनापासून शिकत होत्या. असं असूनही काही मुलींच्या कुटुंबातील पुरुषांना त्यांनी शिक्षण घेणं मान्य नव्हतं.

माझ्या शाळेच्या मुलांमुलींच्या विभागाची एकत्रित वादविवाद स्पर्धा घेण्याचं मी एकदा ठरवलं. मुलांच्या इमारतीत ही स्पर्धा सुरू होण्याआधी एका विद्यार्थिनीचा भाऊ मला भेटला. ''सर, माझी बहीण मुलांच्या शाळेत जाणार नाही. ती मुलांसमोर बोलणार नाही. मुलींनी चेहरा न झाकता मुलांसमोर उभं राहून बोलावं असं तुम्ही का सुचवता?''

अनेक समाजमान्य कल्पनांचा मला प्रत्यक्ष सामना करावा लागत असे. माझी अशी खात्री आहे की, पालकांनी मुलींना शिक्षणापासून वंचित ठेवलं नसतं तर मलालासारखा प्रभाव टाकणाऱ्या किमान दहा जणी त्या वर्गात तयार झाल्या असत्या. ज्यावेळेस आमच्या भागात शांतता होती त्यावेळेस आम्ही सर्व अधिक चांगल्या पद्धतीने जीवन जगण्यासाठी कार्यशील होतो. मलाला प्रत्येक स्पर्धेत भाग घेत होती. तिला शाळांतून नावाजलं जात होतं. त्या वाढत्या वयात स्पर्धा गाजवणं हा तिचा छंद होता. त्यायोगे तिला बक्षिसं, चषकं आणि प्रशस्तिपत्रकं मिळत होते. इतकंच नाही, तर तिचं म्हणणं ऐकून घेतलं जात होतं, त्यावर विचारमंथन होत होतं. मलालाचा स्वतःबद्दलचा आदर वाढवणाऱ्या या गोष्टींना मी आणि पेकई प्रोत्साहन देत होतो. पण त्यापायी मलाला आपल्या जीवनाचा सर्वाधिक महत्त्वाचा भाग गमावून बराणार होती हे आम्हाला तेव्हा कसं माहीत असणार?

आमच्या समाजात सुधारणा व्हावी यासाठी मी स्वतः सक्रियपणे काम करत होतो. लोकशाहीचा अधिक चांगल्याप्रकारे प्रसार, अधिक वृक्षांची लागवड, अधिक शाळा, प्यायला अधिक स्वच्छ पाणी... मिंगोऱ्यातील प्रत्येकाला अधिक चांगल्याप्रकारे जगता यावं असा माझा प्रयत्न होता. मी शाळेचा मुख्याध्यापक होतो. आपल्या मुलीला इथून पुढे शिकवायचं नाही असं सांगणारा किमान एक पिता मला रोज येऊन भेटत होता. पुरुषप्रधान संस्कृती आणि त्याचे तोटे! पण तरीही मुलींच्या शिक्षणावर बंदी येईल असं मला कधीच वाटलं नाही. स्वात खोऱ्यात २००७मध्ये शस्त्रधारी तालिबान्यांनी प्रवेश केला. माझ्या पायाखालची जमीन कोणीतरी काढून घेतल्यासारखं

मला वाटलं. अशी परिस्थिती उद्‌भवल्यावर मला तर कुठे जायला जागा उरली नव्हती. मुलींच्या शिक्षणावर बंदी आणून मलालाचं भविष्य तालिबानी हिरावून घेत होते. जणू कोणी आमचा कोह-ई-नूर काढून घेत होतं. मलालाच्या जन्मापासून तिच्यासाठी, तिच्या उज्ज्वल भविष्यासाठी मी पाहिलेली स्वप्नं आणि जोपासलेल्या आशा नष्ट होण्याच्या मार्गावर होत्या. खुशाल शाळेत आणि स्वात खोऱ्यातील इतर अनेक शाळांमधून शिकणाऱ्या पन्नास हजार मुलींचं शिक्षण थांबणार होतं.

पाठीला बंदुका लावून तालिबानी मिंगोऱ्यातून रोज कवायत करत जात. त्यांच्या हातात झेंडे असत. जिकडे पाहावं तिकडे तालिबानी सैनिक दिसत. आजवर सामान्य जीवन जगणारे कित्येक नागरिक अचानक या हिंसक सेनेचा भाग झाले होते. अनेकदा ते जीपमधून येऊन धडकत. करकचून ब्रेक लावल्यामुळे जीपची चाकं कर्रर्र असा आवाज करत थांबत. लांब वाढलेले अस्ताव्यस्त केस, मळकट फेटे, त्याहून मळकट मोज्यांमध्ये खोचलेले तितकेच कळकट पायजमे अशा अवतारात ते समोर येऊन उभे राहत. त्यांच्या पायात कापडी बूट असत. स्त्रियांसाठी असलेल्या बाजारपेठांच्या अवतीभोवती मुद्दाम चकरा मारत आपण जारी केलेले जाहीरनामे आणि सूचनांचं पालन स्त्रिया करत आहेत की नाही हे ते आवर्जून पाहत. रोज सकाळी आणि रात्रीसुद्धा नव्याने बातम्या येत. बॉम्बहल्ल्यात कधी तीन तर कधी चार शाळा उद्‌ध्वस्त झाल्याचं आम्हाला समजे. पाहता पाहता अशा चारशे शाळा त्यांनी नष्ट केल्या. रोज एकतरी शाळा बेचिराख होणार हे आता जवळजवळ निश्‍चित झालं होतं. अशात तो काळा दिवस उजाडला; १५ जानेवारी, २००९; मुलींच्या शिक्षणावर बंदी आणण्यात आली.

मलालाचे पंख कापू शकणाऱ्या सगळ्या कात्र्यांचे मी कधीचेच तुकडे केले होते. तिला हवी तितकी उंच भरारी ती मारू शकते अशा विश्वास मी तिच्या ठायी निर्माण केला होता. समोर उभ्या ठाकलेल्या तालिबान्यांच्या हातात कात्र्या नव्हत्या पण बॉम्ब आणि बंदुकीच्या जोरावर त्यांनी तिला जमिनीवर खिळवून टाकलं होतं. अवैध रेडिओ स्टेशनवरून धर्मप्रवचनं ऐकवणाऱ्या तालिबानींना कुठलाही धरबंध राहिला नाही. माणुसकीला काळिमा फासणाऱ्या पद्धतीने हिंसा आणि अत्याचार सुरू झाले. त्यांना विरोध करणाऱ्या व्यक्ती रात्रीतून अचानक नाहीशा होत. दुसऱ्या दिवशी सकाळी त्यांचे मस्तक छाटलेले देह एखाद्या चौकात किंवा गटारात सापडत.

मी गप्प बसणार नव्हतो. कारण बोलणं ही माझी अंतःप्रेरणा होती. केवळ श्वासोच्छ्वास घेणं म्हणजे जगणं हे मला मान्य नव्हतं. मानवतेवर आणि माणुसकीवर माझा ठाम विश्वास होता. प्रत्येक माणसाला असलेल्या मूलभूत हक्कांची मला जाणीव होती. या तत्त्वांसाठी मी सतत प्रयत्न करणार होतो. माझ्या मनाविरुद्ध धर्मांध वृत्तीमध्ये शंभर वर्षं जगणं किंवा माझ्या मनाप्रमाणे केवळ एक दिवस जगणं

यातून निवड करण्याची वेळ आली तर मी नेहमीच स्वतंत्रपणे जगण्याचा एकदिवसीय पर्याय निवडला असता. अर्थात, मलाही भीती वाटत होती; पण त्या भीतीमुळेच माझ्यात धैर्य आलं होतं. अनेक लोकांना रोज ठार केलं जात होतं. माझ्यावर कधी ना कधी तीच वेळ आली असती अशी भीती मला वाटत होती. पण त्याहीपेक्षा जास्त भीती मला वाटत होती ती मलाला आणि तिच्यासारख्या मुलींचं शिक्षणं बंद होण्याची. पाकिस्तानच्या या भागात जन्मलेल्या या मुलींचं भवितव्य काळवंडण्याची भीती मला वाटत होती. मुलींना शिक्षण मिळवण्याचा हक्क आहे या ठाम मताशी बांधील राहून मी आजवर वाट चालत आलो होते. मात्र, इथून पुढे मलालाचं आणि एकंदरीत पाकिस्तानाचं भवितव्य काय असेल या चिंतेने मी कासावीस झालो होतो.

त्या काळात घडणाऱ्या गोष्टींबद्दल फार क्वचित कोणी बोलत असे. प्रत्येकाला आपल्या प्राणांची काळजी होती. प्रचंड भीतीमुळे कोणीही काही बोलू धजत नव्हतं. त्यातून कोणी बोललं तर तालिबान्यांना अनुकूल असंच बोललं जाई. इस्लाम आणि शरिया स्वातमध्ये रुजवला तर शांती निर्माण होईल अशासारखी वाक्यं मुद्दाम बोलली जात.

त्यांना विरोध करत मी म्हणे, ''हा इस्लामचा प्रश्न नाही! आपण स्वातमध्ये इस्लामच्या विरुद्ध काहीही करत नाही. आपला समाज इस्लामी आहे. पण आता जे सुरू आहे त्याला सत्तेचा संघर्ष म्हणावं लागेल. हावरट लोक आहेत ते. इथे येऊन आपल्यावर नियंत्रण मिळवण्यासाठी धडपडणारे ठग आहेत ते. मी हे कधीही स्वीकारणार नाही. हा तिरस्कार, द्वेष आणि हिंसाचार इस्लामच्या विरुद्ध आहे.''

माझ्या बोलण्यावर आजूबाजूचे गप्प बसून राहत. मग मी अजून जोरात बोले. मिंगोऱ्यातील चौकात उभं राहून मी माझे विचार प्रकट करत असे. शक्य तितक्या सोप्या शब्दांत, तर्काला धरून मी त्यांना माझं म्हणणं पटवून देई. पत्रकारांना ही पद्धत आवडत असे.

माझ्या दृष्टीने भविष्यातील माझ्या देशासाठी मी माझी भूमिका चोख बजावत होतो. पुढील पिढ्यांनी तालिबानींसमोर पाय रोवून उभं राहावं म्हणून मी पायंडा पाडत होतो. केवळ मलालाची स्वप्नं आणि हक्क जोपासण्याचा हा प्रयत्न नव्हता. माझ्या शाळेत त्याचप्रमाणे निसर्गरम्य स्वात खोऱ्यातील इतर शाळांमधून शिकणाऱ्या हजारो मुलींच्या भवितव्याचा आणि स्वप्नांचा हा प्रश्न होता. माझ्या पोटच्या पोरी प्रमाणेच या देशाच्या इतर सर्व लेकींसाठी माझं आतडं तिळतिळ तुटत होतं. स्वातमधील शाळांतून पन्नास हजार मुली शिकत होत्या. मी स्वतः मुलींसाठी शाळा चालवत होतो. तालिबानीकरणाचा अर्थ तरी काय होता? स्त्रियांच्या हातात सत्ता नाही, स्त्रियांना स्वातंत्र्य नाही, मुलींना शिक्षण नाही. म्हणजेच स्त्रियांच्या नशिबी केवळ गुलामगिरीचं जीवन तेवढं होतं.

या पार्श्वभूमीवर मलालाचं भविष्य अंधकारमय दिसत होतं, या निव्वळ विचाराने मी सैरभैर झालो. आजवर तिच्यासाठी मी जी धडपड करत आलो होतो त्या सर्वांवर पाणी पडणार होतं. शारीरिक वेदनेहून मला ही मानसिक वेदना अधिक तीव्रतेने जाणवत होती.

विचार मांडण्याच्या माझ्या एकंदरीत पद्धतीमुळे पत्रकार माहिती मिळवण्यासाठी मला भेटायचे. अब्दुल हाई काकर हा माझा मित्र बीबीसीच्या उर्दू विभागासाठी पत्रकार म्हणून काम करत होता. 'गुल मकाई' या टोपणनावाने मलालाने त्याच्याकरता दैनंदिनी लिहायला २००९मध्ये सुरुवात केली. त्याने मला सावध केलं. तो म्हणाला, "झिया, तू फार बोलतो आहेस. यात धोका आहे. तुझं नाव आणि तुझे विचार वारंवार वापरू नयेत अशी सूचना मी माझ्या ऑफिसला केली आहे."

त्या भागातील पत्रकारांवर पाकिस्तानी सैन्याची नजर होती. तालिबान्यांकडूनही त्यांना सतत धमक्या मिळत. "आम्ही तुम्हाला पाहून घेऊ!" अशा उघड धमक्या तालिबान्यांकडून आता येऊ लागल्या होत्या.

मला सावध करताना अब्दुल हाई काकर म्हणाला होता, "झिया, आपण चालतीबोलती प्रेतं आहोत रे! आपल्याच खांद्यावर आपण आपलाच जनाजा नेत आहोत." धमक्या मिळत असूनही त्याने बातम्या देणं आणि मी बोलणं थांबवलं नाही.

कुणालाही मरायचं नसतं. मानवी जीवन अतिशय मौल्यवान आहे. मलाही मरायचं नव्हतं. पण जो मार्ग मी निवडला होता त्यावर मला मृत्यू येऊ शकतो हे मी जाणून होतो. दाराखालून आत सरकवलेल्या चिठ्ठ्यांवर मला मृत्यूच्या धमक्या येऊ लागल्या होत्या. प्रसारमाध्यमांतून तसा उल्लेख होऊ लागला होता. आपल्या मृत्यूचा विचार करण्यासारखी दुःखदायक घटना नाही. विशेषतः, आपली पोटची पोरं लहान असताना त्यांना निराधार सोडून जाणं ही कल्पनाही असह्य असते. तालिबानी माझा जीव घेतील याची भीती मला नव्हती. माझ्या पोरांना निराधार सोडून जावं लागेल ही भीती मला छळत होती. तरीसुद्धा मी योग्य मार्गावर आहे हे मला पक्कं ठाऊक होतं. मूलभूत मानवी हक्क, शिक्षण आणि शांतता यासाठी मी प्रयत्नशील होतो. आणि दुर्दैवाने, अगदीच दुर्दैवाने, खरोखरच माझ्यावर मृत्यूची वेळ आली तर मला त्याचा यत्किंचितही पश्चात्ताप होणार नाही, ही माझी दृढ भावना होती. मी सावधानता बाळगावी म्हणून माझे मित्र मला वारंवार सूचना करत होते. तूर पेकई तर प्रचंड हादरली होती. तालिबानी, स्त्रीला ठार करणार नाहीत असा समज मनात बाळगून प्रत्येक वेळेस दार वाजल्यावर ती दार उघडायला जाई. मलालालासुद्धा माझी प्रचंड काळजी वाटत होती. पण माय-लेकींनी कधीही मला थांबवलं नाही.

अशातच एक दिवस माझा एक मित्र म्हणाला, "झियाउद्दीन, तुला मृत्यूची धमकी मिळाली आहे. तरीही तू ज्या पद्धतीने बोलतो आहेस ते पाहता तू स्वतःच्या

हातांनी मृत्यूला आमंत्रण देतो आहेस असं मला वाटत आहे.'' त्यावेळेस त्याला दिलेलं उत्तर मला आजही आठवतंय. मी म्हणालो होतो, ''या क्षणी माझं कुटुंब, माझी मुलं आणि बायको यांच्याबद्दल माझ्या मनात असलेल्या प्रेमामुळे मी अतिशय आनंदात आहे. समजा मी मेलो तर काय होईल? माझे अम्मी आणि अब्बू त्या टोकाला माझी वाट पाहत असतील. माझ्या त्या पहिल्या कुटुंबाकडे मी मृत्युपश्चात परत जाईन.'' स्वतःच्या सक्रियतेचं मी असं समर्थन करत असे. एका मोठ्या पटलावर मी मला पाहत होतो. माझ्या कृतिशीलतेमुळे या जगामध्ये फार मोठा बदल घडून येणार होता असं नाही. पण निदान मी माझ्या समाजासाठी त्यातून काहीतरी करू शकत होतं. सरतेशेवटी मी विचार केला, 'मी खरंच मेलो तर? स्वतःचे किंवा स्वतःच्या समाजातील लोकांचे हक्क जपत असताना मला मरण आलं तरी हरकत नाही.' मला २००८ आणि २००९मध्ये मृत्यूच्या धमक्या मिळाल्या. परंतु, तालिबान्यांनी त्या प्रत्यक्षात आणल्या नाहीत. त्यांच्या धमक्यांना घाबरून मी माझं काम थांबवलं नाही. मात्र, दिनचर्येत बदल केला. मलालावर २०१२मध्ये हल्ला होण्याआधी दहा महिने अशाच काही धमक्या आल्या होत्या. तालिबान्यांना माझी दुखरी नस सापडली होती.

## धीट पक्षी

मलाला शाळेत जात होती किंवा मुलींच्या शिक्षणावर जानेवारी २००९मध्ये जी बंदी आणण्यात आली होती ती तिने मोडली म्हणून तिच्यावर हल्ला झाला असा एक सरसकट समज आहे. अर्थात, काही अंशी तो खराही आहे. मुलींच्या शिक्षणावर बंदी येऊनही आम्ही त्या विरुद्ध गेलो होतो. ज्या मुलींना शिकायचं होतं त्यांच्यासाठी वेगळा मार्ग अवलंबत आम्ही माध्यमिक शाळेतील मुलींना कागदोपत्री चवथीत बसवू लागलो. त्यांचे वर्ग गुप्तपणे भरवू लागलो. तालिबान्यांनी मलालावर हल्ला केला तो तिच्या आवाजात असलेल्या सामर्थ्याला विरोध करण्यासाठी. तोवर मलालाच्या आवाजाला पाकिस्तानमध्ये महत्त्व प्राप्त झालं होतं. साधारणतः, २००९ ते २०१२ या काळात तिचा आवाज अधिक व्यापक झाला होता. आमचे देशवासी आता त्याकडे लक्ष देऊ लागले होते. माझ्या बोलण्यापेक्षा तिच्या बोलण्यात अफाट ताकद होती. कारण, तो आवाज एका लहान मुलीचा होता. कुठल्याही राजकारणाचा स्पर्श नसलेला तो निरागस आवाज होता. तिचा संपूर्ण विश्वास फक्त शिक्षणावर होता. तिचा उद्देश शुद्ध होता. शाळेमध्ये असताना वादविवाद करण्याचं जे चातुर्य तिच्यात बिंबलं होतं त्याने आता व्यापक रूप धारण केलं होतं. आजवर तालिबान्यांनी मुलाबाळांवर कधीही हल्ला केला नव्हता. त्यामुळे आम्ही थोडेसे निर्धास्त होतो.

आम्हाला मिंगोऱ्यातून २००९मध्ये बाहेर पडावं लागलं. आता आम्ही अंतर्गत निर्वासित होतो. त्यानंतर अल्पावधीत सैन्याने तालिबान्यांना तिथून हुसकावून लावलं. मुलांना घेऊन पेकई शांग्ला इथे गेली. फाझल मौला, अहमद शाह आणि मुहम्मद फारूक या माझ्या मित्रांबरोबर मी पेशावर इथून आमची मोहीम राबवू लागलो. ते वर्ष संपताना आम्ही मिंगोऱ्यात परतलो. आमचं शहर एखाद्या पछाडलेल्या नगरीप्रमाणे दिसत होतं. सुरक्षारक्षकांचा मुक्काम आमच्या शाळेत होता. शाळेच्या भिंती चित्रविचित्र मजकुरांनी आणि चित्रांनी गलिच्छ झाल्या होत्या. डेस्क, बेंच, खुर्च्या, टेबलं अस्ताव्यस्त पसरले होते. त्यानंतर मुलींच्या शिक्षणाच्या हक्कासाठी मी आणि मलालाने बोलायला सुरुवात केली. आम्ही बोलायला घाबरत नव्हतो. उलट, आपल्या देशवासीयांसाठी मलाला धीटपणे बोलते आहे याचा आम्हाला अभिमान होता. तिचा स्पष्ट स्वर आता देशभर घुमू लागला. ती जाईल तिथे तिच्याभोवती लोकांचा गराडा पडू लागला. विमानतळावर ती दिसताच तिची स्वाक्षरी घेण्यासाठी किंवा तिच्याबरोबर फोटो काढून घेण्यासाठी लोक गर्दी करू लागले. लोकांचा भरभरून प्रतिसाद मिळू लागला. जेव्हा लोकांचा असा पाठिंबा मिळतो तेव्हा इतर कशाची मातब्बरी वाटेनाशी होते. जे लोक अजूनही आपला विरोध प्रकट करू शकत नव्हते त्यांची तिला अधिक काळजी होती. ती आता त्यांचा आवाज झाली होती. त्यावर पेकई आम्हा दोघांनाही म्हणाली होती, "तुम्हीच जर बोलला नाहीत तर कोण बोलेल?"

आज मी गतकाळाचा विरोध करतो तेव्हा मला जाणवतं की, मलाला आणि मी एकत्रितरीत्या विरोधासाठी ठामपणे उभे होतो. आमचा हा लढा एकाकी नव्हता. स्वातमधील ज्येष्ठांच्या समितीचा मी सदस्य होतो. त्याचप्रमाणे वैश्विक शांती समितीचा अध्यक्षही होतो. माझ्या जोडीने इतर कित्येक पुरुष हिरिरीने ही मोहीम राबवत होते. दहशतवाद्यांच्या हल्ल्यात शांतीसाठी सक्रिय सहभाग देणाऱ्या माझ्या काही जिवलग मित्रांना प्राण गमवावे लागले होते, कित्येक जण जखमी झाले होते. माझ्या शाळेतील काही मुलींनी आपला विरोध व्यक्त केला होता. परंतु, त्यांच्या वडिलांना भीती वाटल्यामुळे त्या मुलींना गप्प बसवण्यात आलं होतं.

तुम्ही जेव्हा प्रत्यक्ष युद्धाला सुरुवात करता तेव्हा तुमच्या आजूबाजूला नेमकं काय घडत आहे याचा विचार तुमच्या मनात येईनासा होतो. तुमचं चित्त युद्धामध्ये एकाग्र झालेलं असतं. म्हणूनच की काय, मलालाला मिळालेल्या धमक्यांचा विचार माझ्या मनात आला नाही. तिच्यासारख्या किशोरवयीन मुलीला काहीही धोका नाही, ती नेहमीच सुरक्षित राहील असा एक गोड गैरसमज मी स्वतःपुरता करून घेतला होता. याच कारणास्तव मी तिला गुल मकाई या टोपणनावाने दैनंदिनी लिहू देत होतो. तिला काही धोका असू शकतो असं मला कधीच वाटलं नाही.

*न्यू यॉर्क टाइम्स* ने तयार केलेल्या *क्लास डिसमिस्ड* या माहितीपटामध्ये मी

आणि मलालाने भाग घेतला होता. तेव्हाही तिच्या जिवाला धोका निर्माण होऊ शकतो असं मला एकदाही वाटलं नव्हतं. तालिबान्यांनी चारशेहून अधिक शाळा उद्ध्वस्त केल्या आहेत हे खरं असलं तरी आजवर त्यांनी मुलांवर कधीही हल्ला केला नव्हता. ते असं का करतील? त्यातूनही मुलीवर हल्ला? असं ते कसं करू शकतील? मला वाटतं मलालाची सुरक्षितता मी गृहीत धरली होती. एकप्रकारे माझा हा भाबडेपणाच होता.

अशा धोकादायक ठिकाणी मलालाला बाल कार्यकर्ता होऊ देण्यास प्रोत्साहन देणाऱ्या माझ्यावर आणि तूर पेकईवर टीका करणाऱ्यांचं म्हणणं योग्यच आहे असं मला वाटतं. कदाचित, लोकांच्या मनात असंही येत असावं की, मी आदर्शवादी असलो तरीही मी माझ्या जिवाचा विचार मी अग्रक्रमाने करायला हवा. आपण सगळी माणसं आहोत. कित्येक बाबतीत आपण समान विचार करतो. परंतु, काही वेळेस काही बाबतीत आपले विचार सर्वस्वी वेगळे असतात. आपल्या पिलांचं रक्षण करणाऱ्या पक्ष्यामध्ये असलेलं उपजत धाडस माझ्यातही आहे असं मला वाटत होतं. आपल्या घरट्याभोवती एखादा साप विळखा घालतो आहे हे पाहिल्यावर कुठलाही पक्षी कधीच गुपचूप माघार घेणार नाही. कलकलाट करून तो मदतीसाठी धावा करेल. सापाच्या भीतीने तो कुठेतरी दडून बसणार नाही.

आमच्या कुटुंबाची जीवनपद्धती पाहता तालिबानीकरणाचा स्वीकार करणं आम्हाला अशक्य होतं. मार्टिन ल्युथर किंग ज्यु., गांधी, नेल्सन मंडेला आणि बाचा खान यांसारख्या खऱ्या शूरवीरांचे शब्द आम्ही वाचले होते. त्यांनी केलेल्या संघर्षावर आमचा विश्वास होता; मग मी तडजोड कशी करणार? मलाला माझीच लेक होती. ती जन्मतः कार्यशील होती. परिस्थिती तिला अनुकूल राहिली. तुम्ही मलाला 'घडवू' शकत नाहीत. तुम्ही मार्टिन ल्युथर किंग ज्यु. किंवा रोझा पार्क्स 'घडवू' शकत नाही. एक पालक म्हणून तुम्ही स्वतःच्या कृतींतून आणि जपलेल्या मूल्यांतून त्यांना प्रेरित करू शकता. जसजसं मलालाला पाकिस्तानात व्यापक व्यासपीठ लाभू लागलं तसतसं तूर पेकईच्या आणि माझ्या लक्षात येऊ लागलं की, ती कुणी सामान्य मुलगी नव्हती. किंवा मग असामान्य बुद्धी, चातुर्य आणि धैर्य असणारी ती सामान्य मुलगी असावी. मी तिला नेहमी म्हणत असे, "जानी, तुझे बोल थेट लोकांच्या काळजात उतरतात!"

मलालाचा पाकिस्तान्यांवर किती प्रभाव आहे याची दोन उदाहरणं २०११च्या शेवटी ठळकपणे दिसून आली. आर्चबिशप डेस्मन्ड टुटू यांच्या हस्ते देण्यात येणाऱ्या 'आंतरराष्ट्रीय बाल शांती पुरस्कारा'साठी मलालाला नामांकन मिळालं. तिला मिळालेल्या मानपत्रावर पुढील मजकूर होता - 'स्वतःसाठी आणि इतर मुलींसाठी मलाला धिटाईने ठामपणे उभी आहे. मुलींना शाळेत जाण्याचा हक्क

आहे, हे जगाला समजण्यासाठी ती राष्ट्रीय आणि आंतरराष्ट्रीय प्रसारमाध्यमांचा उपयोग करते.' तिला तो पुरस्कार जरी मिळाला नाही तरी आम्हाला तिचा अतिशय अभिमान वाटला. पुढे दोन वर्षांनी तिच्यावर झालेल्या हल्ल्यानंतर तिला तो पुरस्कार मिळाला. दुसऱ्या एका प्रसंगी २०११च्या शेवटी पाकिस्तानचे पंतप्रधान युसफ रझा गिलानी यांनी मलालाला पहिला 'राष्ट्रीय युवक शांती पुरस्कार' देण्याचं ठरवलं. आता हा पुरस्कार 'राष्ट्रीय मलाला शांती पुरस्कार' या नावाने ओळखला जातो. त्यानंतर मलालाने केलेल्या विनंतीला मान देत पंतप्रधानांनी स्वात महिला महाविद्यालयाच्या परिसरात माहिती तंत्रज्ञान विभाग स्थापन करण्याची सूचना अधिकाऱ्यांना केली.

गरीब मुलींना शाळेत जाता यावं म्हणून स्वतंत्र संस्था स्थापन करण्याचा विचार मलालाच्या मनात घोळत होता. जेमतेम चौदा वर्षांच्या मलालाच्या महत्त्वाकांक्षा भव्य होत्या. लहानवयीन कार्यकर्ती म्हणून तिची कीर्ती पाकिस्तानात पसरली होती.

पाकिस्तानात मोठ्या प्रमाणावर कटकारस्थानं घडतात. मलाला माझी लढाई लढत होती, माझे बोल बोलत होती असा एक मतप्रवाह आहे. पण जर मला मलालाला स्वतःचा विस्तारित भाग करायचं असतं, माझ्याच मोहिमेचा भाग करायचं असतं तर ती आयुष्यभर खुजी राहिली असती. आज ती माझ्याहून अधिक प्रभावी ठरली आहे. तसं होऊ शकलं नसतं. ती माझ्या सावलीमुळे झाकोळून गेली असती. तिची सुंदर संवादशैली तिच्या यशाची गुरुकिल्ली होती.

पण तिचं हे यश तालिबान्यांना खुपू लागलं. 'लहान आहे ती!' असं म्हणून ते तिच्याकडे आता दुर्लक्ष करू शकत नव्हते.

जानेवारी २०१२मध्ये सिंध सरकारने आम्हाला सांगितलं की, मलालाचं नाव ते मुलींच्या माध्यमिक शाळेला देणार आहेत. जिओ टीव्हीने आम्हाला कराची इथे आमंत्रित केलं. खुशाल त्यावेळेस अब्बोट्टाबाद इथे निवासी शाळेत शिकत होता. आम्ही चौघांनी विमानाने कराचीला जायचं ठरवलं. विमानात बसण्याची मलालाची ती पहिलीच वेळ होती.

कराचीत असताना अलास्का येथे काम करणारा एक पाकिस्तानी पत्रकार मला भेटला. मलालाच्या कार्याला त्याचा पाठिंबा होता. तालिबान्यांनी मलालाला मारण्याची धमकी दिली आहे हे त्यानेच आम्हाला सांगितलं. तिच्याप्रमाणेच महिलांच्या हक्कांसाठी लढणाऱ्या दुसऱ्या एका महिलेचा समावेश त्या यादीत होता. तालिबान्यांनी घोषित केलं होतं, 'त्या दोघी वाईट स्त्रिया आहेत. त्या पश्चिमेसाठी काम करतात. इथून पुढे त्या आमचे लक्ष्य आहेत.' त्यानंतर अनेक धमक्या आल्या.

त्या दिवशी पहिल्यांदा मला खऱ्या अर्थाने भीती जाणवली. माझा तो दिवस अतिशय वाईट गेला. मलालाच्या जिवाला धोका असू शकतो या निव्वळ विचारानेही मला गिळंकृत केलं. आमच्यासाठी आयोजित मेजवानी समारंभात माझ्या घशाखाली

एकही घास उतरला नाही. मी अतिशय घाबरलो होतो. माझा मृत्यू मी गृहीत धरला होता. पण मलालाचा मृत्यू! निव्वळ कल्पनासुद्धा मला सहन होणं शक्य नव्हतं. प्रचंड अस्वस्थतेपायी मी किमान सात वेळा बाथरूमला जाऊन आलो. त्या प्रत्येक वेळेस मला यजमानांची क्षमा मागावी लागली. या धमक्यांबद्दल मलालाला सांगूनही ती शांत राहिली.

नेमकं काय करावं हे मला समजत नव्हतं. कराचीहून मिंगोऱ्याला आल्यावर मी तडक पोलीस स्टेशन गाठलं. मला त्यांनी मलालाची फाइल दाखवली. राष्ट्रीय आणि आंतरराष्ट्रीय स्तरावर ती करत असलेल्या कामांमुळे तिने तालिबान्यांचं लक्ष वेधून घेतलं होतं. तिला सुरक्षारक्षकांची गरज आहे असं त्यांनी मला सांगितलं. पण असे रक्षक असूनही स्वातमधील कित्येक कार्यकर्ते मरण पावले होते. त्यामुळे हा उपाय कितपत पुरेसा पडेल याबाबत मी साशंक होतो. खुशाल शाळेतील इतर मुलांच्या सुरक्षिततेची काळजी मला वाटू लागली. पोलिसांनी सुचवलेली रक्षकाची कल्पना मला आवडली नाही.

घरी येऊन मी हैदर अली हमदर्द या माझ्या मित्राला फोन केला. चर्चेअंती आम्ही मलालाला मिंगोऱ्यातील खुशाल शाळेतून काढून अब्बोट्टाबाद येथील प्रसिद्ध मुलींच्या शाळेत टाकायचं ठरवलं. त्यानुसार आम्ही शाळेशी बोलणी केली. तेथील फी मला परवडण्यासारखी नव्हती. परंतु, मलालाच्या कामाचा आवाका बघता तिच्या प्रवेशाने शाळेची कीर्ती वाढणार होती. त्यामुळे शाळेने तिला फी माफ केली. नवीन वर्षाच्या सुरुवातीला म्हणजेच २०१३मध्ये आम्ही तिला तिथे प्रवेश घेणार होतो. मिंगोऱ्याला परत आल्यावर मी पोलिसांना त्याबद्दल माहिती दिली. त्यावर ते म्हणाले, ''स्वात काय किंवा अब्बोट्टाबाद काय, मलालाने जर शांतपणे शिक्षण घ्यायचं ठरवलं तर जागा कुठलीही असली तरी फरक पडणार नाही. मग कशाला तिची शाळा बदलता?''

त्यानंतर मी मिंगोऱ्यात माझे विचार पूर्वीसारखे मांडेनासे झालो. मी इतका गप्प कसा हा प्रश्न लोकांना पडू लागला. मलालाने कुठे, कधी, काय, कसं बोलायचं याबद्दल आम्ही दक्ष राहू लागलो. खैबर पख्तुनूख्वा सरकारसाठी मलालाने शांती राजदूत होण्याच्या प्रस्तावाला मी नकार दिला. मी त्यांना सांगितलं, ''मला माफ करा. परंतु, या क्षणी ती कोणासाठीही शांती राजदूत म्हणून काम करणार नाही.''

त्या वर्षी, २०१२मध्ये मलालाने अनेक ठिकाणी भाषणं केली. पण नेहमीच्या तुलनेत ती कमी होती. मी तिला नेहमी सांगत असे, ''मलाला, तू त्यांचा उल्लेख तालिबानी असा करू नकोस. त्याऐवजी दहशतवादी असा कर.''

त्यावर उत्तर देताना ती म्हणायची, 'अब्बा, ते स्वतःला तालिबानी म्हणतात. ते त्यांचं नाव आहे. ती त्यांची ओळख आहे. मी त्यांना दुसरं काय म्हणू शकणार?'

'तुझी ही मोहीम ताबडतोब थांबव!' असं जर मी तिला म्हटलं असतं तर तिने

माझं अजिबात ऐकलं नसतं याची मला खात्री आहे. तिच्याबरोबर न जाण्याची धमकी मी तिला दिली असती तर ती तिची वंचना ठरली असती. आमच्या कुटुंबाने जोपासलेली मूल्यं आणि मलालाची इच्छा या दोन्हींना मी खाली पाहायला लावलं असतं. तिची जिद्द जबरदस्त होती. एव्हाना तिला स्वतःच्या ताकदीचा अंदाज आला होता.

आमच्या आजूबाजूचे लोक तालिबानींना घाबरून होते. त्यांची ही भीती अनाठायी नव्हती. त्यांच्या भीतीपुढे आमचं अवसान उसनं वाटू लागलं. रणभूमीवरून बहुतांशी लोकांनी माघार घेतली होती. जेमतेम मूठभर लोक उरले होते. मग आम्ही हा लढा अर्ध्यावर कसा सोडणार? आता फक्त आम्हीच उरलो होतो. ऐकायला विचित्र वाटेल, पण आमच्या जनुकांमध्ये त्याची रुजवण झाली होती.

पाकिस्तान, वर्ष २०१२! मी प्रचंड दडपणाखाली होतो. भीती माझी पाठ सोडत नव्हती. आता मी पूर्वीसारखा वनराज नव्हतो. माझ्या जिवाची भीती मला नव्हती. परंतु, मलालाला मिळालेल्या धमक्यांमुळे मी सैरभैर झालो होतो. तालिबानच्या बहुतांशी धमक्या पोकळ होत्या हे मी जाणून होतो. त्यांच्या धमक्यांच्या तुलनेत त्यांची कृती कमी वेळा दिसून आली होती. पण मी कितीतरी मित्र गमावले होते. असं असूनही माझ्या मनाला सातत्याने वाटे, 'नाही! मुलांना ते यात ओढणार नाहीत! कधीच नाहीत!' तरीसुद्धा, आजकाल मी धास्तावलेला असे. तीन वर्षांपूर्वी, २००९मध्ये रस्त्याने चालताना मला कधीच भीती वाटली नव्हती. आता मात्र, चालताना कुणी पाळत ठेवून आहे का याचा अंदाज मी वरचेवर घेऊ लागलो. रात्रीच्या अंधारात मला बिनबोभाट उचलून माझा शिरच्छेद करणं कठीण नव्हतं.

९ ऑक्टोबर, २०१२! तालिबान्यांनी मलालावर हल्ला केला. घडलेल्या त्या प्रसंगाची उजळणी गेल्या सहा वर्षांत अनेकदा अनेक ठिकाणी झाली आहे. जगभरातील वृत्तपत्रं, टीव्ही चॅनेल्स, तिचं स्वतःचं पुस्तक आणि पुरस्कार पटकवणारा चित्रपट. तुम्ही आधी हा प्रसंग या पुस्तकात वाचला आहेच. तिच्यावर हल्ला झाल्यावर ती वाचेल की नाही याची शाश्वती नव्हती. तो काळ मी आणि माझ्या कुटुंबीयांनी कसा घालवला आहे हे कोणत्या शब्दांत सांगू? पण मलालासाठी तो हल्ला एखाद्या कथेसारखा आहे. त्याचा उल्लेख ती कथा म्हणूनच करते. तो हल्ला किंवा त्यानंतरचे काही दिवस तिला आठवत नाहीत. त्याबद्दल बोलताना ती म्हणते, "अब्बा, मी जेव्हा ऐकते - मलाला नावाची एक मुलगी होती, तालिबान्यांनी तिच्यावर गोळीबार केला - माझ्यासाठी ती फक्त गोष्ट असते. त्या प्रसंगाशी मी कुठे जोडले गेले आहे असं मला वाटत नाही. मी जशी पूर्वी होते तशीच आताही आहे." आमच्यासाठी ही दुसरी मोठी सुदैवी घटना आहे. घडल्या प्रसंगाच्या खुणा तिच्या शरीरावर उमटल्या असल्या तरी तिचं मन त्या प्रसंगानंतरही पूर्वीसारखं निर्भीड राहिलं आहे. तिच्याबाबत घडलेल्या या भयंकर प्रसंगातील सर्वाधिक हृदयद्रावक

घटनेतून तिने स्वतःला अलगदपणे मुक्त केलं आहे. तिने वरची उंची गाठली आहे. आपण मृत्यूच्या किती जवळ होतो हे ती आता दुरून पाहते. एक शोकांतिका टळली. एक निश्चय मात्र तसाच दृढ राहिला. मलालाचं म्हणणं बरोबर आहे. आजही ती पूर्वी सारखीच शांत आणि कामसू आहे. मिंगोरा इथे असताना ती जशी एखाद्या धीट पक्ष्याप्रमाणे मुक्त तरीही समर्पित होती तशीच ती आजही आहे.

## स्त्रिया सन्मान परत मिळवतील

बर्मिन्गहॅममध्ये हॉस्पिटलच्या बेडवर मलाला एकटीच होती. आम्ही तोवर तिथे पोहोचलो नव्हतो. तरीही, तिथून पुढेही ती क्रियाशील राहील हे ती जाणून होती. तिनेच मला नंतर सांगितलं, "इतर लोक माझ्याबद्दल काय विचार करत असतील, असा प्रश्न मला पडला होता. माझ्यावर हल्ला झाला आहे हे कोणाला माहीततरी होतं का? पण त्यावेळेस एका नर्सने माझ्या हातात एक बॉक्स ठेवला. जपानपासून अमेरिकेपर्यंत, सहा वर्षांच्या मुलांपासून ब्याण्णव वर्षांपर्यंतच्या वयोवृद्धांनी मला शुभेच्छापत्रं पाठवली होती. 'इतक्या लोकांचा मला पाठिंबा आहे!' असं मी म्हणताच नर्स कौतुकाने म्हणाली, 'मलाला, हा फक्त एक बॉक्स तुझ्या हातात दिला आहे. तुझ्यासाठी अक्षरशः हजारो शुभेच्छापत्रं आलेली आहेत.' अब्बा, माझ्या या लढाईत मी एकटी नाही हे ज्या क्षणी मला समजलं त्या क्षणी माझ्यात धैर्य निर्माण झालं. मला भविष्याची आशा वाटू लागली. जिवावरच्या हल्ल्यातून मी वाचले त्यामागे नक्कीच काहीतरी कारण आहे."

हे होते मलालाचे बोल. मृत्यूला स्पर्शून ती परत आली होती. तिच्या मेंदूपासून जेमतेम केसभर अंतरावर गोळी शिरली होती तरीही ती त्यातून वाचली.

"इथून पुढे मी कधीही मागे वळून पाहणार नाही," तिने मला खंबीरपणे सांगितलं.

यादरम्यान मी तिची स्मृती कितपत जागेवर आहे याचा अंदाज घेत होतो. अनेक शतकांपूर्वीच्या 'तापी' या जुन्या पश्तुन कविता मी तिला म्हणून दाखवायला सांगितल्या. त्यातील तिला आठवणारी एक कविता तिला बदलावीशी वाटत होती.

तिने मला ती म्हणून दाखवली. 'पुरुष जर युद्ध जिंकू शकत नसतील, तर हे माझ्या देशा; स्त्रिया पुढे येतील आणि तुझा सन्मान सुरक्षित ठेवतील.'

"पण अब्बा, मला ही कविता थोडी बदलायची आहे. 'पुरुष युद्ध जिंकत असोत अथवा हरत असोत, हे माझ्या देशा; स्त्रिया पुढे येत आहेत, या स्त्रिया तुझा सन्मान सुरक्षित ठेवतील,' अशी कविता म्हणायला मला आवडेल."

हे ऐकताच मी म्हणालो, "मलाला, काय सुंदर सांगितलंस तू!"

माझ्या डोळ्यांत पुन्हा अश्रू उभे राहिले. पण आता ते केवळ दुःखाश्रू नव्हते.

## बराक ओबामा आणि वर्गीकरण

सुरुवातीला मलाला पूर्ण वेळ हॉस्पिटलमध्ये होती. कालांतराने तिला रोज ट्रीटमेंट घेण्यासाठी तिथे जावं लागायचं. आम्ही जिथे राहत होतो तिथून हॉस्पिटलमध्ये जाण्यासाठी आम्हाला ड्रायव्हरची गरज असायची. त्यादरम्यान, शाहीद हुसेन हा ड्रायव्हर आमचा मित्र झाला. एक दिवस त्यानेच आम्हाला सांगितलं की, *टाइम* या मासिकाने तयार केलेल्या जगभरातील शंभर सर्वाधिक प्रभावी लोकांच्या २०१३च्या यादीत मलाला पंधराव्या आणि राष्ट्राध्यक्ष बराक ओबामा एकावन्नाव्या क्रमांकावर आहेत. इतकंच नाही तर मासिकाच्या मुखपृष्ठावर मलालाचा फोटो छापला होता. आमचा मित्र म्हणाला, "मी मलालाचा निस्सीम चाहता आहे. हा अहवाल तुम्ही तिला दाखवाल का? मला खात्री आहे की, हा पाहून तिला खूप आनंद होईल." मग त्याने स्वतःचा मोबाइल फोन काढून माझ्या ताब्यात दिला. मी तो मलालाला दाखवला. तिला स्क्रीनवर पाहून मला खूप अभिमान वाटला.

माझ्या हातातून फोन घेऊन तिने विचारपूर्वक तो अहवाल वाचला. मग शांतपणे तो फोन माझ्या हातात देत ती म्हणाली, "हे पहा, माणसांच्या अशा वर्गीकरणावर माझा विश्वास नाही."

रोजच तिच्याकडून मी नवीन काहीतरी शिकत होतो.

## बेनझीर भुट्टोंची ओढणी

जोवर मलाला शरीराने या ग्रहावर आहे तोवर ऑक्टोबर २०१२शी पालक म्हणून आम्हा दोघांना काहीही देणंघेणं नव्हतं. अल्लाने मलालाला आयुष्य जगण्याची दुसरी संधी देऊ केली होती. त्यामुळे आजही ती आमच्या आयुष्याचा भाग होती.

आता पुढे काय, याबद्दल आमचं एकमत होत नव्हतं. मलालाला नव्याने जीवनध्येय सापडलं होतं. पेकई मात्र अस्वस्थ होती. बर्मिन्गहॅमच्या शाळेत मलाला हळूहळू स्थिरावू लागली. *'आय ॲम मलाला'* हे तिचं पुस्तक ख्रिस्टिना लॅम्ब यांच्या समवेत लिहिण्याच्या दृष्टीने आमच्या हालचाली सुरू झाल्या. पुस्तक प्रसिद्ध झाल्यावर मलालाला अधिक प्रवास करावा लागला. तिची गोष्ट तिच्या तोंडून ऐकण्यासाठी लोक उत्सुक होते.

मलालाने आपली मोहीम पुढे सुरू ठेवावी की नाही याबद्दल मी बऱ्यापैकी तटस्थ होतो. आपली मोहीम तिने पुढे चालू ठेवली नसती तर... हा विचारही मला आज करावासा वाटत नाही. पेकईने मात्र पाकिस्तानातील तिच्या मोठ्या भावाला फोन लावला. एकेकाळी तो माझा शिक्षक होता. त्याच्यापासून मी प्रेरणा घेतली होती.

तो पेकईला फोनवर म्हणाला, ''माझ्या एका प्रश्नाचं उत्तर दे. मलालाचं आयुष्य तू वाचवलंस की अल्लाने?'' त्यावर पेकई म्हणाली, ''अर्थातच अल्लाने.'' मग तो म्हणाला, ''जर अल्लाने तिला वाचवलं आहे तर त्यामागे विशिष्ट कारण असणार. अशा परिस्थितीत तू तिला कसं काय थांबवू शकतेस? तेव्हा उगाच वेळ वाया घालवू नकोस. त्याऐवजी तिला पाठिंबा दे. अल्लाला त्याचा उद्देश पूर्ण करू दे. तू तिचं संरक्षण करू शकत नाहीस. अल्लाच्या योजनेत ढवळाढवळ करू नकोस. त्या योजनेला पाठिंबा दे.''

किती खरं होतं त्याचं सांगणं! मलालाचा आवाज जगाच्या कानावर पडण्याची आवश्यकता होती. दोष, तिरस्कार किंवा ईर्ष्येपासून तो आवाज मुक्त होता. प्रेमाचं सामर्थ्य अफाट आहे. शांती आणि तळमळ असेल तर हिंसक मनोवृत्तीतून बाहेर पडता येतं. मलाला दुराग्रही नाही, आक्रमक नाही, हिंसक नाही आणि संतापी नाही. तिला जरी कधी राग आला तरी ती क्रूर होत नाही. अशा वेळेस ती जे शब्द वापरते ते ऐकणाऱ्या व्यक्तीच्या कानात जरी शिरले तरी त्यामुळे त्याच्या मनाला वेदना नक्कीच होत नाहीत. वागण्याची ही पद्धत फार सुंदर आहे. त्यात सामर्थ्य आहे. तुम्ही आव्हान देता पण दुखावत नाही. दुसऱ्याच्या दारावर तुम्ही थाप मारता पण दगड भिरकावून दार तोडायचा प्रयत्न करत नाही. पुन्हा एकदा तुम्ही दारावर थाप देता, याहीवेळी दार उघडलं गेलं नाही तरी तुम्ही दारावर थाप मारून ते उघडलं जाण्याची संयमाने वाट पाहता, कोणत्याही परिस्थितीत कुठल्याही हत्याराने तुम्ही ते तोडायला जात नाही. हत्यारांमध्ये शक्ती असते हे निर्विवाद खरं आहे. त्याने ताबडतोब बदल घडून येतो हे तितकंच खरं, पण दहशतीमुळे घडलेला हा बदल चिरकालीन नसतो. ज्यावर तुमची अतूट श्रद्धा असेल अशा आचारविचारांतून घडणारा बदल चिरकालीन असतो.

आनंदी वृत्ती, संयम आणि प्रेम मनात बाळगत मलालाने दुसरं आयुष्य जगायला सुरुवात केली. आपला मार्ग अडवला गेला तरी सरतेशेवटी आपल्या वाटेवर चालायला सुरुवात केली पाहिजे. या दृष्टिकोनातून पुढे होणं हे तिचं आजवरचं ध्येय राहिलं आहे. ज्या शांतीपूर्ण मार्गाने ती पुढे पाऊल टाकते आहे त्या मार्गावर एकेक करत सगळे तिच्या बरोबर चालतील हे नक्की.

मलालावर हल्ला होण्याआधी मला एका आर्मी ब्रिगेडिअरने विचारलं, ''पाकिस्तानात प्रत्येकाच्या तोंडी मलालाचं नाव आहे. तिला इतकी लोकप्रियता लाभण्यासाठी तुम्ही नेमकं केलंत तरी काय? तिच्या भोवती सतत वर्तमानपत्रं आणि प्रसारमाध्यमांचा गराडा कसा काय असतो?''

उत्तर देताना प्रेषित अब्राहमची कथा मी त्यांना सांगितली; ''प्रेषितांचा मृत्यू व्हावा अशी नामरूद राजाची इच्छा होती. त्यानुसार त्याने अब्राहमला धगधगत्या आगीत टाकलं. त्या क्षणी आकाशात उडणाऱ्या एका पक्ष्याने आपल्या चोचीतून आणलेलं

पाणी आगीवर टाकलं. अर्थात, त्या इवल्याशा थेंबाने काय फरक पडणार होता? पण म्हणून तो पक्षी थांबला नाही. पुन्हा पुन्हा तो चोचीत पाणी आणत राहिला. आपल्या मदतीचा फारसा उपयोग होणार नाही असा विचार त्याने केला नाही. आमच्या कथांमधून तो पक्षी प्रसिद्ध झाला आहे. कारण त्याने शेवटपर्यंत प्रयत्न सोडला नाही.''

मी त्या अधिकाऱ्याला असंही सांगितलं, ''आपले प्रयत्न कमी आहेत की अधिक यावर यशापयश अवलंबून नसतं. आपला उद्देश, त्यांची शुद्धता आणि इतिहासाशी त्यांचा असलेला ताळमेळ या गोष्टी अधिक महत्त्वाच्या असतात. त्यानंतर तुम्ही आपसूक लोकांच्या मनात स्थान मिळवता.''

माझ्या कुटुंबातील एका सदस्याची आठवण मला इथे सांगायला आवडेल. मलालाच्या जन्मानंतर तिचं नाव मी आमच्या वंशावळीत लिहिलं. एका मुलीचं नाव तिथे असं लिहिलेलं पाहून माझा मोठा चुलत भाऊ अवाक् झाला. 'हा काय मूर्खपणा!' असे त्याच्या चेहऱ्यावरचे भाव मी आजही विसरलो नाही. मुलीच्या जन्माची दखल मी अशा प्रकारे घ्यावी हे त्याला आजिबात आवडलं नव्हतं. पुढे मलालाचं मनापासून केलेलं काम पाहून माझ्या त्या भावाची विचारसरणी बदलली. त्याच्या मुली आता मेडिकल कॉलेजमध्ये शिकत आहेत. मलाला मुलगी आहे म्हणून तिचा तिरस्कार करणारा माझा चुलत भाऊ आज तिच्या खंद्या समर्थकांपैकी एक आहे. सुरुवातीला तिचे फोटो छापून यायचे म्हणून तो संतापायचा. आज मोठ्या अभिमानाने तो स्वतः हे फोटो इतरांशी शेअर करतो.

हल्ला झाल्यानंतर नऊ महिन्यांनी मलालाचा सोळावा वाढदिवस आला. यूकेचे माजी पंतप्रधान गॉर्डन ब्राऊन यांनी तिला निमंत्रित केलं. न्यू यॉर्क येथे युनायटेड नेशन्सच्या कार्यक्रमात तिला भाषण करायचं होतं. हा फार मोठा सन्मान होता. पण आम्ही काळजीत होतो. तिच्यावर खूप ताण पडू शकत होता. नुकतीच कुठे ती प्रचंड शारीरिक व्याधीतून बाहेर पडत होती. हल्ल्याच्या घटनेला अजून वर्षही झालं नव्हतं. आमच्या मनात आलं, ''हिचं काय होईल आता? जगाच्या किती अपेक्षा आहेत हिच्याकडून! जेमतेम सोळा वर्षांची आहे ही. कशी पूर्ण करणार ही सगळ्यांची अपेक्षा?'' पण मग मी तिच्या ताकदीचा अंदाज घेतला. माझ्या लक्षात आलं की, मी तिला इथून पुढे सल्ला देऊ शकत नाही. माझ्या मनात आलं, 'झिया, या चिमुकल्या खांद्यात किती बळ आहे हे अल्लाला नेमकं ठाऊक आहे.'

त्यानंतर आम्ही त्या विषयावर फारसं काही बोललो नाही. ती आपल्या शाळेच्या अभ्यासात आणि गृहपाठात गर्क होती. परंतु जेव्हा दहा दिवसांवर कार्यक्रम आला तेव्हा मात्र मला राहावलं नाही. निरुपायाने मी तिला म्हटलं, ''जानी, आता फक्त दहा दिवस उरले आहेत.'' ती शांत होती. तिच्या जागी मी असतो तर

एव्हाना हवालदिल झालो असतो, चिंताग्रस्त झालो असतो. पण तो तिचा स्वभाव नाही. ती नेहमीच शांत असते.

एक दिवस दुपारी शाळेतून आल्यावर तिने माझ्या हातात पेन्सिलीने लिहिलेला कागद दिला. शाळेत मोकळ्या तासाला तिने आपल्या भाषणाचा कच्चा मसुदा लिहून काढला होता. मी तो वाचायला सुरुवात केली ''दुर्बलता, भीती आणि असाहाय्यता त्या दिवशी जळून खाक झाल्या. त्यांची जागा आता सामर्थ्य, ताकद आणि धैर्य यांनी घेतली आहे. मी तीच मलाला आहे.''

ते वाचून मी पेकईला हाक मारली, ''पेकई, पेकई, लवकर ये. आपली मलाला पहिल्यासारखीच आहे.'' आमची लेक आता अधिक लवचीक, सामर्थ्यशाली, आणि निग्रही झाली होती. मुळात तिच्या ठायी असलेलं सामर्थ्य कमी होण्याऐवजी वाढलं होतं.

त्या भाषणात पुढील वाक्यसुद्धा होतं- 'एक मूल, एक शिक्षक, एक पुस्तक आणि एक पेन संपूर्ण जगाला बदलू शकतं... शिक्षण हा एकमेव उपाय आहे. शिक्षणाला अग्रक्रम हवा.'

हे वैश्विक ध्येय, हे अफाट सामर्थ्य या अल्लाने आमच्या मुलीच्या रूपात आम्हाला दिलेल्या भेटी आहेत असं पेकई आणि मला वाटतं. आमच्या मुलीसोबत अल्लाने पाठवलेली ती एक भेटच आहे असे आम्ही मानतो. मलालाची प्रतिष्ठा आणि जबाबदारी जगभरातील लाखो मुलांशी जोडलेली आहे.

मलालाच्या आजारपणात जगभरातून तिला अनेकानेक भेटी आल्या. संपूर्ण जग तिच्या बरोबर आहे हे आम्हाला त्यामुळे समजून आलं. त्यातील एक गोष्ट जानीसाठी विशेष महत्त्वाची आहे. बेनझीर भुट्टोंना मलालाने नेहमी आदर्श मानलं आहे. शिकूनसवरून त्या देशाच्या पहिल्या महिला पंतप्रधान झाल्या, एकदा नाही तर दोनदा. त्यानंतर त्यांना देशातून हद्दपार करण्यात आलं. पुढे, त्यांनी बाळगलेल्या दृष्टिकोनांमुळे त्यांची हत्या करण्यात आली. त्या अतिशय तरतरीत आणि खंबीर होत्या, पण केवळ त्यांनी जी मूल्यं जोपासली होती त्यापायी त्यांना ठार करण्यात आलं. मलालाला आलेल्या शुभेच्छापत्रांत बेनझीर भुट्टोंच्या मुलांनी पाठवलेलं शुभेच्छापत्र आणि काही भेटी होत्या. त्यामध्ये बेनझीर भुट्टोंच्या दोन ओढण्या होत्या. त्या हलकेच हातात घेऊन मलालाने त्यांचा गंध नाकात भरून घेतला. प्रत्यक्ष बेनझीर भुट्टोंच्या ओढण्या मिळाल्याने ती अत्यंत आनंदी झाली.

यूएनच्या कार्यक्रमात भाषण देताना तिने त्या दोन ओढण्यांपैकी एकीची निवड करणं स्वाभाविक होतं. आपली गुलाबी ओढणी डोक्यावरून लपेटून घेत तिने भुट्टोंची पांढरी ओढणी खांद्याभोवती घेतली. यूएनच्या स्टेजकडे ठामपणे चालत जाणाऱ्या मलालाला पाहून मला लहानपणीची नळासमोर झुकून आपल्या शाळेची

ओढणी स्वच्छ धुणारी मलाला आठवली. शाळेच्या गणवेशाचा भाग असलेल्या ओढणीचा सन्मान तिने त्या बालवयातही जपला होता. तितका सन्मान ती इतर कशाला देईल असं मला वाटलं नव्हतं. परंतु, शिक्षणाप्रति असलेल्या समर्पित वृत्तीमुळे आज मलालाकडे असा एक ठेवा आला होता ज्याचा सन्मान तिला तितकाच प्रिय होता.

## जिच्यावर गोळीबार झाला ती ही मुलगी

यूएनमध्ये मलालाचं भाषण होण्याआधी आमच्या स्वागतासाठी टीना ब्राऊन या जन्माने ब्रिटिश असलेल्या न्यू यॉर्कस्थित संपादिका आणि समालोचक यांनी छोटासा स्वागतपर कार्यक्रम आयोजित केला होता. मलाला एका कोपऱ्यात उभी होती. कुणीतरी तिच्या हातात मायक्रोफोन दिला. तिने बोलायला सुरुवात केली. दुसऱ्या दिवशी मोठं भाषण करायचं असल्यामुळे आदल्या दिवशी तिची बोलायची तयारी नसावी असं मला वाटलं. शिवाय, समारंभ अगदी छोटा होता.

तिने पहिलं वाक्य उच्चारलं, ''जिच्यावर गोळीबार झाला ती ही मुलगी, अशी ओळख मला नको आहे. जिने लढा दिला ती ही मुलगी असं मला ओळखलं जावं.''

ते ऐकताच माझ्या डोळ्यांत अश्रू तरारले. किती खरं होतं तिचं म्हणणं! गेलं वर्षभर ''जिच्यावर गोळीबार झाला ती मुलगी. जिच्यावर गोळीबार झाला ती मुलगी,'' हे वाक्य प्रसारमाध्यमांनी सातत्याने वापरलं होतं. ते ऐकून तिचे कान किटले होते. म्हणूनच ती म्हणाली, ''अशी ओळख मला नको आहे. लढणारी मुलगी म्हणून इथून पुढे माझी ओळख ठेवा.''

## रसायनशास्त्राच्या वर्गात अचानक मिळालेली भेट

भौतिकशास्त्र हा विषय मलालाचा फार आवडीचा आहे. परंतु तिचा रसायनशास्त्राचा वर्ग सुरू असताना २०१४चा नोबेल शांती पुरस्कार मिळाल्याचं तिला समजलं.

२०१३ मध्ये यूएनसाठी केलेलं भाषण आणि 'आय ॲम मलाला' या पुस्तकाचं प्रकाशन या दोन गोष्टींमुळे मलालाला जागतिक स्तरावर ओळख मिळाली होती. मलाला फंडाचे सहसंस्थापक म्हणून शिक्षण प्रसाराच्या निमित्ताने आम्ही पाकिस्तानात जसे फिरत होतो तसेच आम्ही आताही सगळीकडे एकत्र फिरत होतो.

तिला नोबेल पारितोषिक मिळू शकतं असा अंदाज २०१३मध्ये अनेकांनी वर्तवला होता. पाकिस्तानातील प्रसारमाध्यमं तसं जाहीर होण्याची वाट पाहत होती. मी आणि मलाला मोहिमेच्या निमित्ताने अमेरिकेत होतो. त्या दिवशी माझा फोन सतत वाजत होता. 'आला का तुम्हाला काही फोन? सहसा, ते आधी सूतोवाच

करतात.' पण अर्थात माझ्याकडे काही उत्तर नव्हतं.

तिच्यावर हल्ला होऊन दोन वर्षं झाली. त्याच्या दुसऱ्या दिवशी, १० ऑक्टोबरला मलालाच्या मनातही नव्हतं की, आपल्याला हा सन्मान प्राप्त होईल. पुरस्कारांची घोषणा ज्या समारंभात केली जाते तो समारंभ पाहण्यासाठी मलाला फंडामध्ये माझ्याबरोबर काम करणारा एक सहकारी आमच्या घरी आला. मलाला शाळेत जायला निघाली होती. तिच्या अंगावर शाळेचा गडद हिरवा गणवेश होता. निघताना ती म्हणाली, "हे पहा, मला पुरस्कार मिळण्याची शक्यता ०.००००००१% इतकीच आहे. काहीही घडणार नाही. मी निघाले शाळेत."

मी आणि माझा मित्र सोफ्यावर बसून कार्यक्रम पाहू लागलो. कदाचित तिसाव्या मिनिटाला मला फोन येईल असं माझ्या मनात आलं. मी फार उत्तेजित झालो होतो. पण तसा काही फोन आला नाही.

"चल, निदान कार्यक्रम तरी पाहू या," असं म्हणत माझ्या सहकाऱ्याने समोरच्या टेबलवर आयपॅड ठेवून तो सुरू केला. स्क्रीनवर दार उघडलं. नोबेल समितीचे अध्यक्ष थॉर्बजॉर्न जॅग्लॅन्ड तिथून बाहेर आले. सभास्थानी प्रवेश करत ते व्यासपीठावर उभे राहिले. शांती पुरस्कार विजेत्यांची नावं त्यांनी घोषित केली- कैलाश सत्यार्थी आणि मलाला युसफझाई.

मी सोफ्यावरून उंच उडी मारली! माझ्या सहकाऱ्याला घट्ट मिठी मारली. तूर पेकई घाईने बाहेर आली. अत्यंत अविस्मरणीय क्षण होता तो. इतक्या लहान वयात असा सन्मान मिळवणं ही फार मोठी गोष्टी होती. जेमतेम सतरा वर्षांची मुलगी नोबेल प्राप्त करणार होती. तिचा पिता म्हणून माझा ऊर अभिमानाने भरून आला. जे स्वप्नातसुद्धा घडत नाही, जे स्वप्नातीत असतं ते प्रत्यक्षात घडत होतं. मलालाचे पंख कापू पाहणारी आमच्या समाजातील प्रत्येक कात्री मी जेव्हा तोडून टाकू पाहत होतो तेव्हा मी जी स्वप्नं पाहिली होती त्याही पलीकडचं हे वास्तव होतं.

त्या दिवशी शाळेच्या मुख्य प्रतिनिधीने मलालाच्या रसायनशास्त्राच्या वर्गाच्या दारावर टकटक करून सांगितलं की, मुख्याध्यापिकांनी मलालाला बोलावलं आहे. मलालाच्या मनात आलं, 'अरे बापरे! आता काय झालं?' मुख्याध्यापिकेने मलालाला ती सुंदर बातमी ऐकवली.

त्यानंतर मलालाने एड्ग्बॅस्टन हायस्कूल फॉर गर्ल्स या शाळेतील सर्व मुलींसमोर भाषण दिलं. तो एकच क्षण होता जेव्हा तिने स्वतःला 'सक्रिय कार्यकर्ती मलाला' म्हणून घेणं मान्य केलं. अन्यथा ती नेहमीच स्वतःला सामान्य शालेय विद्यार्थिनी समजत होती. ती बोलत असताना तिच्या शिक्षिका रडत होत्या. सर्व विद्यार्थिनी रडत होत्या. मलालाने मात्र डोळ्यांतून एक थेंबही काढला नाही. नंतर आमच्याबरोबरही ती रडली नाही.

पुरस्कार प्राप्त झाल्याचं समजूनही ती घरी आली नाही. शांतपणे तिने शाळेतच दिवस व्यतीत केला. ती घरी येताच तिला घट्ट मिठी मारून तूर पेकई आणि मी रडू लागलो.

एक पिता म्हणून या पुरस्काराबद्दल माझ्या मनात विशिष्ट भावना आहेत. तिथून पुढे मलालाची ओळख, 'नोबेल पुरस्कार मिळवणारी किशोरी' अशी झाली.

त्यानंतर काही महिन्यांनी मी विन्नीपेग या ठिकाणी भाषण द्यायला गेलो होतो. माझ्या चुलत भावाचा लहानसा मुलगा मला तिथे भेटला. त्याच्यासमोर गुडघ्यावर बसत मी विचारलं, ''तू मलालाला ओळखतोस का?''

''हो, ओळखतो मी तिला,'' त्या मुलाने पटकन उत्तर दिलं. ''तिला नोबेल शांती पुरस्कार मिळाला आहे.''

''हो, अगदी बरोबर!'' मी पटकन म्हटलं. माझ्या डोळ्यांत पाणी तरळलं. 'काय हा विचित्र माणूस! एवढ्या साध्या गोष्टीने याच्या डोळ्यांत पाणी का यावं?' असा विचार त्या मुलाच्या मनात नक्कीच आला असणार.

मलालाच्या मोहिमेच्या दृष्टीने हा पुरस्कार मिळणं फार महत्त्वाचं होतं. त्याबद्दल प्रतिक्रिया देताना ती स्वतः म्हणाली, ''मी माझी वाट चालत होते. नोबेल पुरस्काराच्या निमित्ताने मला आता नियतीच्या दिशेने जाण्यासाठी छान वाहन मिळालं आहे.''

मलालाला वैयक्तिक कीर्तीमध्ये स्वारस्य नाही. तिच्या मते हा पुरस्कार एका विशिष्ट विषयासाठी मिळालेला आहे. ती मला म्हणाली, ''अब्बा, आता आपण जागतिक स्तरावर आपला विषय उचलून धरू शकतो. मुलींना शिक्षण मिळावं म्हणून आपली मोहीम अधिक चांगल्याप्रकारे राबवून सगळ्यांचं लक्ष वेधून घेऊ शकतो.'' बरोबर आहे तिचं म्हणणं. मोहीम यशस्वी करण्याच्या आणि मलाला-फंडासाठी निधी गोळा करण्याच्या कामात तिला अधिक यश प्राप्त होऊ लागलं आहे. मुलींच्या शिक्षणाचं महत्त्व जगभरातील लोकांना पटू लागलं आहे. विशेषतः, ज्या देशात संघर्षमय वातावरण आहे तिथल्या मुलामुलींसाठी शिक्षण किती महत्त्वाचं आहे हे नव्याने सर्वांच्या लक्षात येऊ लागलं आहे.

बऱ्याचदा माझ्या मनात विचार येतात. पाकिस्तानातील आमच्या भागात तालिबानीकरण झालं नसतं तर? आजही आम्ही पाकिस्तानात सुखाने राहत असतो तर? मलालाचं आयुष्य कसं असतं? मी खात्रीने सांगतो की, कदाचित तिला जागतिक कीर्ती लाभली नसती, पण पाकिस्तानात मध्यवर्ती भूमिका निभावत तिने नक्कीच आपल्या कार्याचा अमीट ठसा उमटवला असता. शांतीच्या काळातसुद्धा तिचा विकास होतच होता. कदाचित, ते जीवन जगत असताना विसाव्या वर्षी तिने लाहोर युनिव्हर्सिटी ऑफ मॅनेजमेंट स्टडी इथे प्रवेश घेतला असता. कदाचित तिला नोबेल शांती पुरस्कार मिळाला नसता. आमचं घर अर्ध्याहून अधिक भरून टाकणारी पारितोषिकं आणि सन्मान कदाचित

तिला मिळाले नसते; पण तरीही मलाला मात्र तीच तेजस्वी शलाका असती.

## एड्‌गबॅस्टन येथील कॉन्कर्स

गेली सहा वर्षं आम्ही बर्मिन्गहॅम येथील एड्‌गबॅस्टन या विविध वृक्षांनी वेढलेल्या परिसरात राहत आहोत. वृक्षांच्या इतक्या नाना तऱ्हा मी आणि पेकईने शांग्ला आणि स्वातच्या पर्वतमाथ्यांवर फक्त पाहिल्या होत्या. आम्ही ज्या पठारी प्रदेशात वाढलो तिथे असलेल्या फळबागांमधून वेगवेगळ्या झाडांवर लटकत हाताला येईल ती फळं खात आम्ही वाढलो होतो. सफरचंद, पीच, पेअर, संत्री, नारिंगी पर्सिमॉन (अमरफळ) अशी नानाविध चविष्ट फळं आम्हाला वर्षभर उपलब्ध होती. त्यातील अमरफळ जपानमध्ये मोठ्या प्रमाणावर आढळून येतं. ओक, चेस्टनट, पाइन वगैरे वृक्ष फक्त पर्वतमाथ्यावर पाहायला मिळायचे. माझ्या तोतरेपणावर उपाय करण्यासाठी कोण्या एका फकिराला भेटायला आम्ही जेव्हा पर्वत चढून गेलो होतो तेव्हा मी हे वृक्ष पाहिले होते. आजही ते माझ्या आठवणीत आहेत.

यूकेमध्ये नवीन जीवन सुरू केल्यापासून मला चेस्टनट आणि ओक वृक्षांचं फार कौतुक वाटत आलं आहे. अगदी गल्लोगल्ली त्यांची जोपासना केलेली दिसते. त्यांच्या पसरलेल्या फांद्या आणि घनदाट पर्णसंभारामुळे मला घरची आठवण झाल्याशिवाय राहत नाही. हे वृक्ष पेकईचे जिवाभावाचे मित्र आहेत. कित्येकदा ती त्यांच्याशी पश्तुन भाषेत संवाद साधते. "अरे माझ्या लाडक्या झाडांनो, तुम्ही शांग्ला आणि स्वातमध्ये आमच्या बरोबर होतात. तुम्हाला इथे कोणी आणलं?"

हिवाळ्यात चेस्टनटच्या चकचकीत तपकिरी फळांचा-कॉन्कर्सचा सडा सगळीकडे पडलेला असे. शांग्लाच्या पर्वतमाथ्यावर देखील असाच सडा पडत असे. घरी आम्ही या झाडांना जवाझ असं म्हणतो. यूकेमधील मुलं कॉन्कर्स दोऱ्याला बांधून त्यांचा गोफणीसारखा वापर करतात. पाकिस्तानात आम्ही या बिया गोट्या म्हणून वापरतो. लहानपणी माझ्या बहिणी कॉन्कर्सच्या बिया घेऊन भातुकली खेळत. कधी त्या बिया गाय किंवा म्हैस असत. पेकईच्या आईची मैत्रीण कॉन्कर्सच्या बियांचा वापर करून हाडं किंवा सांधेदुखीवर औषध तयार करत असे.

एड्‌गबॅस्टनमध्ये ऑक्टोबर महिन्यात कॉन्कर्सचा सडा पडतो. प्रत्येक वेळेस तो सडा पाहून आमच्या मनाला नव्याने आनंद होतो.

या वर्षी कॉन्कर्सचा सडा पडायला सुरुवात झाली. मलाला आता उच्च शिक्षणासाठी ऑक्स्फर्डला निघाली होती. तिची उणीव मला नक्कीच जाणवणार होती. ज्या रात्री ती निघाली त्या रात्री मी तिच्या हातात सुक्यामेव्याने भरलेली पिशवी ठेवली. ती ए ग्रेड मिळवण्यासाठी अभ्यास करत होती तेव्हाही मी तिच्यासाठी

असाच सुकामेवा आणला होता. आज मात्र माझ्या डोळ्यांत पाणी आलं, पण तेवढं एकदाच; मी कसंबसं स्वतःला आवरलं.

जसजशी मुलं मोठी होतात तसतसं त्यांना त्यांचं स्वतंत्र आयुष्य जगू द्यायला हवं हे मी जाणून आहे. त्यांच्याबाबत वाटणाऱ्या मालकीहक्काच्या भावनेतून बाहेर येणं गरजेचं आहे. मलाला जितकी स्वतंत्र होईल तितकी ती स्वतःचं आयुष्य स्वतःच्या पद्धतीने जगू लागेल. एक माणूस म्हणून योग्यप्रकारे वागू लागेल. तिच्यावरील प्रेमाची ही पावतीच नाही का? तिने घेतलेल्या निर्णयांनुसार तिला जगता यावं हाच माझा आजवरचा प्रयत्न होता. तो साध्य होतो आहे याचं मला नक्कीच समाधान वाटत आहे.

मलाला आता एड्गबॅस्टनमध्ये फारशी नसते. तिचा मुक्काम अधिकतर ऑक्स्फर्ड इथे असतो. आतापर्यंत चारपाच वेळा आम्ही तिला भेटून आलो. तिथे तिचे खूप मित्रमैत्रिणी झाले आहेत. त्यांच्यासाठी मलाला नोबेल पुरस्कार प्राप्तकर्ता नसून त्यांच्याचसारखीच साधी तरुणी आहे. त्यांच्याप्रमाणे तीही अनेक आंतरराष्ट्रीय समित्या, वादविवाद समित्या इतकंच नाही तर क्रिकेट क्लबची सुद्धा सभासद आहे.

एड्गबॅस्टन हायस्कूलमध्ये तिचा प्रवेश सत्राच्या मध्यभागी झाला होता. त्यामुळे तिथे जुळवून घेणं तिला कदाचित थोडं कठीण गेलं असावं. परंतु लेडी मार्गारेट हॉलमध्ये तिचा प्रवेश इतरांबरोबर झाला. तीही सर्वांप्रमाणे एक सामान्य विद्यार्थिनी म्हणून वावरते आहे.

जानी पुढच्या शिक्षणासाठी ऑक्स्फर्डमध्ये जाऊन पोहोचली. सर्वकाही तिच्या मनाप्रमाणे घडत होतं. पण तिच्या खोलीत एकदा कोळी निघाले. ताबडतोब तिने मला फोन केला, ''अब्बा, मला ते नाही आवडत. काढा त्यांना आत्ताच्या आत्ता.'' कोळ्याचं नुसतं नाव काढलं तरी अटलची अवस्था वाईट होते. निदान मलालाला कोळ्यांची घृणा तरी नाही. तरीसुद्धा खोलीत कोळी असल्यामुळे ती अस्वस्थ झाली होती. तिला मदत कशी करावी हे मला कळेना. मी आमच्या स्थानिक औषधविक्रेतीला त्याबद्दल जेव्हा विचारलं तेव्हा ती म्हणाली, ''तिला थोडे चेस्टनटचे कॉन्कर्स पाठव म्हणजे कोळी पळून जातील.''

एड्गबॅस्टनचे जवाझ! त्या दुपारी मी अंगात लांब कोट चढवून बाहेर पडलो. सुरुवातीला अनोळखी वाटणाऱ्या त्या वाटा आज मला सुपरिचित झाल्या होत्या. सगळीकडे कॉन्कर्सचा सडा पडला होता. एकेक करत मी त्या वेचायला सुरुवात केली. दोन्ही खिसे गच्च भरून कॉन्कर्स गोळा केल्यावर मी घरी आलो. दुसऱ्या दिवशी पोस्टात जाऊन मी एका पाकिटात ते कॉन्कर्स भरले. 'खोलीच्या कोपऱ्यात ते ठेव' अशी चिठ्ठी मलालाला लिहिली. काही दिवसांनी तिचा पुन्हा फोन आला. ''अब्बा, बहुतेक ते कोळी आता गायब झाले आहेत.''

कदाचित तुमच्या मुलांना पालक म्हणून पूर्वीइतकी तुमची गरज भासत नसेल, पण अशा छोट्या छोट्या गोष्टींमधून आपण त्यांना मदत करू शकतो ही जाणीव खूप सुंदर आहे.

## ओळखीचा सल्ला

मलालाला फोन करून तिचा सल्ला घ्यायला मला फार आवडतं. हा राजकीय विचार मी ट्विट करू का? ही कल्पना मांडणं मला कठीण जात आहे, मी काय करू, माझ्या आयफोनचं अमुक फंक्शन कसं वापरू, असे अनेक प्रश्न मी तिला विचारतो. तीही न गोंधळता पटापट उत्तरं देते. ती मला नेहमीच मार्गदर्शन करत आली आहे. अगदी लहान होती ती, जेमतेम सात वर्षांची. खुशाल शाळेच्या प्रगतीबाबत मी तिचं मत विचारलं होतं. त्यावर ती म्हणाली होती, "अब्बा, मला असं वाटतं की एखाद्या मुंगीप्रमाणे शाळा सध्या रांगते आहे."

माझ्या क्षमतांबद्दल बोलताना ती अलीकडे म्हणते, "अब्बा, या सर्व गोष्टी तुमच्या तुम्ही शिकू शकता, पण तुमचा स्वतःवर विश्वास नाही. तुम्हाला वाटतं की तुम्हाला ते जमणार नाही. पण तुम्ही जर थोडं लक्ष दिलं तर तुम्हाला सहज जमेल ते. हे सगळं करणं आपल्याला शक्य नाही असा गैरसमज का बरं करून घेता?"

आजकाल मलाला माझ्याबरोबर प्रवास करत नाही. त्याऐवजी तिच्याबरोबर मलाला-फंडासाठी काम करणारे इतर लोक असतात. मुलींच्या शिक्षणाच्या प्रसारासाठी आजवर आम्ही भरपूर हिंडलो. पण त्यावेळेस तिला माझी आवश्यकता होती. अर्थात, हा प्रवास अगदी हळूहळू झाला. असं नक्कीच नाही की एके दिवशी सकाळी मला जाग आली आणि तिने मला सागितलं, "अब्बा, आजपासून माझी मी काम करू लागेन." किंवा "अब्बा, मला आता तुमच्या सोबतीची गरज नाही." उलट, ती स्वतंत्र होण्याची प्रक्रिया सावकाश घडत गेली. मलाही ती तशीच अपेक्षित होती. यालाच 'मोठं होणं' म्हणतात ना!

पक्ष्यांची पिल्लं अंड्यातून बाहेर येतात तेव्हा कसं उडायचं हे त्यांना कुठं माहीत असतं? त्यांच्यात उपजत गुण असला तरी त्यांना सराव नसतो. अशा वेळेस उडणाऱ्या आपल्या आईचं ते वारंवार आणि बारकाईने निरीक्षण करतात. त्यांच्या इवल्या चोचीत घास भरण्यासाठी तिची अविरत धडपड सुरू असते. त्यासाठी ती सतत येरझाऱ्या घालत असते. हळूहळू पिल्लांमध्ये थोडीशी धिटाई येते. ते पाहताच त्यांचे जन्मदाते थोडेसे दूर थांबतात. आपलं अन्न शोधण्याचा प्रयत्न पिल्लांनी करावा म्हणून ते प्रोत्साहन देतात. कित्येकदा अन्न शोधण्याच्या प्रयत्नात पिल्लं धडपडतात,

जमिनीवर कोसळतात; पण म्हणून त्यांची आई, ती पक्षीण हवालदिल होत नाही. ती पुन्हा पुन्हा आपल्या उडण्यातून प्रात्यक्षिक देत राहते. केवळ एकदोन प्रयत्नांतून पिल्लाला उडता येत नाही. पण प्रयत्न करणं सोडत नाही. आपल्या पंखातल्या स्नायूंमध्ये त्या पिल्लाला बळ आणावंच लागतं. त्याची आई दुरून पाहायचं काम करते, गरज असेल तेव्हा स्वतःचे पंख फडफडवून दाखवते. सरतेशेवटी ते पिल्लू झाडाच्या फांदीवरून भरारी घेण्यात यशस्वी ठरतं. पंख फडफडवताच ते सहजतेने उडू लागतं. इथून पुढे अन्न आणण्यासाठी किंवा रक्षण करण्यासाठी आपल्याला आपल्या मातेची आवश्यकता नाही हे लक्षात येण्याचा तोच क्षण असतो. हा क्षण प्रत्यक्षात येऊ नये म्हणून पक्षीण कधीही प्रयत्न करत नाही. तसं जर तिने केलं तर एक आई म्हणून तिचं वागणं अतिशय अयोग्य ठरेल.

सोळाव्या वर्षी मलाला न्यू यॉर्कमधील युनायटेड नेशन्सच्या कार्यक्रमाला एकटी जाऊ इच्छित नव्हती. पुढे तिचा अठरावा वाढदिवस साजरा करण्यासाठी सीरिया येथील निराश्रितांच्या छावणीतही तिला एकटीला जाण्याची इच्छा नव्हती. पण आता ती एकवीस वर्षांची आहे. ऑक्स्फर्डमध्ये शिकत असताना दहा दिवसांच्या ट्रिपसाठी ती एकटी गेली. डाव्हॉस येथे वर्ल्ड इकॉनॉमिक फोरमसाठी ती एकटी गेली. त्यानंतर, ॲपलचे सीईओ टीम कुक यांच्याबरोबर जॉर्डन येथे प्रेस कॉन्फरन्ससाठी ती एकटीच गेली. ते मलाला-फंडाचे दानशूर दाता आहेत. मलाला-फंडाचा दैनंदिन कार्यक्रम आता तिचा ती निभावून नेते. सहसा आम्हाला त्यात लक्ष घालावं लागत नाही. तथापि तिच्यावर असलेल्या अनेक जबाबदाऱ्या पाहता वयाच्या मानाने तिच्यावर कामाचा खूप ताण आहे. अशा वेळेस पुढे होऊन आम्ही तिला सुचवतो, ''आता काही दिवस हे सर्व दौरे बंद कर. जरा कधी तरी स्वतःचं आयुष्य जग की.'' स्वतःच्या जिवापेक्षा इतरांची पर्वा करणारा असा एक जीव आपल्यामध्ये आहे हे पाहून मला खूप समाधान वाटतं. मलाला नावाच्या या तरुणीचं मला खूप कौतुक वाटतं. स्वतःचा विचार करण्याऐवजी इतरांचा विचार करण्यात प्रेमाचं सार्थक होतं हे ती सहजतेने स्वतःच्या कृतीतून दाखवून देते. मलाला नावाची ही सुंदर तरुणी स्वतःवर प्रेम करते, स्वतःचं मूल्य जाणते, पण त्याहीपेक्षा महत्त्वाचं म्हणजे जगाच्या तुलनेत स्वतःकडे बघते. जगभरातील प्रत्येक मुलीला किमान बारा वर्षं शिक्षण मिळायलाच हवं यासाठी झगडा देते. हे सर्व करत असताना ही तरुण मलाला ऑक्स्फर्डमध्ये शिक्षण घेते, पार्ट्यांना जाते, कपडे विकत आणते आणि फिटबिटवर आपल्या स्टेप्स मोजते.

मलाला नावाची ही तरुणी! किती विविध गुण आहेत तिच्यात! ही तीच मलाला आहे जी लहान बाळ असताना जुन्या पाळण्यात निजली होती. मलाला माझी मुलगी आहे हे सांगताना मला खूप अभिमान वाटतो आहे.

# समारोप

## घरी जाताना

*पाकिस्तानला, स्वातला आणि शांग्लाला परत गेल्याचं स्वप्न मी गेले अनेक दिवस पाहतो आहे. सकाळी जाग आल्यावर माझ्या लक्षात येतं की, आपण घरापासून कित्येक मैल दूर आहोत. तूर पेकईला, मला आणि मलालाला ही स्वप्नं खरी होण्याची बऱ्याच काळापासून आस लागून राहिली आहे.*

*पण मलालावर जीवघेणा हल्ला झाल्यापासून तिच्या सुरक्षिततेव्यतिरिक्त आम्हा दोघांसाठी इतर काहीही महत्त्वाचं नाही. तिच्या प्राणांचं रक्षण करणं हा आमचा एकमेव हेतू आहे.*

*मलालाला मात्र राहवलं नाही. पाकिस्तानची ओढ तिला स्वस्थ बसू देईना. ती म्हणाली, "मला घर सोडावं लागलं, मला देश सोडावा लागला; ती निवड माझी नव्हती. त्या दिवशी सकाळी मी नेहमीसारखी शाळेत गेले आणि कधी परतलेच नाही. कोमामध्ये असताना मला देश सोडावा लागला."*

*आज मलाला जगभर प्रवास करते याचा मला फार आनंद आहे. आम्ही दोघंही तिच्यासोबत नसतो. पण, तिने पाकिस्तानला परत जाण्याचं नाव काढताच मी अस्वस्थ झालो.*

*"जानी, आपण अजून एक वर्षं तरी थांबू या, एवढं ऐक माझं."*

*तूर पेकईच्या मनातदेखील अनिश्चितता होती. खुशाल तर घाबरला होता. मलालावर झालेल्या हल्ल्यानंतर कित्येक आठवडे त्याला भीतिदायक स्वप्नं पडत होती. तो झोपू शकला नव्हता. अनेकदा तो रात्री घरभर फेऱ्या घालत राही.*

*पण मलालाचा निश्चय पक्का होता. "तुम्ही सगळे पाकिस्तानला परत येणार नसाल तर मी एकटीच जाईन. मला गेलंच पाहिजे."*

*तिचा निश्चय पाहून मी सरतेशेवटी म्हटलं, "आम्हीही येतो."*

आमचं विमान पाकिस्तानच्या धावपट्टीवर टेकलं तेव्हा माझ्या मनात उचंबळून आलेल्या भावना शब्दातीत होत्या. इस्लामाबादच्या भूमीवर आम्ही पाय ठेवला. अशाप्रसंगी, मनाला स्पर्शणाऱ्या विविध भावनांना शब्दबद्ध करण्याचं सामर्थ्य कवींकडेदेखील नसावं. त्या क्षणी कुठलेही शब्द त्या भावनावेगाला न्याय देऊ शकत नाहीत. शब्द अपुरे पडतात. अशावेळेस ओठांवर फुललेलं हसू आणि डोळ्यांतून निखळलेला एखादाच अश्रू मनाची घालमेल व्यक्त करायला समर्थ असतो.

सहसा मलाला रडत नाही. तिच्यावर जीवघेणा हल्ला झाल्यानंतर मी तिला फक्त तीनदा रडताना पाहिलं आहे. यूकेमधील हॉस्पिटलमध्ये तिने जेव्हा आम्हाला दहा दिवसांनंतर पाहिलं तेव्हा पहिल्यांदा, तिच्या अठराव्या वाढदिवसाला दुसऱ्यांदा- सीरियाहून जॉर्डनला जाणारे निर्वासित सीमारेषा ओलांडताना आम्ही पाहिले तेव्हा- आणि तिसऱ्यांदा एक आई आपल्या जखमी मुलाबद्दल तिच्याशी बोलत असताना. लष्करी शाळेत तालिबान्यांनी केलेल्या अंदाधुंद गोळीबारात तो गंभीर जखमी झाला होता. त्यानंतर, पाकिस्तानमध्ये सर्वप्रथम औपचारिकरीत्या बोलण्यासाठी ती जेव्हा तीनशे लोकांच्या जमावापुढे उभी राहिली तेव्हा मात्र ती रडू थांबवू शकली नाही. त्या क्षणी ती एकटीच रडत नव्हती. उपस्थित असलेल्या प्रत्येकाच्या डोळ्यांतून अश्रू वाहत होते. त्या दिवशीचे ते मलालाचे आनंदाश्रू होते. संपूर्ण जगाने ते पाहिले.

ती म्हणाली होती, ''हा माझ्या आयुष्यातील सर्वाधिक आनंदाचा दिवस आहे.''

मलालावर जीवघेणा हल्ला झाला. तिच्या जगण्याची शाश्वती नव्हती. मिंगोरा इथल्या हेलिपॅडवरून आम्ही तिला हेलिकॉप्टरमध्ये ठेवलं. पेशावरमधील हॉस्पिटलकडे आम्ही उड्डाण केलं. स्ट्रेचरवर निजलेली मलाला रक्ताच्या उलट्या करत होती. पेकई आमच्याबरोबर आली नव्हती. आपली लेक सुरक्षित परत यावी म्हणून ती दोन्ही हात पसरवून अल्लाकडे मागणं मागत होती. पेकईव्यतिरिक्त माझ्या नजरेस दुसरं काहीही पडलं नाही. जमीन, आकाश, वारं या सर्व संवेदनांच्या पार मी गेलो होतो. माझं लक्ष फक्त मलालावर होतं. झालेल्या आघाताला ती कशी तोंड देईल हा एकच प्रश्न माझ्या मनात होता. जिवाच्या कराराने ती त्या क्षणी मृत्यूशी झुंज देत होती.

आज मात्र आम्ही पाचही जण हेलिकॉप्टरमध्ये होतो. आम्ही सुरक्षित होतो. आमचं स्वास्थ्य उत्तम होतं. ज्या मिंगोरामधून मलालाने मातृभूमीपासून दूर नेणारा प्रवास केला होता त्याच मिंगोराकडे आम्ही परत चाललो होतो. तेच पर्वत आणि त्याच दऱ्या होत्या. परिस्थिती मात्र बदलली होती. मला हा फार मोठा विजय वाटला. खाली दिसणाऱ्या शेतांकडे, डोंगरांकडे, तलावांकडे आणि धरणांकडे आम्ही आसुसून पाहत होतो. आमच्या परिचयाच्या, सुंदर स्वातच्या या संपन्न

निसर्गाने आम्हाला घडवलं होतं. अल्लाने आमच्या कुटुंबाला दिलेली ती सुरेख भेट होती.

आम्ही हेलिकॉप्टरमधून खाली उतरलो. याच हेलिपॅडवर मला मलालाच्या जगण्याची शाश्वती वाटली नव्हती. आम्ही पाचही जणांनी एकमेकांना घट्ट मिठी मारली. तूर पेकई आणि मी अश्रू थोपवू शकलो नाही. या हेलिपॅडपासून मिंगोरामधील आमचं जुनं घर जेमतेम दोन मिनिटांच्या अंतरावर होतं. मलालाला उच्च दर्जाची सुरक्षा पुरवण्यासाठी सैन्य तैनात होतं. कडक बंदोबस्तात आम्ही घरी पोहोचलो. फाटकातून आत शिरताच मी स्वतःला जमिनीवर झोकून दिलं. ही माझी माती होती. तिचा स्पर्श मला हवा होता. मी मूठभर माती उचलली आणि तिचं चुंबन घेतलं. प्रदीर्घ काळाने भेटणाऱ्या प्रियतमेचं अथवा मातेचं चुंबन ज्या आवेगाने घेतलं जाईल तोच आवेग माझ्या कृतीत होता. अशा वेळेस कणाचंही अंतर नकोसं होतं.

मलाला आणि तिचे भाऊ आपापल्या खोल्यांत पळाले. लहानपणी मलालाने भिंतीवर काढलेलं चित्र अजूनही तसंच होतं. ती शिकत असताना तिने मिळवलेली कित्येक पारितोषिकं तिथेच होती.

* * *

आम्ही मिंगोराचा निरोप घेतला. हेलिकॉप्टरमधून आम्ही स्वात कॅडेट कॉलेजला गेलो. सैन्यातर्फे चालवण्यात येणारी ही शाळा डोंगराच्या पायथ्याशी आहे. मलालाच्या सन्मानासाठी लाल पायघड्या अंथरण्यात आल्या होत्या. तिथेच आमच्या माध्यान्हीच्या भोजनाची सोय करण्यात आली होती. जेवून परत हेलिकॉप्टरच्या दिशेने जाताना आम्हाला सैनिकांची गर्दी दिसली. त्यांच्या गाड्या एका रांगेत उभ्या होत्या. आम्ही तिथून पुढे जाताना मलालाने त्यांच्याकडे पाहून हात हलवला. त्या क्षणी, लष्करी गणवेशात असलेल्या त्या सर्व सैनिकांनी डोक्यावरच्या टोप्या काढून हातात घेतल्या. तिच्याप्रति वाटणारा आदर त्यांच्या या सलामीतून व्यक्त झाला. आमच्या पाकिस्तान दौऱ्यामधील हा एक नितांतसुंदर प्रसंग होता.

मलालाची पाकिस्तानमधील उपस्थिती आमच्या देशासाठी फार मोठा बदल होती. तिचं तिथे असणं हे बदलाचं द्योतक होतं. तिची प्रत्यक्ष उपस्थिती हेच शांती आणि शिक्षणाचं मूर्त स्वरूप होतं. त्याबद्दल तिला बोलायची गरजसुद्धा राहिली नव्हती.

शांग्ला आणि स्वात येथून आलेले आमचे नातेवाईक आणि मित्रपरिवारांसाठी आम्ही दोन जेवणांचं आयोजन केलं. २०१२ साली आम्हाला अचानक सारं सोडून निघून जावं लागलं होतं. त्यानंतर आम्ही कोणालाच भेटू शकलो नव्हतो. शांग्ला येथून साधारण शंभर जण येतील असा आमचा अंदाज होता. प्रत्यक्षात मात्र हा आठ

तासांचा प्रवास करून तीनशेहून अधिक लोक मलालाला भेटायला येऊन पोहोचले. त्यामध्ये माझी दुसरी आई होती. तिची माझी शेवटची भेट सहा वर्षांपूर्वी झाली होती. व्हीलचेअरवर बसून दारातून बाहेर पडणारी तिची आकृती आजही माझ्या डोळ्यांसमोर स्पष्टपणे उभी राहते. तिला पाहताच माझ्या मनातील भावना इतक्या उचंबळून आल्या की, तिला एखादं फूल द्यायची इच्छा मला झाली. पण माझ्याकडे फूल कुठून असणार? मी आजूबाजूला नजर टाकली. हॉटेलच्या सजावटीचा भाग म्हणून पांढऱ्या फुलांची सुरेख आरास केलेली मला दिसली. खरंतर आईला रंगीत फुलं द्यायला मला आवडलं असतं. मग मी त्यापैकी काही पांढरी फुलं हळूच काढून घेतली. आईसमोर गुडघ्यावर बसत ती फुलं तिच्या हातात देत मी तिला सांगितलं की, माझं तिच्यावर खूप प्रेम आहे. आपण फुलं चोरली आहेत ही भावना मला स्वस्थ बसू देत नव्हती. हॉटेल व्यवस्थापनाने मात्र उदार अंतःकरणाने माझ्या या कृत्याकडे दुर्लक्ष केलं. माझ्या मते मी त्या क्षणी भावनातिरेकाने थोडासा हळवा झालो होतो. दुसऱ्या दिवशी स्वातहून शंभर लोक येतील असा आमचा होरा होता. पण याही वेळेस तो चुकला. परत एकदा तीनशेहून अधिक लोक आम्हाला भेटायला आले. लहान बाळांपासून ते नव्वदी गाठलेल्या वृद्धांपर्यंत सर्वांचा त्यात समावेश होता. काही कुटुंबातील तीन पिढ्या तिथे उपस्थित होत्या. आम्ही स्वगृही परतल्याचा आनंद व्यक्त करणारी ही इतकी जिवाभावाची माणसं एका छताखाली गोळा झालेली पाहून मला अत्यानंद झाला. प्रत्येकाच्या टेबलापाशी जात मलालाने आपुलकीने त्यांची चौकशी केली.

पंतप्रधान शाहिद खाकन अब्बासी हे एका कार्यक्रमास उपस्थित होते. भाषण करण्यासाठी मलाला मंचाच्या दिशेने जाताच ते उठून उभे राहिले. प्रत्येक वेळेस ती बाजूने जाताच त्यांनी उठून उभं राहत तिचा सन्मान केला. ते म्हणाले, ''मलाला, तू आता पाकिस्तानची सामान्य नागरिक नाहीस. उलट, जगाला आपली ओळख करून देणारी सर्वाधिक प्रसिद्ध पाकिस्तानी महिला आहेस तू.''

माझ्या मनात आलं, 'वाईट दिवस आता संपले आहेत. जानी पुन्हा एकदा स्वतःच्या देशात येऊन पोहोचली आहे. आज लोक तिला पाठिंबा देत आहेत. इथून पुढे स्त्रीशिक्षणाची मोहीम ती सातत्याने राबवेल. जगभरातील प्रत्येक देशात, प्रत्येक शहरात आणि प्रत्येक खेड्यात आजही कित्येक मुली शिक्षणापासून वंचित आहेत. त्यांची संख्या तेरा कोटींहून अधिक आहे. त्या सर्वांना शिक्षण मिळावं म्हणून मलाला ठामपणे प्रयत्न करेल.'

आणि कदाचित एक दिवस आम्ही आमच्या घराकडे पुन्हा परतून येऊ शकू.

◆